ஜெயமோகன்

பிறந்தது 1962, ஏப்ரல் 22ல். பள்ளி நாள்களில் 'ரத்னபாலா' என்கிற சிறுவர் இதழில் முதல் கதையை எழுதினார். 1987ல் 'கணையாழி'யில் எழுதிய 'நதி' சிறுகதை பரவலாகக் கவனம் பெற்றது. 1988ல் எழுதப்பட்ட 'ரப்பர்' நாவல் அகிலன் நினைவுப் போட்டியின் பரிசைப் பெற்றது. இது தவிர கதா விருதும் சம்ஸ்கிருதி சம்மான் தேசிய விருதும் பெற்றுள்ளார். இவர் எழுதிய 'விஷ்ணுபுரம்' தமிழ் இலக்கிய உலகில் பெரிய கவனத்தைப் பெற்றதோடு விவாதத்தையும் ஏற்படுத்தியது. இவரது படைப்புகள் தொடர்ந்து தமிழ் இலக்கிய உலகில் அதிர்வலைகளையும் புதிய சாத்தியங்களையும் ஏற்படுத்திய வண்ணம் உள்ளன. தமிழ் மற்றும் மலையாளத் திரைப்படத் துறைகளிலும் இவரது பங்களிப்பு தொடர்கிறது.

கிழக்கு பதிப்பக வெளியீடுகளாக ஜெயமோகனின் புத்தகங்கள்

வெண்முரசு (மகாபாரதம் நாவல் வடிவில்)

முதற்கனல்
மழைப்பாடல்
வண்ணக்கடல்
நீலம்
பிரயாகை
வெண்முகில் நகரம்
இந்திரநீலம்
காண்டீபம்
வெய்யோன்
பன்னிரு படைக்களம்
சொல்வளர்காடு

வெண்முரசு (நாவல் பகுதிகள்)

எரிமலர்
புல்லின் தழல்
செம்மணிக்கவசம்
இருள்விழி
ஆயிரம் கைகள்

பிற நூல்கள்

விஷ்ணுபுரம்
ஏழாம் உலகம்
உலோகம்
கன்னிநிலம்
ஊமைச்செந்நாய்
ஜெயமோகன் சிறுகதைகள்
ஜெயமோகன் குறுநாவல்கள்
விசும்பு (அறிவியல் புனைகதைகள்)
பேய்க்கதைகளும் தேவதைக்கதைகளும்
நாவல் (கோட்பாடு)
சாட்சிமொழி
முன்சுவடுகள்
வாழ்விலே ஒரு முறை
லோகி (லோகிததாஸ் நினைவு)
நவீன தமிழ் இலக்கிய அறிமுகம்
புதியகாலம் (இலக்கிய விமர்சனம்)
இன்று பெற்றவை (நாட்குறிப்புகள்)
சிலுவையின் பெயரால்
இந்து ஞான மரபில் ஆறு தரிசனங்கள்
இந்திய ஞானம்
புல்வெளிதேசம் (ஆஸ்திரேலிய பயணக்கட்டுரை)
அண்ணா ஹசாரே
அபிப்பிராய சிந்தாமணி
சொல்முகம்
தனிக்குரல்
அருகர்களின் பாதை
இந்தியப் பயணம்
நூறு நிலங்களின் மலை
குகைகளின் வழியே
ஈழ இலக்கியம்
இலக்கியவிவாதக் கட்டுரைகள்
சூரியதிசைப் பயணம்

தனிக்குரல்

ஜெயமோகன்

கிழக்கு

தனிக்குரல்
Thanikural
Jeyamohan ©

Kizhakku First Edition: December 2016
216 Pages
Printed in India.

ISBN 978-81-8493-624-7
Kizhakku - 945

Kizhakku Pathippagam
177/103, First Floor,
Ambal's Building, Lloyds Road,
Royapettah, Chennai - 600 014.
Ph: +91-44-4200-9603

Email : support@nhm.in
Website : www.nhm.in

kizhakkupathippagam
kizhakku_nhm

Author's Email: jeyamohan.writer@gmail.com

Author's Website: www.jeyamohan.in | venmurasu.in

Kizhakku Pathippagam is an imprint of New Horizon Media Private Limited.

சமர்ப்பணம்

இரா. குப்புசாமி (ஆர். கே)

அவர்களுக்கு

பொருளடக்கம்

பகுதி இரண்டு

பின்னுரை

தன்னுரைத்தல்

பொதுவாக மேடைகளில் உரையாற்ற நான் விரும்புவது இல்லை. ஏனென்றால் நான் மிகவும் மோசமான சொற்பொழிவாளன். என் குரல் சற்று கம்மியது. உரத்த குரலில் ஓங்கிய பாவனைகளுடன் உரையாடவும் எனக்குப் பழக்கம் இல்லை. அனைத்தையும் விட முக்கியமாக, என்னுடைய ஊடகம் எழுத்து. மேடை அல்ல.

எல்லா மேடைகளிலும் ஒரு சிறு மன்னிப்புக் குறிப்புடன்தான் நான் பேச ஆரம்பிப்பேன். சில சமயம் என்னுடைய பேச்சு நன்றாக இருந்தது என்று கூறுவார்கள். சில சமயம் சொதப்பிவிட்டது என்று எனக்கே தெரியும். ஒன்றும் செய்வதற்கில்லை. நன்றாக அமையாது போய் விட்டால் என்ன செய்வது என்ற அச்சத்தில் இருந்துதான் நான் முதலிலேயே மன்னிப்பு கேட்டுக் கொள்கிறேன்.

ஏன் என் பேச்சு சரியாக அமையாது என்றால் என்னால் மேடையில் சிந்திக்க முடியாது என்பதால்தான். நல்ல பேச்சாளர்களிடம் பேசியிருக்கிறேன், அவர்களுக்கு மேடையில் நிற்கும்போதுதான் சிந்தனைகள் அடுக்கடுக்காக எழுந்து வரும். புதிய புதிய கற்பனைகள் உருவாகும். மேடையில்தான் அவர்கள் படைப்பாளிகள். நான் மேடையில் நிற்கும்போது எனக்குள் பதற்றம் குறைவதே இல்லை.

ஆகவே நான் என் உரையை முழுக்கவே முன்னதாகவே எழுதிக் கொள்வேன். தெளிவாக வார்த்தை வார்த்தையாக. பிறகு அதை பலமுறை வாசிப்பேன்; ஆம், மனப்பாடம் செய்வேன். பிறகு அந்த உரையைச் சிறு குறிப்பாக ஆக்கி என் கையில் வைத்துக் கொள்வேன். பலசமயம் மேடையில் அமர்ந்திருக்கும்போது அந்த உரையை நினைவுகூர்ந்து சுருக்கக் குறிப்புகளாக எழுதுவேன். அதன்பின்பு

எழுந்து அப்படியே நினைவிலிருந்து பேசிவிடுவேன். ஆனால் அது ஒப்பிப்பது போல் இருக்காது. உணர்ச்சிகரமான பேச்சாகவே இருக்கும். இதுவரை எந்த மேடையிலும் நான் என் பேச்சை வாசித்தது இல்லை. அதில் எனக்கு நம்பிக்கை இல்லை.

ஒரு கருத்தரங்கில் வாசிக்கப்படும் கட்டுரையை எவருமே கவனிப்பதில்லை என்பதே என்னுடைய அனுபவம்.

இவ்வாறு முழுமையாகவே தயாரித்துப் பேசுவதனால் என்னுடைய உரைகள் சுருக்கமானவையாகவும் கச்சிதமான வடிவம் கொண்டவை யாகவும் இருக்கும். அதாவது அவை நேர்த்தியான குறுங்கட்டுரைகள். சிலசமயம் ஆய்வுக்கட்டுரைகள். நல்ல பேச்சாளர்களின் பேச்சுகளைக் கவனித்தால் அவை ஒரு மையக்கருவைச் சுற்றி சுழன்று வரும் வடிவத்தைக் கொண்டிருப்பதைக் காணலாம். அவற்றில் ஒருவித படிப்படியான வளர்ச்சிப் போக்கு இருக்கும். ஒரு மையக்கரு மேடையிலேயே வளர்ச்சியும் மலர்ச்சியும் அடைந்து புதுப்புது வடிவங்களை எடுத்தபடியே இருக்கும். அந்த அம்சம் கேள்வியாளர் களுக்கு ஒருவித போதையை அளிக்கிறது. ஒரு சிறிய கரு எப்படி ஒரு முழுமையான கருத்துத்தரப்பாக விரிவடைகிறது என்பதற்கான நிகழும் உதாரணமாக அமைகிறது நல்ல மேடைப்பேச்சு.

ஆனால் நல்ல மேடைப்பேச்சைப் பதிவு செய்து வாசித்தால் அது சலிப்பை அளிக்கும். ஒரு புள்ளியிலேயே ஆசிரியர் தேங்கி நின்று கொண்டிருப்பதாகத் தோன்றும். ஆகவேதான் சிறந்த பேச்சாளர்கள் மோசமான கட்டுரையாளர்களாகத் தெரிகிறார்கள். மிகச் சிறந்த உதாரணம் சி.என். அண்ணாத்துரை அவர்கள்தான். விதிவிலக்கும் உண்டு. எமர்சன், டி.எஸ். எலியட், ராகுல் சாங்கிருத்யாயன் போன்றவர்களின் முக்கியமான பல கட்டுரைகள் மேடைப்பேச்சுகள் தான். அவை அப்படியே பதிவு செய்யப்படும்போது அவை முதன்மையான கட்டுரைகளும் ஆகின்றன.

நான் பெரும்பாலும் மேடைகளைத் தவிர்த்து விடுபவன். ஆயினும் எழுத்தாளன் எப்படியும் வருடத்தில் ஐந்து மேடைகள் வரை ஏறியாக வேண்டியிருக்கிறது. சென்ற நாலைந்து வருடங்களாக வருடத்தில் இரண்டு மேடைகள் மட்டும் போதும் என்ற உறுதிப்பாட்டுடன் இருக்கிறேன். ஒன்று தமிழ்நாட்டில், ஒன்று கேரளத்தில். இவ்வாறு உரையாற்ற நேர்கையில் அதற்கெனத் தயாரித்த உரையானது என்னிடத்தில் கைப்பிரதியாக இருக்கிறது. அவற்றைச் சிலசமயம் இணையத்தில் பிரசுரித்தேன். சிலசமயம் பாதுகாத்து வைத்தேன். பலசமயம் கைதவறி தொலைத்தும் விடுவேன். என்னிடம் எஞ்சிய உரையின் தொகுப்பு இது. காற்றோடு போகாமல் இவ்வளவேனும் எஞ்சியது திருப்தி அளிக்கிறது.

இவ்வுரைகளில் இருவகை உண்டு. ஒரு கட்டுரைக்கான ஆய்வுத் தன்மையுடன் எழுதப்பட்டவை. ‘வேதாந்தமும் இலக்கியப் போக்குகளும்’ உதாரணம். மேடையில் ஓர் உணர்வை வெளிப்படுத்த அனுபவம் சார்ந்து, எளிய கதைகளுடன் முன்வைக்கப்பட்ட உரைகள் இரண்டாம் வகை. உதாரணம், ‘ஒரு மலரிதழை முளைக்க வைத்தல்’. ஆய்வுக்கட்டுரை, குறுங்கட்டுரை என்ற இருவகை கட்டுரைகளை (ஆர்டிகிள், எஸ்ஸே) வாசித்த திருப்தியை அவை வாசகர்களுக்கு அளிக்கக் கூடும்.

என் மதிப்பிற்குரிய நண்பரும் ஒருவகையில் எனக்கு ஆசிரியருமான சேலம் ஆர்.கே (இரா.குப்புசாமி) அவர்களுக்கு இந்நூலை சமர்ப்பணம் செய்கிறேன். அவரைப் போன்ற பெரும் பேச்சாளருக்கு பேச முயல்பவரின் படையல் என்று இதைக் கூறலாம்.

2.12.2008 **ஜெயமோகன்**

பகுதி

1

கலை இலக்கியம் எதற்காக?

அனைவருக்கும் அன்பான வணக்கம். இந்த மேடையில் தமிழ்நாட்டின் சிறந்த பேச்சாளர்களில் ஒருவர், திரு. வைரமுத்து அவர்கள், எனக்குப்பின் பேசவிருக்கிறார். நான் சிறந்த பேச்சாளன் அல்ல. உங்களனைவரையும் கவரும் ஒரு பேருரையை நிகழ்த்த என்னால் இயலாமல் போகலாம். நான் பேச்சாளனல்ல, எழுத்தாளன். என் ஊடகம் எழுத்து. ஆகவே சில சொற்களை இங்கே சொல்லி விடைபெறலாமென என்ணுகிறேன்.

சிங்கப்பூருக்கு நான் வந்து சில நாட்களாகின்றன. இங்கே சுப்ரமணியன் ரமேஷ் என்ற நண்பரின் இல்லத்தில் தங்கியிருந்தபோது அங்கு வந்த இந்திரஜித் என்ற நண்பர் என்னிடம் ஒன்று சொன்னார். அவர் சில கதைகள் எழுதியிருக்கிறார். ஆனால் ஒருநாள் தோன்றிவிட்டது, தாமஸ் ஆல்வா எடிசன் மின்விளக்கைக் கண்டுபிடித்தார். அது இன்றும் பயன்படுகிறது. ஆனால் ஒரு கதையை எழுதுவதனால் மானுடகுலத்துக்கு என்ன லாபம்? அதனால் என்ன நிகழப்போகிறது? அந்த எண்ணம் ஏற்பட்டபின் எழுதுவதில்லை என்றார்.

அவருக்கு நான் சொன்ன பதிலைப்பற்றி எண்ணிக் கொண்டிருந்தேன். சிங்கப்பூர் போன்ற ஒரு வணிகநகரத்தில் வாழும் மக்களில் மிகப்பெரும்பாலானவர்களுக்கு இவ்வெண்ணமே இருக்கும் என்று எனக்குப் படுகிறது. ஆனால் யோசித்துப்பாருங்கள் வருடம்தோறும் எத்தனை ஆயிரம் எத்தனை லட்சம் பக்கங்கள் இலக்கியத்துக்காக ஒதுக்கப்பட்டு அச்சிடப்படுகின்றன! எவ்வளவு நேரம் உழைப்பு அதற்காக செலவிடப்படுகிறது!

மக்கள் இலக்கியவாதிகளை நினைவில் வைத்திருப்பதுபோல பிறரை நினைத்திருப்பதில்லை. பிற கலைகள் பிற சிந்தனைகள் காலம்தாண்டி வாழ்வதில்லை. புதுமைப்பித்தன் காலத்து அரசியல்வாதிகளில், சிந்தனையாளர்களில், நடிகர்களில், பாடகர்களில் எத்தனைபேர் இன்றும் நினைவுகூரப்படுகிறார்கள், ரசிக்கப்படுகிறார்கள்? மகாவைத்தியநாத அய்யர், சத்தியமூர்த்தி, பரிதிமால் கலைஞர், பி.யூ.சின்னப்பா, முசிறி சுப்ரமணிய அய்யர்... மிகமிகக் குறைவு. புதுமைப்பித்தன் இன்றும் வாழும் ஓர் ஆளுமை. ஷேக்ஸ்பியர் காலத்து அரசியல்வாதி நமக்கு ஒரு பெயர் மட்டுமே. ஷேக்ஸ்பியரோ நாம் உரையாடும் விரும்பும் வெறுக்கும் ஒருவர்.

அடிப்படையில் பயனற்றது என்று கருதப்படும் ஒன்றுக்காக இத்தனை கவனம் ஏன் செலவிடப்படுகிறது? ஏன் இத்தனை தூரம் அது மதிக்கப்படுகிறது?

இம்மாதிரி அடிப்படை வினாக்களை மிக மிகக் குறைத்து அடிப்படை அலகுக்குள் கொண்டுவந்து ஆராய்வது சிறந்த ஒரு வழிமுறையாகும். மீண்டும் மீண்டும் பெர்ட்ரண்ட் ரஸ்ஸல் இதை பரிந்துரைசெய்கிறார். அன்பு, காதல், கற்பு போன்ற அடிப்படை வினாக்களை இவ்வாறு ஆராயலாம்.

என் சிறுவயதில் வாசித்த 'நிர்வாணக் குரங்கு' (The Naked Ape) என்ற நூல் நினைவுக்கு வருகிறது. டெஸ்மண்ட் மோரீஸ் எழுதிய இந்த நூல் ஒரு அறிவியல் அறிமுக நூல். மனிதன் என்ற விலங்கைப்பற்றியது. முடியில்லாத உடல் கொண்ட குரங்கு என்ற அளவில் மனிதனை உற்று நோக்கி எழுதப்பட்ட உலகப்புகழ்பெற்ற ஆக்கம். ஒரு உயர்தர கவிதையைப்படிக்கும் மன எழுச்சியுடன் இந்நூலை நான் படித்தேன். '...இந்த குரங்கினத்தில் ஆணின் முகத்திலும் உடலிலும் ரோமங்கள் உள்ளன. பெண்களுக்கு அவ்வாறு இருப்பதில்லை. ஆணின் தோள்களும் தாடைகளும் வலுவாக உள்ளன. பெண் இனத்தின் முகம் தோள்கள் புஜங்கள் மென்மையானவையாகவும் சதைப்பற்றுடனும் உள்ளன...' இப்படி நூல் விரிந்தால் எப்படி இருக்கும்!

ஆண்பெண் பாலுறவு பற்றி அந்நூலில் வாசித்தது அந்தப் பிராயத்தில் எனக்கு ஒருபெரிய ஞான தரிசனமாக இருந்தது. இந்த முடியில்லா குரங்கினத்தில் பெண் ஆணை வலிமையின் அடிப்படையில் தேர்வு செய்கிறது. வலிமையான உடலும் தன்னையும் தன்பொருட்டு பிறரையும் வெல்லும் திறனும் ஆணில் பெண்ணைக் கவர்கின்றன. ஆண்குரங்கின் நோக்கில் தன் குட்டிகளுக்கு சிறப்பாக உணவூட்டும் மார்பக உறுப்புகளும் குட்டிகளை பஞ்சத்திலிருந்து காக்கும்பொருட்டு தொடை முதலிய உறுப்புகளில் உள்ள கொழுப்புச்சேமிப்புகளும் பெண்ணில் கவர்ச்சிக்குரிய பாலினப்பண்புகளாக உள்ளன!

இந்தக்குரங்கு காமமும் வன்முறையும் கொண்ட மிருகமாக இருக்கலாம். ஆனால் இதற்கு சில சிறப்பியல்புகள் உள்ளன. கூடிவாழும் தன்மை கொண்டது இது. பிறருக்காக தன்னை அழித்துக் கொள்ளும் அளவு இது மாறக்கூடும். அனைத்துக்கும் மேலாக இக்குரங்கில் ஒன்று கற்றுக்கொண்டது இதன் இனத்தின் அனைத்துக்கும் உரியதாக மெல்ல மெல்ல மாறும்.

எல்லாவற்றையும் சுருக்கி முற்றுறுதியாக்கிப் பார்க்கும்போது மனிதன் என்ற இந்த அற்புத மிருகத்தின் சாரம் மேலும் வசீகரமாக மேலெழுந்து வருகிறது. டெஸ்மண்ட் மோரீஸை அடிப்படையாகக் கொண்டு சங்க இலக்கியத்தை, தமிழ்நாட்டு கருங்கல் சிற்பங்களை, சித்தன்ன வாசல் ஓவியங்களை, பரதநாட்டியத்தை அளவிடும்போது மேலும் மேலும் அக வெளிச்சமே கிடைக்கிறது. மனிதன் என்பவன் எத்தனை மகத்தான ஆக்கம் என்ற எண்ணமே எழுகிறது.

அதே நோக்கில் ஒருநாள் மனிதனின் கலை இலக்கியங்களை ஆராய்ந்து பார்த்தேன். ஒரு வேடிக்கைக்காக. சுஜாதாவின் நோவா கிரகத்திலிருந்து ஆத்மாவும் நித்யாவும் மண்ணுக்கு வந்து திருவல்லிக்கேணி பார்த்தசாரதிப்பெருமாள் கோயில் அருகே வீடு பார்த்து யாருமறியாமல் தங்கியிருக்கிறார்கள். அவர்கள் மனிதர்களைப் பற்றி எழுதிய குறிப்புகளின் சில வரிகள் இப்படி இருந்தன...

'மனிதர்கள் தங்களை தாங்களே பார்த்துக் கொள்வதில் மிதமிஞ்சிய ஆர்வம் கொண்டவர்கள். இதை வெறி என்றுதான் சொல்லவேண்டும். இவர்களுடைய நகரங்கள் எங்கும் மனிதர்களின் படங்கள் விதவிதமாக வைக்கப்பட்டுள்ளன. இவர்களின் திரைப்படங்கள் தொலைக்காட்சி பத்திரிகைகள் அனைத்திலும் மனிதர்களின் படங்கள்தான் உள்ளன. காலைமுதல் மாலைவரை சலிக்காமல் இவர்கள் மனிதர்களின் படங்களை பார்த்துக் கொண்டே இருக்கிறார்கள்.'

'மனிதர்கள் ஒருவித ஒலியை தொடர்ந்து எழுப்புகிறார்கள். இதற்கு பேச்சு என்று பொருள். பயின்றால் இதற்கு பொருள் இருப்பது தெரியவரும். மனிதர்கள் பேசிக்கொண்டே இருக்கிறார்கள். அவர் களின் பேச்சை கூர்ந்து கேட்டால் அவர்கள் என்ன செய்தார்கள் என்பதையே அவர்கள் சொல்கிறார்கள் என்று காணலாம். எதைச் செய்கிறார்களோ அதையே பேச்சுவடிவிலும் பகிர்ந்து கொள்கிறார் கள். அதில் நிறைவுறாதபோது கற்பனையை கலந்து செய்ததாகவும் செய்யப்போவதாகவும் பேசுகிறார்கள். பேச்சு இவர்களுக்கு அலுப்பதேயில்லை. இதன் பயன் என்ன என்பது தெரியவில்லை. மூச்சு போல இது இவர்களுக்கு தேவைப்படுகிறது.'

'ஒவ்வொரு மனிதரும் எப்போதும் தன்னைப்பற்றியே எண்ணிக் கொண்டிருக்கிறார். தங்களை மையமாக்கி பலவிதமான நிகழ்ச்சிகளையும் எண்ண ஓட்டங்களையும் தங்கள் மூளைக்குள் நிகழ்த்தியபடியே இருப்பது இவர்கள் இயல்பு. இச்செயலை இவர்கள் மனம் என்கிறார்கள்.'

'மனிதர்கள் தாங்கள் வாழும் வாழ்க்கையையே பல கோணங்களில் பலவடிவங்களில் மீண்டும் மீண்டும் கற்பனையில் நிகழ்த்திக் கொள்கிறார்கள். வாழ்க்கையை விவரித்து எழுதி படிக்கிறார்கள். நடித்து படமாக்கி மீண்டும் மீண்டும் பார்க்கிறார்கள். பேசிப் பேசி கேட்கிறார்கள். அப்படி கற்பனைசெய்யும் வாழ்க்கை உண்மையான வாழ்க்கை போலவே இருந்தால் அது சிறப்பாக இருப்பதாக கொண்டாடுகிறார்கள். இப்படிப்பார்த்தால் ஒவ்வொரு மனிதரும் கற்பனை மூலம் பலமடங்கு அதிகமான வாழ்க்கையை வாழ்கிறார். வாழ்க்கையின் இன்பத்தையும் துன்பத்தையும் இதன்மூலம் அதிகப்படுத்திக் கொள்கிறார்கள்.'

'மனிதர்களுக்கு அவர்களின் உயிரியல் வாழ்க்கை போதுமானதாக இல்லை. ஆகவே அதை இவ்வாறு பெருக்கி பலமடங்காக ஆக்கிக் கொள்கிறார்கள். மண்ணில் நாம் ஏறத்தாழ முந்நூறு கோடி மனிதர்களைப் பார்க்கிறோம். ஆனால் மூவாயிரம்கோடி வாழ்க்கைகள் இங்கே நடந்துகொண்டிருக்கின்றன.'

•

வேடிக்கைக்காக குறைத்துப் பார்த்தாலும் கலை இலக்கியங்கள் எதற்காக என்ற கேள்விக்கான பதிலை நெருங்கிவிட்டோம். மனித வாழ்க்கை போதவில்லை மனிதனுக்கு. ஆகவேதான் இலக்கியங்கள்.

ஒரு முறை என் ஆசிரியர் நித்ய சைதன்ய யதியுடன் உரையாடும்போது அவர் வேடிக்கையாகச் சொன்னார். 'இது என் குருகுலம். என்னுடைய கட்டடங்கள். என் இருக்கை. நான் குரு. ஆனாலும் ஒரேசமயம் ஒரு இருக்கையில்தான் நான் இருக்க முடியும். மனிதனின் அடிப்படை துக்கமே அதுதான்.'

உண்மை. ஒருமனிதன் எவ்வளவு வாழ்ந்துவிடமுடியும்? நித்ய சைதன்ய யதி உலகம் முழுக்க ஓயாது பயணம்செய்தார். ஆனாலும் அவர் எவ்வளவு ஊருக்குச் சென்றுவிட முடியும்? வாழ்நாளெல்லாம் வாசித்தார். ஆனாலும் எவ்வளவு வாசித்துவிட முடியும்? மனித வாழ்க்கைதான் எத்தனை சிறியது. எத்தனை பரிதாபத்துக்குரியது!

நாம் ஒன்றை தேர்வுசெய்தாகவேண்டும். ஒரே இருக்கையில்தான் நாம் இருந்தாக வேண்டும். அது நம் பருவுடல் நமக்கு போடும் நிபந்தனை. நாம் இந்த புரோட்டீன் கட்டடத்திற்குள் சிறையுண்டிருக்கிறோம்.

மனிதர்கள் கால்களால், மீன்கள் செதில்களால், பறவைகள் சிறகுகளால் கட்டுண்டிருக்கின்றன!

நினைவிருக்கிறதா, சின்னஞ்சிறு வயதில் மேகங்களை பார்த்து எப்படி ஏங்கியிருப்போம், பறப்பதற்கு! மலையுச்சிகளின் மாயத்தனிமையில் நிற்க கண்ணீருடன் மனம் விம்மியிருப்போம். பிறகு நாம் கற்றுக் கொண்டோம், கற்பது கைமண்ணளவு என்று.

மனிதனின் இந்த ஆதிச்சிறையின் சுவரில் ஒரு சிறிய ஓட்டை. அதன் வழியாக அவன் கண் வெளியே போக முடியாது, ஆனால் காட்சி வெளியே போகமுடியும். கருத்து வடிவில் அவன்கிளம்பி உலக மெங்கும் உலவ முடியும். விட்டுவிடுதலையாக முடியும். ஆம், அவனால் அப்போது இரண்டல்ல இரண்டாயிரம் இருக்கைகளில் அமர முடியும்!

நினைவுகூர்கிறேன், நான் இலக்கியத்தைக் கண்டடைந்த நாட்களை! நாஸ்தர்தாம் தேவாலயத்தின் ஒவ்வொரு கூழாங்கல்லும் விக்தர் யூகோவைவிட எனக்குத் தெரிந்தது. லண்டன் சந்துகளில் எனக்கு சற்று முன்னால் சார்ல்ஸ் டிக்கன்ஸ் நடந்தார். வங்கத்து நீர்நிலைகளில் மென்காற்றின் அலையெழுவதை தாகூருடன் சேர்ந்து கண்டேன்.

எனக்கு தடையே இல்லை. நான் ஒரு நாளைக்கு ஒருமுறைமட்டுமே பேருந்து வரும் ஒரு சிற்றூரில் பிறந்து ஒரு நகரத்தைக் கூட காணாமல் வாழ்ந்த சிறுவனல்ல அப்போது. எனக்கு தூந்திரப்பனி தெரியும் அராபிய மணல் தெரியும். எனக்கு காலமில்லை. அக்பரையும் தெரியும் நெப்போலியனையும் தெரியும். ஒரு மந்திரக் கோல் என்னை தொட்டது. நான் விரிந்துபரந்து உலகை நிறைத்தேன். ஓர் உடலில் இருந்துகொண்டு ஓராயிரம் வாழ்க்கையை வாழ்ந்தேன்.

ஆம், அதற்காகவே இலக்கியம்.

இந்த உலகில் இன்று மிகமிக அதிகமாக உற்பத்திசெய்யப்படும் பொருள் கதைதான். ஒவ்வொரு நாளும் எத்தனை கதைகள், தொலைக் காட்சியில் இதழ்களில் திரைப்படங்களில் ஏன் நாளிதழ்களில்கூட! மனிதனின் கண்டுபிடிப்பின் மிக முக்கியமான பொருளும் கதையே. அதுதான் அவன் வாழ்க்கையை பெருக்கியது, அவனை நுகர்வு மிருகமாக அல்லாமல் மனிதனாக ஆக்கியது. கற்பனையே மனிதனின் ஆகச்சிறந்த செயல்பாடு.

இந்தக் கதை ஹெர்மன் ஹெஸிக்கு பிடித்த ஒன்று. தன் சுயசரிதையின் இறுதியை இக்கதையின் அடிப்படையில் கற்பனைசெய்து அமைத்திருக்கிறார்.

ஓர் ஓவியனை மன்னன் சிறையில் அடைத்தான். நான்குபக்கமும் சுவர், இடைவெளி இல்லா இருட்டு. இறுதி விருப்பமாக உனக்கு என்ன வேண்டும் என்று மன்னன் கேட்டான். வரைவதற்கான சாயமும் தூரிகையும்போதும் என்றான் ஓவியன். மன்னன் அதைக் கொடுக்க சம்மதித்தான். உள்ளூர அவனுக்குச் சிரிப்பு, ஒளியில்லா இருளில் என்ன ஓவியம் வரையப்போகிறான் இந்த மூடன் என்று.

ஒருநாள் உணவுகொடுக்கும் துளை வழியாக ஒளி வெளிவருவதை காவலன் கண்டான். மன்னன் வந்து எட்டிப்பார்த்தான். உள்ளே நான்குபக்கமும் ஒளிமிக்க நீலவானம் திறந்திருக்க நடுவே ஓவியன் நிற்பதைக் கண்டான்.

எப்படி இவன் சுவரை இடித்தான் என்ற வியப்புடன் மன்னன் கதவை திறந்தான். அப்போது தெரிந்தது அது வானமல்ல, ஓவியம். 'வானம் போல இருந்தாலும் இது வானமல்ல, இது உன் கற்பனைதான்' என்று மன்னன் கேலி பேசினான்.

'ஆம். ஆனால் என் கற்பனை என்னை விடுதலை செய்யும்' என்று சொல்லி ஓவியன் அந்த வானத்தில் குதித்துப் பறந்து தப்பிச்சென்றான்.

கலையும் இலக்கியமும் அளிக்கும் விடுதலை இதுதான். அடையுண்ட அனுபவங்களின் சுவர்களை கரைத்து வானத்தை கொண்டு வந்து நிரப்புகின்றன அவை.

உங்களுக்கு வாழ்க்கையே போதுமென்றால் கலை இலக்கியம் தேவை இல்லை. யோகியும் ஞானியும் உச்சப்படியில் நிற்கிறார்கள். அவர்களுக்கு கலையிலக்கியம் தேவை இல்லை. கீழ்ப்படியில் முச்சந்தி வணிகன் நிற்கிறான். வணிகமே அவனுக்கு வாழ்க்கை. அதற்குமேல் அவன் மனம் நாடவில்லை.

எஸ்விவி தமிழின் முக்கியமான பழங்கால நகைச்சுவை எழுத்தாளர். அவரது கதை ஒன்றில் கற்பனை வளம் கொண்ட டெப்டி கலெக்டர் தன் புதுமனைவியை குற்றாலத்துக்கு தேனிலவு கூட்டிச்செல்கிறான். 'குற்றால அருவியை நீ பார்க்கவேண்டும். அப்படி ஒரு அற்புதம்!' என்று பலமுறை கூறுகிறான்.

கிராமத்து யதார்த்தவாதியான மனைவி குற்றாலத்தில் இறங்கி அருவியைப் பார்த்ததுமே கேட்கிறாள் 'என்னமோ அற்புதம்னீகளே இங்கியும் தண்ணி மேலேருந்து கீழதானே விழுது?'

காகா காலேல்கர் இந்திய நதிகளையெல்லாம் சென்று கண்டு சிறந்த பயண அனுபவ நூலை எழுதியவர், தமிழில் அந்நூல் வந்துள்ளது. ஒருமுறை காகா காலேல்கர் ஜோக் அருவியைக் காண காந்தியை அழைத்தார். 'இந்தியாவிலேயே உயரமான அருவி அது' என்றார்.

'நான் வானிலிருந்து விழும் அருவியை சிறுவயதிலேயே கண்டு விட்டேன்' என்றார் காந்தி.

உச்சப் படியில் நிற்பவன் யோகி. வாழ்க்கையையே ஒரு யோகசாதனையாக, தவமாக கொண்டவன். வாழ்க்கையை வாழ்க்கையாலேயே நிறைப்பவன். அதன்பொருட்டு ஒருவாழ்க்கையை ஓராயிரம் வாழ்க்கையளவுக்கு விரிவாக்கிக் கொண்டவன். அவனுக்கும் கலையும் இலக்கியமும் தேவை இல்லை. காந்தி இலக்கியம் படித்தவரல்ல, இசை கேட்டவருமல்ல.

பிறருக்கு இலக்கியம் அவர்கள் வாழ்வின் இடைவெளிகளை ஓயாது நிரப்பியபடி பெய்யும் பெரும் பெருக்கு. வெற்றிடங்களை வானமே நிரப்புகிறது என்பது நம் ஞான மரபின் கூற்று. இலக்கியம் கற்பனையின் எல்லையில்லாத வானம். வானமே மழைக்கிறது. மண்ணை நிறைக்கிறது.

மழைதீண்டும் இடத்தையெல்லாம் காடாக்குகின்றன விதைகள்.

மானுடவாழ்வை இந்தப்புள்ளிவரை கொண்டுவந்துசேர்த்த விழுமியங்கள் எவையோ அவை கலைகளின் ஈரம்பட்டால் மீண்டும் மீண்டும் முளைக்கின்றன.

நான் மகத்தான இலக்கியவாதிகளைச் சந்தித்திருக்கிறேன், வைக்கம் முகமது பஷீரையும் டாக்டர் சிவராம காரந்தையும். முதிரா இளம் வயதில் அவர்களிடம் கேட்டேன். இலக்கியத்தின் சாரம் எது என.

நீதியுணர்வு என்றும் அறம் என்றும் அவர்கள் பதில் சொன்னார்கள்.

காட்டை நோக்கி இதன் சாரம் என்ன என்று கேட்டால் என்ன பதில் கிடைக்கும்? விதைகள் தான் காடுகளாயின. விதைகளுக்குள் உறங்கும் உயிரின் துடிப்பு காடாயிற்று.

மானுடனுக்குள் ஓர் ஆதிவல்லமை உறைகிறது. வாழ்வதற்கான இச்சையாக, வெல்வதற்கான முனைப்பாக, தாக்குப்பிடிப்பதற்கான திறனாக அது உருவம் கொள்கிறது. அதுவே அறங்களை உருவாக்கியது.

மனிதன் கல்லைக் கையிலெடுத்தான், ஆயுதங்களைக் கண்டுபிடித்தான். சக்கரம் கண்டுபிடித்தான், கருவிகளை உண்டுபண்ணினான். ஆனால் அவன் உண்டுபண்ணிய மிகத்திறன் வாய்ந்த கருவி அறம்தான்.

நீதி கருணை சகோதரத்துவம் அன்பு பாசம் என்றெல்லாம் பலநூறு முகம் கொண்டு எழும் ஆதி உணர்வு அது. அதுதான் அவனை கூடிவாழச்செய்தது. சமூகமாக்க ஆக்கியது. அவனை விலங்குகளின் தலைமகனாக நிறுத்தியது.

தன் வாழ்க்கையை கற்பனை மூலம் பெருக்கிக் கொள்ளும் மனிதன் அதன் வழியாக அறத்தையே பெருக்கிக் கொள்கிறான். பேரிலக்கியங்கள் அனைத்தும் பெரும் அறப்பிரசார ஆக்கங்களே. எத்தனை சாதாரணமானதாக இருப்பினும் எல்லா கலைகளும் எல்லா இலக்கியங்களும் அறத்தைப்பற்றியே பேசுகின்றன.

இருபது வருடங்களுக்கு முன் கேரள காந்தியவாதி ஒருவருடன் பேசிக் கொண்டிருந்தேன். அவர் சொன்னார், பதினேழு பதினெட்டாம் நூற்றாண்டு இந்தியாவை விட அன்றைய பிரிட்டன் பலமடங்கு மேம்பட்ட அற உணர்வு கொண்டிருந்தது. அதுவே அவர்களின் பலம்.

இந்திய சமூகத்தில் இல்லாமலிருந்த பொது நீதியை, பொது மரியாதை களை, சமத்துவ எண்ணங்களை பிரிட்டிஷ் சமூகம் கொண்டிருந்தது. அவற்றை அது அன்றைய ஐரோப்பிய மறுமலர்ச்சியிலிருந்து பெற்றுக் கொண்டது. மாபெரும் பிரிட்டிஷ் கவிஞர்களிடமிருந்து அவற்றை அது கற்றது. ஷேக்ஸ்பியரும், கிறிஸ்தபர் மார்லோவும், ஜான்சனும், எமிலி பிராண்டியும், டிக்கன்ஸூம்தான் பிரிட்டிஷாரின் உண்மையான ஆயுதங்கள்.

கி.ராஜநாராயணனின் 'கோபல்ல கிராமம்' நாவல் முடியுமிடத்தில் ஒரு காட்சி. பிரிட்டிஷ் படைகள் கோபல்லகிராமத்தை தாக்குகின்றன. பற்பல கொள்ளைமுயற்சிகளை படையெடுப்புகளை தொடர்ந்து எதிர்கொண்டு தாக்குப்பிடித்த கோபல்ல கிராமத்து மக்களுக்கு இவர்களை எப்படி எதிர்கொள்வதெனத் தெரியவில்லை.

அவர்கள் தங்கள் இனக்குழுவின் மூத்த மனிதரை கொண்டு வருகிறார்கள். முதுபாட்டியான தொட்டவ்வா நூற்றைம்பது வயதானவர். காது கேட்காது, கண் தெரியாது. மூத்து சுருங்கி ஒரு சிறு மரப்பாச்சி போல இருக்கிறார். அவரை தூக்கி வந்து சாவடியில் அமரச் செய்கிறார்கள்.

அவர்காதில் ஒருவர் கேள்வியை கத்துகிறார். தொட்டவ்வா பேசுவதை அவர் உரக்க பிறருக்குச் சொல்கிறார்.

தொட்டவ்வா கேட்கிறார். பிரிட்டிஷார் சாதாரண மக்களை கொலை கொள்ளை செய்கிறார்களா? பெண்களை கற்பழிக்கிறார்களா? இல்லை என்று இவர்கள் சொல்கிறார்கள். அப்படியானால் நாம் அவர்களுடன் சேர்ந்துகொள்வோம் என்கிறாள் தொட்டவ்வா. அதன்

பின் கோபல்ல கிராமம் ஒரு போராட்டத்தில் ஈடுபட்டது இருநூறு வருடம் கழித்து சுதந்திரப்போராட்டத்தில்தான்.

இந்தியச் சமூகம் பிரிட்டிஷாரை விரும்பி வணங்கி ஏற்றது என்பதே உண்மை. அவர்களை அது வழிபட்டது என்பதே நடைமுறை. பிரிட்டிஷாருக்கு எதிராக கலகம் செய்த சிப்பாய்கள் வேலூரிலும் சரி கான்பூரிலும் சரி மக்கள் ஆதரவை பெறவில்லை. கலகம் வெடித்த மறுநாளே அவர்கள் ஒன்றுமறியா அப்பாவிப் பொதுமக்களை சூறையாட ஆரம்பித்தனர். காரணம் எட்டு நூற்றாண்டாக அதுதான் இந்திய நடைமுறை. அதை கட்டுப்படுத்தியவர்கள் பிரிட்டிஷாரே. அச்சத்தால் அல்ல, அறத்தால் அவர்கள் இந்தியாவை வென்றார்கள்.

அதை காந்தி அறிந்திருந்தார். ஆகவே தான் அவர் பிரிட்டிஷாரைவிட மேம்பட்ட ஒரு தார்மீகத்தை உருவாக்கி அதை வைத்து அவர்களை எதிர்த்தார். அவர் ஏந்திய ஆகப்பெரிய ஆயுதம் அறமே.

இந்திய நவீன இலக்கியத்தின் ஆகச்சிறந்த படைப்பாளிகள் ஏறத்தாழ அத்தனைபேரும் காந்திய யுகத்தைச் சேர்ந்தவர்களே என்பது தற்செயலல்ல. அது அற எழுச்சியின் காலகட்டம்.

சுதந்திரத்திற்குப் பிறகு நாம் அதை இழந்துவிட்டோம். ஆகவே நாம் பலவீனமானோம்.

ஆனாலும் இந்தியா இன்றும் பேரறம் ஒன்று வாழும் மண்தான். இந்தியாவிற்குச் சுற்றும் உள்ள நாடுகளுடன் மட்டுமல்ல உலகில் உள்ள பெரும்பாலான நாடுகளுடன் இந்தியாவை ஒப்பிடும்போது அது நம் முன் துலங்கிவருகிறது. இன்னும் உயிர்ப்புள்ள மக்களாட்சி வாழும் மண் இது. இன்றும் எளிய குடிமகன் அடிப்படை நியாய உணர்வை இழக்காத மண் அது.

பதினைந்து வருடம் முன்பு ஒரு உயர்காவலதிகாரியுடன் பேசிக் கொண்டிருந்தேன். இந்தியக் காவல்துறை அமைப்பு என்பது உண்மையில் ஒரு சம்பிரதாயம் மட்டுமே. ஏறத்தாழ இருபதாயிரம் பேருக்கு ஒருகாவலர் வீதம் இங்குள்ளனர். உண்மையில் இந்தியாவில் உள்ள அமைதி என்பது போலீஸ் நோக்கில் ஓர் ஆச்சரியம்.

'இங்க பசிச்சவன் கிட்ட கருணையும் நியாயமும் இருக்கு சார்' என்றார் அந்த அதிகாரி. அதை எப்படி புரிந்துகொள்வது என்பதில் நீங்கள் வேறுபடலாம். ஓயாது இந்திய நிலத்தில் அலைபவன் என்றமுறையில் இந்த மண்ணின் ஒவ்வொரு துளியிலும் ஊறிக் கொண்டிருக்கும் கருணையை மீண்டும் மீண்டும் கண்டுகொண்டிருக்கிறேன். இந்திய நிலத்தில் எங்கும் முலைகனிந்த அன்னையரும் அகம் கனிந்த தந்தையரும் காணக்கிடைக்கின்றனர்.

அவர்களின் வாழ்வின் சாரமாக உள்ள அறம்தான் என் கற்பனையின் ஈரம் சென்று தொடும் விதை. என் பத்தொன்பது வயதில் அம்மா அப்பா இருவரும் இறந்தபின் கையில் ஒரு பைசா இல்லாமல் வீட்டைவிட்டு கிளம்பி அலைந்திருக்கிறேன். என் நாட்டில் நான் ஒருவேளைக்குமேல் பட்டினிகிடக்க நேரவில்லை. ஒரு அன்னையை நான் இழந்தேன் . பல அன்னை முகங்கள் எனக்கு சோறூட்டின. அந்த முகங்களை இப்போது எண்ணிப்பார்க்கிறேன். அவைதான் இந்தியாவின் முகம்.

இன்று என் நாடு சுரண்டப்பட்டு கிடக்கலாம். அச்சமும் கீழ்மையும் அங்கு நிலவலாம். ஆயினும் அதன் ஆத்மாவில் உறையும் அறம் என்றும் தோற்காது என்றே எண்ணுகிறேன்.

இலக்கியம் ஓயாது மானுடமனங்களை நோக்கி அறத்துக்காக அறைகூவிக் கொண்டிருக்கிறது. விதையுறங்கும் மண் மீது மழை பெய்தபடியே உள்ளது. இலக்கியம் வாழும் நாட்டில் அறம் அழியாது.

உலக அங்கீகாரம் இல்லாமலிருக்கலாம், ஆனால் இந்திய இலக்கியம் உலகின் மிக வல்லமைவாய்ந்த படைப்புகள் செறிந்தது என நான் என் வாசிப்பில் அறிவேன். கபிலனும் ஔவையும் வான்மீகியும் வியாசனும் காளிதாசனும் கம்பனும் வாழ்ந்த மண்ணில் இன்றும் தாராசங்கர் பானர்ஜியும், சிவராம காரந்தும், அசோகமித்திரனும் உருவானபடிதான் உள்ளனர்.

அந்த ஈரம் இருக்கும்வரை நாம் தோற்க மாட்டோம். நாம் வெல்வோம். வெறும் சொற்களாக அல்ல, ஒவ்வொரு சிறந்த ஆக்கத்தின் உச்சகணத்திலும் தெள்ளத்தெளிவாக நான் கண்முன் காணும் தரிசனம் இது.

●

ஒரு மகத்தான சீனக்கதை.

கொடுமையே உருவான ஜெங்கிஸ்கான் சீனா மீது படையெடுத்துச் சென்றான். குதிரைப்படையினர் துரத்த குழந்தைகளை அள்ளிக் கொண்டு ஓடும் பெண்களைக் கண்டான்.

இடையில் ஒருகுழந்தையை தூக்கி மூத்த குழந்தையை ஓடவிட்டு ஓடிய ஒரு தாயை அவன் கண்டான். ஓடிய குழந்தை காலிடறி விழுந்தது. இடையிலிருந்த குழந்தையை கைவிட்டு பெரிய குழந்தையை தூக்கிக் கொண்டு அவள் ஓடினாள்.

அவளை இழுத்துவரச்சொன்னான் ஜெங்கிஸ்கான்.

‘நீ விட்டுவிட்டு ஓடியது உன் பக்கத்துவீட்டுப் பெண்ணின் குழந்தையைத்தானே? உண்மையைச் சொல்’ என்றான் மன்னன் கத்திமுனையில்.

‘இல்லை அரசே. நான் விட்டுச் சென்றதுதான் என் குழந்தை. இது இறந்துபோன பக்கத்துவீட்டுக்காரியின் குழந்தை. அவளுக்கு நான் வாக்குறுதி அளித்திருந்தேன்’ என்றாள் அப்பெண். ‘என் குழந்தை கடவுள் அளித்தது. இந்தக் குழந்தையை அளித்தது தர்மம். கடவுளை விட பெரியது தர்மம்.’

‘தாயே’ என்று ஜெங்கிஸ்கான் தலைவணங்கினான். ‘இந்த மண்ணை நான் ஒருபோதும் வெல்லமுடியாது’ அவன் திரும்பிச் சென்றதாக கதை.

அறத்தைச் சொல்வதனாலேயே அழிவற்றதாகிறது சொல். பண்பாடு என்பது அழியாத சொற்களின் தொகையன்றி வேறென்ன?

(சிங்கப்பூர் தமிழ் எழுத்தாளர் சங்கம் 29-7-06 அன்று நடத்திய முத்தமிழ் விழாவில் ஆற்றிய உரை)

சிறுகதையில் என்ன நடக்கிறது?

என் நண்பர் எம்.எஸ். அவர்கள் மொழிபெயர்ப்பதற்காக சிறுகதைகளை தெரிவுசெய்ய சிலநாட்களாக கதைகளைப் படித்துக் கொண்டிருந்தேன். என் தெரிவில் எம்.எஸ் மொழியாக்கம்செய்த கதைகளில் சமகாலத்தன்மையை விலக்கி எல்லா காலத்தையும் சேர்ந்த நல்ல கதைகளை தொகுப்பது வழக்கமாக இருப்பதை வாசகர் கவனித் திருக்கலாம்.

சென்ற ஐம்பது வருடத்துக் கதைகளைப் படித்துக் கொண்டிருந்தபோது சில எண்ணங்கள் எழுந்தன. சிறுகதைக்கு மூன்று காலகட்டங்களை உருவகம் செய்யலாம். முதல் காலகட்டம் ஓ.ஹென்றி, செகாவ் முதலிய முன்னோடிகளில் தொடங்கி அறுபதுகள் வரை வருகிறது. இக்காலகட்டத்துக் கதைகள் சிறுகதையை வாழ்க்கையை 'ஒளிமிக்க, திருப்புமுனையான' கணங்களைச் சொல்லும் ஒருவகை வடிவமாக எண்ணிக் கொண்டன. அவ்வகையில் ஏராளமான மகத்தான கதைகள் எழுதப்பட்டுள்ளன.

இவ்வடிவில் கதையின் உச்சம் ஒரு புள்ளியில் நிகழ்கிறது. அந்த உச்சமே கதையின் மையம். அதை ஒரு பின்புலத்தில் பொருத்தும் முகமாகவே கதைச் சூழல், கதைமாந்தர் மற்றும் காலச் சித்தரிப்பை அக்கதை அளிக்கிறது. கதையின் அனைத்துப் புள்ளிகளும் அம்மையம் நோக்கி செல்லும். அதன் ஒவ்வொரு துளியும் அம்மையத்தை வாசக மனத்தில் நிகழ்த்தும்பொருட்டே இயங்கும். மனிதன் என்ற இருப்பின் சாரம் வெளிப்படும் இடமாக அது அமையும்.

ஓர் உதாரணமாக ரேமாண்ட் கார்வரின் ‘த கதீட்ரல்’ என்ற கதையைப் பற்றி சொல்கிறேன். ஓர் எழுத்தாளன் வீட்டுக்கு அவனது மனைவியின் தோழியும் கணவனும் வருகிறார்கள். அக்கணவன் பிறப்பிலேயே பார்வையிழந்த ஒருவர். மனைவிகள் வெளியே செல்ல எழுத்தாளனும் பார்வையிழந்தவரும் உரையாட நேர்கிறது. எழுத்தாளர் பேச்சு வாக்கில் கதீட்ரல் என்று சொல்ல ‘கதீட்ரல் என்றால் என்ன?’ என்று விழியிழந்தவர் கேட்கிறார்.

எழுத்தாளர் அதை பலவகையில் விளக்க முயல்கிறார். அவை விழியிழந்தவர்க்குச் சொற்களாகவே எஞ்சுகின்றன. ஒரு கட்டத்தில் ஒரு பென்சிலை எடுத்து இருவரும் சேர்ந்து பிடித்துக் கொண்டு கதீட்ரலை வரைய முயல்கிறார்கள். அப்படி வரையும் ஒரு கணத்தில் ஒருவர் மனதில் உள்ள கதீட்ர லை இன்னொருவர் காணும் கணம் ஒன்று நிகழ்கிறது. இருவரும் சேர்ந்து ஒரு புதிய கதீட்ரலைக் காணும் கணம் அது.

மனைவிகள் திரும்புகிறார்கள். என்ன செய்தீர்கள் என்று கேட்கப்படும் போது ‘நாங்கள் ஒரு கதீட்ரலைக் கண்டோம்’ என்கிறார்கள் இவர்கள்.

இரண்டாம் காலகட்டம் என இருத்தலியல் யுகத்தைச் சொல்லலாம். நாற்பதுகள் முதலே தொடங்கி எழுபதுகள் வரை இக்காலகட்டம் இருந்தது எனலாம். காலம் மற்றும் வெளியின் முன்னால் தனி மனிதனை நிறுத்தி அவன் இருப்பின் சாரமென்ன என ஆராய்ந்த இருத்தலியல் மனித இருப்பின் அர்த்தமின்மையையும் வெறுமையையும் கண்டடைந்தது. அந்த சூனியம் வெடித்து திறக்கும் ஒரு கணத்தை புனைவில் காட்ட முயன்றது. அதற்கான சிறந்த வடிவமாக அது கண்டடைந்தது சிறுகதையும் குறுநாவலுமே.

சுவர் (The Wall) என்ற சார்த்தரின் கதை ஓர் உதாரணம். புரட்சியாளன் சிறைப்பட்டு கடும் சித்திரவதையை அனுபவிக்கிறான். அவனிடம் தன் தலைவனைக் காட்டிக்கொடுக்கும்படி கோரப்படுகிறது. அவன் மறுக்கிறான். கடைசியாக ஒவ்வொருவரையாகக் கொல்கிறார்கள். இவன் முறை வரும்போது நீ உன் தலைவன் இருப்பிடத்தைச் சொன்னால் உயிர் கிடைக்கும் என்கிறார்கள்.

அக்கணத்தில் அவனுக்கு மரணத்தை சற்று ஒத்திப்போடத் தோன்றுகிறது. தலைவன் இருக்கும் இடத்தைச் சொல்கிறேன் என்கிறான். தலைவர் இருப்பது மலைகளில் பழங்குடிகள் நடுவே. வேண்டுமென்றே அவர் நகரின் சேரிப்பகுதியில் இருப்பதாகச் சொல்கிறான். சேரிப்பகுதி வீடுகளை தேடிமுடிக்க விடிந்துவிடும். அதுவரை உயிர்பிழைக்கலாமே என்ற எண்ணம்.

ஆனால் தலைவர் முந்தையநாள் இரவே அந்த சேரிக்கு இடம் பெயர்ந்திருக்கிறார். மாட்டிக் கொள்கிறார். 'உன்னை என்னவோ என்று நினைத்தேன். நீயும் துரோகிதானா?' என்று சொல்லி அவனை விடுவிக்கிறார் அடக்குமுறை காப்டன்.

புரட்சியாளன் அவனது அதுவரையிலான மொத்த வாழ்க்கைக்கும் பொருளில்லாமல் போய் ஒரு துரோகியாக வரலாற்றில் பதிவாகிறான். 'நான் அழுகை வரும்வரை சிரித்தேன்' என்று கதை முடிகிறது.

இவ்விரு கட்டங்களிலும் நாம் காணும் பொதுத்தன்மை மையக்கணம் ஒன்றை புனைவில் நிகழ்த்தும் இயல்பாகும். அம்மையக்கணத்தைச் சொல்ல ஆகச்சிறந்த வடிவம் சிறுகதையே. ஆகவே இவ்விரு கட்டங்களிலும் நாம் சாதனைச் சிறுகதைகளைக் காண்கிறோம்.

எழுபதுகளுக்குப் பின்னர் உருவான பின் நவீனத்துவச் சிந்தனைப் போக்குகள் பொதுவாக மையம் என்ற ஒன்றை உருவகிக்கும் மனநிலைக்கு எதிரானவையாக அமைந்தன. உச்சம் திருப்புமுனை ஆகியவற்றில் நம்பிக்கை இழக்கச் செய்தன. வாழ்க்கையை அறுபடாத ஒரு பெரும் உரையாடலாக காணும் போக்கு உருவாகியது. உண்மை என்று சொல்லப்படும் ஒவ்வொன்றும் பற்பல அடுக்குகள் கொண்டது, வரலாற்றின் எண்ணற்ற ஊடுபாவுகளினால் பிணைக்கப்பட்டது என்ற போதம் உருவாகியது.

அதைச்சொல்ல பலகுரல் தன்மை கொண்ட இலக்கியவடிவங்கள் தேவை என்ற எண்ணம் ஏற்பட்டது. அதன் பொருட்டு சிறுகதையை கையாள முயன்றபோது அவ்வடிவத்தில் பல வகையான சோதனைகள் நிகழ்ந்தன. கதையானது தான் எடுத்துக்கொண்டுள்ள ஒரு சிறு வாழ்க்கைப் புள்ளியில் எப்படி வரலாற்றின் உள்ளுறைகளையும் கருத்தியலின் அடுக்குகளையும் சொல்ல முடியும்? அதன்பொருட்டு சிறுகதை கவிதையின் இடத்துக்குள் நுழையத் தொடங்கியது. கதையை கவிதைபோல ஒவ்வொரு வரியிலும் குறிப்பமைதி மிக்கதாக ஆக்குவது எப்படி என்ற முயற்சிகள் உருவாயின.

அதற்காக உருவகம், படிமம் போன்ற கவிதைக்குரிய உத்திகள் கதைக்குள் கொண்டுவரப்பட்டு நவீனச் சிறுகதை என்பது ஒருவகையான கவிதையே என்ற நிலை உருவாயிற்று. கவித்துவ உட்குறிப்புகளுக்கு உகந்த அழகியல் வடிவம் மிகை கற்பனையே. யதார்த்தவாதத்துக்கு தர்க்கத்தின் அழுத்தமான கட்டுப்பாடு உண்டு. ஆகவே இக்காலகட்டத்துக் கதைகளின் பொது இயல்பு மிகைகற்பனையே என்ற நிலை உருவாயிற்று. மாய யதார்த்தவாதம் போன்ற மிகை கற்பனை வடிவங்கள் ஐரோப்பாவிலும் இங்கும் புகழ்பெற்றன.

இந்த பதிவுகள் அரங்கில்தான் 'யதார்த்தவாதம் செத்துவிட்டது 'என்னும் குரல் ஓங்கி ஒலித்தது. சென்ற பதிவுகள் அரங்குவரை இங்கே மிகைக் கற்பனையே இலக்கியத்தின் இன்றைய அழகியல் என்ற கருத்து பல குரல்களால் பேசப்பட்டது.

ஆனால் இன்று ஐரோப்பிய-அமெரிக்க எழுத்தின் பொதுப்போக்கைப் பார்க்கும்போது யதார்த்தவாதத்தின் கொடி மேலே எழுந்து மிகைகற்பனைகள் கரைந்து மூழ்கும் சித்திரத்தையே காண முடிகிறது. அறுபதுகளுக்கு முந்தைய யதார்த்தவாத படைப்பாளிகள் பலர் இப்போது புத்தார்வத்துடன் பேசப்படுவதைக் காண்கிறோம். குறிப்பாக அமெரிக்காவில் ரேமான்ட் கார்வர், எடித் வார்ட்டன் போன்றவர்கள் மேல் மிக அதிகமான கவனம் விழுந்துள்ளது. முழுக்க முழுக்க அமெரிக்க நடுத்தரவர்க்க குடும்ப வாழ்க்கையைச் சித்தரித்த ஜான் ஓ ஹாரா போன்ற படைப்பாளிகள் கூட இன்று பெரிதும் பேசப்படுகிறார்கள்.

இப்போது வரும் சிறுகதைகளை ஆர்வத்துடன் கவனித்துவருகிறேன். அவை நான் மேலே சொன்ன சிறுகதைகளைப்போல் உள்ளன. ஒரு உதாரணமாக நம் நாட்டுப் பின்புலம் உடைய ஜும்பா லஹிரியின் கதைகளைச் சொல்லலாம். அவை பலவகையிலும் ஜான் ஓ ஹாராவின் கதைகளைப் போன்றவை.

இது ஏன் நடக்கிறது? இக்கதைகளில் பெரும்பாலானவை இருமுனை கொண்ட பண்பாடுகளைப் பற்றியவை என்பதைக் காணலாம். ஜும்பா லஹிரியைப்போல இந்திய-அமெரிக்கப் பண்பாடு. அல்லது ஜா ஜின் போல சீன-அமெரிக்கப் பண்பாடு. இன்றைய மேற்குக்கு கீழைநாடு களை புரிந்துகொள்ளவேண்டிய கட்டாயம் இருக்கிறது. அதற்கான அழகியலை அவர்கள் தேடுகிறார்கள்.

தமிழிலும் இதுவே நிகழ்கிறது. நாம் பேசிவந்த மிகைபுனைவை உடைத்தது தலித் எழுத்து. அவர்களுக்கு தங்களின் 'யதார்த்தத்தை' சொல்லவேண்டிய வரலாற்றுத்தேவை இருந்தது. அதற்காக அவர்கள் தேர்வுசெய்தது யதார்த்தவாத- இயல்புவாத எழுத்தை. இன்றுவரை எழுதாத பரதவ சாதியிலிருந்து ஜோ டி குரூஸ் போன்ற ஒருவர் எழுதவரும்போது அவர் எழுதுவது இயல்புவாதத்தையே.

இன்று நம் முன் உள்ள வினா இதுதான். நாம் இனி சிறுகதையில் செய்யவேண்டியது என்ன? மிகைபுனைவை கைவிடவேண்டுமென நான் சொல்லவில்லை. இந்தியச்சூழலில் அதன் எல்லைகள் கண்ணுக்கு தெரிகின்றன என்றுமட்டுமே சொல்கிறேன். அது நாம் வாழும் யதார்த்தத்தின் வன்முறையை சரிவர வெளிப்படுத்தவில்லை

என்ற எண்ணம் இன்றைய எழுத்தாளர்களுக்கு உள்ளது. அந்நிலையில் அவர்கள் முதல்கட்ட எழுத்தை நோக்கிச் செல்லவேண்டுமா?

அது முடியாது என்றுதான் நான் நினைக்கிறேன். இனிமேல் ஒற்றைப் புள்ளியில் உச்சம் கொள்ளும் ஒரு கதை முழுமையானதாக உணரப் படாது. இன்றைய கேள்வி பன்முகத்தன்மையையும் உரையாடல் தன்மையையும் ஒருங்கே கொண்ட ஒரு யதார்த்தவாதச் சிறுகதை வடிவை அடைவது எப்படி என்பதாக இருக்கும் என்று மட்டும் தோன்றுகிறது. அதைப்பற்றி நாம் விவாதிக்கலாம்.

(2007 அக் 12, 13 தேதிகளில் குற்றாலம் ‘பதிவுகள்’ கருத்தரங்கில் விவாத முன்னுரையாக பேசப்பட்டது.)

குரு என்னும் சுடர்: பேராசிரியர் ஜேசுதாசன் நினைவில்...

ஒரு மாமியார் கதை கேள்விப்பட்டிருப்பீர்கள். மருமகள் சீதனமாகக் கொண்டுவந்த செம்புப்பானையை மாமியார் கையில் வாங்கிப் பார்த்தார்களாம். தலைகீழாக அதன் மேல்பகுதியைத் தடவிப்பார்த்து 'இதென்ன, ஒரு பானை என்றால் அதற்கு வாய் இருக்கவேண்டாமா? எப்படி தண்ணீரை உள்ளே விடுவது, இப்படி மூடியிருக்கிறதே' என்றாளாம். அதன் பின் அடிப்பகுதியைத் தடவிப்பார்த்து 'சரி அப்படி விட்டோமென்றால்கூட இவ்வளவு பெரிய ஓட்டை அடியில் இருக்கும்போது எப்படி தண்ணீர் உள்ளே நிற்கும்?' என்றாளாம்.

பலசமயம் திறனாய்வாளர்கள் படைப்புகளை அடையாளம் கண்டு விவாதிப்பது இதே பாணியில்தான். பெரும்பாலானவர்கள் எதை விவாதிக்கவேண்டும் என்பதை முன்னரே முடிவுகட்டி விடுகிறார்கள், அதற்கேற்ப அப்படைப்பைப் படிக்கிறார்கள். தங்கள் நோக்கத்துக்கு ஏற்ப அவர்களால் படைப்பை என்ன வேண்டுமானாலும் செய்ய முடியும்.

தன் படைப்பைப் பற்றிய விமரிசனங்களைக் கவனித்தால் படைப்பாளி குழம்பித்தான் போவான். ஒரு படைப்பை அவனது மிகச்சிறந்த படைப்பு என்று ஒரு விமரிசகர் சொல்வார். அதே படைப்புதான் அவனது மிகப்பெரிய சறுக்கல் என்று இன்னொரு விமரிசகர் சொல்வார். ஒரு இடம் மிகச்சிறப்பாக இருந்தது என்று ஒருவர் சொன்னால் அது சரியில்லை என்று இன்னொருவர் சொல்வார்.

வாசக அபிப்பிராயமும் இதேபாணியில்தான் வரும். வாசகர்களில் பெரும்பாலானவர்களுக்கு அகவயமான அணுகுமுறைதான் இருக்கும். இந்தப் படைப்பு எனக்குப் பிடித்திருக்கிறது, காரணம் இது என் குடும்பக் கதை போல் உள்ளது. இந்தப் படைப்பு எனக்குப் பிடித்திருக்கிறது. இது எங்கள் ஊரின் கதை. இதே போல ஒரு விஷயம் நான் கேள்விப்பட்டிருக்கிறேன். ஆகவே இந்தப் படைப்பு எனக்குப் பிடித்திருக்கிறது. இப்படி இருக்கும் வாசக அபிப்பிராயங்கள்.

ஆனாலும் நம் சூழலில் ஒரு நூல் வந்து சில மாதங்களுக்குள் அதன் இலக்கிய மதிப்பு எப்படியோ நிர்ணயமாகி விடுகிறது. பெரும்பாலும். எப்படி என்பது ஓர் அற்புதம்தான். ஆத்மார்த்தமான வாசக அபிப்பிராயங்கள் பதிவுபெறாமல் காற்றில் வலம் வருவது இதற்கு முக்கியமான காரணம்.

ஓர் எழுத்தாளன் பொருட்படுத்தவேண்டிய வாசக அபிப்பிராயம் எது? நம் மரபின் பதில் ‘சான்றோரின்’ அபிப்பிராயம் என்பதே, கற்றவர்களின் கருத்து அல்ல, சான்றோரின் கருத்து.

என் நோக்கில் ஒரு சான்றோர் நான்கு அம்சங்களைக் கொண்டவராக இருப்பார். ஒன்று, கல்வி. இரண்டு, அழகியல் உணர்வு. மூன்று, அறச்சார்பு. நான்கு, நயத்தக்க நாகரிகம்.

வெறுமே இலக்கியக் கல்வியைக் கொண்டு ஒருபோதும் இலக்கியப் படைப்புகளை மதிப்பிட முடியாது. அது பெரும்பாலும் மேலோட்ட மான ஆய்வாகவும், அகங்கார வெளிப்பாடாகவுமே விளங்கும். இலக்கிய அழகியல் உணர்வினால் அறியப்படவேண்டியது. ஆனால் வெறுமே இலக்கிய அழகியலினால் படைப்புகளை மதிப்பிட்டால் அது வடிவம் சார்ந்த விவாதமாக மட்டுமே எஞ்சும் இலக்கியத்தின் சாரம் அற உணர்வேயாகும். நீதிசார்ந்த மன எழுச்சியே பெரும் படைப்புகளை உருவாக்குகிறது. அந்த சாரம் நோக்கிச்செல்லக்கூடிய மனம் கொண்டவர்களே இலக்கியப் படைப்பின் உண்மையான மதிப்பைக் கண்டறிய இயலும். அவர்களின் ரசனையும் மதிப்பீடும் உயர்ந்த அறத்தேடலின் அடிப்படையிலேயே அமைந்திருக்கும். அவர்களையே நாம் சான்றோர் என்கிறோம்.

அம்மதிப்பீட்டைச் சான்றோர் ஒருபோதும் கசப்புடனோ சினத்துடனோ எள்ளலுடனோ முன்வைப்பதில்லை. அவர்கள் படைப்பை ஒருபோதும் அவமதிப்பதில்லை. மென்மையாகவும் புண்படுத்தாத நகைச்சுவை உணர்வுடனும் கூறுவார்கள். அத்தகைய சான்றோரின் கருத்துகளே இலக்கியப் படைப்பாளிக்கு வழிகாட்டும் கலங்கரை விளக்கம்.

அத்தகைய சான்றோர் என்றும் நம் மண்ணில் உள்ளனர் என்பதே நம் பண்பாட்டின் வலிமை. பேராசிரியர் ஜேசுதாசன் அவர்களில் ஒருவர்.

நான் பத்மநாபபுரத்தில் வசிக்கையில் அவரை அறிமுகம் செய்து கொண்டு பழகும் வாய்ப்பைப் பெற்றேன். அதற்கு நான் வேதசகாய குமாருக்கு நன்றி தெரிவிக்க வேண்டும்.

பேராசிரியர் பெரும் கல்வி கொண்டவர் என்பதை அவருடனான ஒவ்வொரு சந்திப்பிலும் உணர முடியும். அவரே தன் கல்வியை வெளிக்காட்டும் தருணங்கள் குறைவு. நாம் கேள்வி கேட்கையில் அவர் அதற்கான சிறிய ஆனால் கச்சிதமான விளக்கத்தை அளிப்பார்.

உதாரணமாக, கைலாசபதி பழந்தமிழ் மரபை வீரயுகப் பாடல்கள் என்று சொன்னதை சரி என்று ஒப்புக்கொள்ளலாமா என்று கேட்டேன். பேராசிரியர் அதற்கு இவ்வாறு பதில் சொன்னார். அப்படி மேலை நாட்டுப் பகுப்புகளைப் போட்டுப் பார்த்தோமென்றால் அவை குத்துமதிப்பாகவே இருக்கமுடியும். சங்க காலத்தில் பாடாண் என்னும் திணை உள்ளது. வெற்றி பெற்ற வீரனை வாழ்த்திப்பாடும், பாடு+ஆண் திணை அது. அதன் நீட்சியாகவே பின்னால் காப்பியங்கள் வந்தன.

ஆனால் அந்தப் பாடல்களை கூர்ந்து நோக்கினால் எப்போதும் மன்னர்கள் மட்டுமே பாடப்பட்டுள்ளார்கள். சாதாரண வீரனின் வீரம் பாடப்படவில்லை. வீரம் முக்கியமான விழுமியமாக இருந்தால் சாதாரண மனிதனின் வீரமும் பாடப்பட்டிருக்குமே?

வீரர்களுக்கு நடுகல் நாட்டி வணங்கும் வழக்கம் இங்கே இருந்திருக்கிறது. அவ்வழக்கம்மூலம் நாட்டுப்புறக் காவல் தெய்வங்கள் பல உருவாயின. அவர்களின் வீரக்கதைகள் நாட்டுப்புறப் பாடல்களாக உள்ளன. அவ்வழக்கம் அன்றும் நாட்டுப்புற மரபில் இருந்திருக்கலாம். ஆனால் நம் சங்ககாலச் செவ்விலக்கியங்களில் வீரவழிபாடு சரியான பொருளில் இல்லை என்றே சொல்லவேண்டும்.

ஆகவே அது வீரயுகமா என்று கேட்டால் அப்படியும் பொருள் கொள்ளலாம் என்றுதான் சொல்லமுடியும். வீரத்தைவிட குலமுறை களுக்குத்தான் அப்போது மதிப்பு அதிகம் என்றும் சேர்த்துச் சொல்ல வேண்டும்.

இதுதான் அவரது பாணி. சரியான பதில். அதை அவர் ஏற்கெனவே யோசித்து வைத்திருப்பார். கேட்டால் தெளிவாக விளக்குவார். அதேசமயம் அதிரடியாக ஏதும் சொல்லவும் மாட்டார். அவர் எப்போதும் ஆசிரியர். அவரது பேச்சு எல்லாமே வகுப்புகள்தான்.

அவரை நாங்கள் எடுத்த பேட்டியைப்பற்றி அசோகமித்திரன் எழுதும் போது 'ஒரு பெரும் ஆசிரியரின் சிறந்த வகுப்பு போல உள்ளது. பேட்டி

எடுத்தவரும் கொடுத்தவரும் மிக உயர்ந்த நிலையில் இருந்தபோது நிகழ்ந்த உரையாடல்' என்று குறிப்பிட்டார்.

அவரது அழகியல் உணர்வு நுண்ணியது. ஆகவேதான் அவரால் கம்பனையும் புதுமைப்பித்தனையும் ஒரே சமயம் ரசிக்க முடிந்தது. அன்றெல்லாம் ஒரு பக்கத்தை ரசிப்பவர்கள் மறுபக்கம் பற்றி ஒன்றுமே தெரியாமல் இருப்பதுதானே வழக்கம்? பேராசிரியர் அப்படி அல்ல.

அவரது அழகியல் நோக்கு என்ன? நான் எடுத்த ஒரு பேட்டியில் அவரிடம் திருவாவடுதுறை ராஜரத்தினம் பிள்ளையின் வாசிப்பு கேட்டிருக்கிறீர்களா என்று கேட்டேன். 'ராஜரத்தினம் பிள்ளை மேதை. காட்டருவிபோல சங்கதிகளாகக் கொட்டுவார். எனக்கு அதேயளவுக்கு திருவெண்காடு சுப்ரமணியம் வாசிப்பும் பிடிக்கும். அந்த அளவுக்கு மேதமை கிடையாது. அவர் அடக்கமான மனிதர். நாதசுரத்தை தம்பூரா சுருதிக்கு வாசிப்பார். இனிமை அதிகம். தன் இயல்புக்கு ஏற்ப தன்னுடைய கலையை மாற்றி தனக்கென ஒரு பாணியை உருவாக்கிக் கொண்டார். அதுதான் கலையில் முக்கியமானது' என்றார்.

இலக்கியக் கலையில் இதுதான் சிறந்தது என்று கிடையாது என்பது அவரது கொள்கை. ஒரு கவிதை மென்மையான அழகிய சொற்களால் ஆனதாக இருக்கும். இன்னொரு கவிதை வன்மையான சொற்களால் ஆனதாக இருக்கும். ஒன்று அழகாக இருக்கும்; ஒன்று கொடூரமானதாக இருக்கும். பொருத்தப்பாடு அல்லது ஒத்திசைவுதான் (conformity) முக்கியம். அக்கலைப்படைப்பு அது சொல்லும் விதத்திற்குரிய மொழியைக் கொண்டிருக்கவேண்டும். அதன் எல்லாக் கூறுகளும் ஒன்றுடன் ஒன்று ஒத்துப்போக வேண்டும். அதற்கும் அதன் ஆசிரியரின் ஆளுமைக்கும் ஒத்திசைவு இருக்கவேண்டும் என்று சொன்னார் ஒருமுறை.

அவரது வாழ்க்கை நோக்கின் மையமே அறம்தான். அவர் கம்பனில் இருந்து பெற்றுக்கொண்டதே அந்த அறநோக்குதான். வான்மீகியின் ராமன் வஞ்சினம் உரைக்கும்போது தந்தை சொல்லை மீறினேன் என்றால் எனக்கு பிராமணர்களைக் கொன்ற பாவம் சேர்வதாக, வேள்வியை அழித்த பாவம் சேர்வதாக என்று சொல்கிறான். ஆனால் கம்பனின் ராமனோ ஊர் உண்ணும் ஊருணியை அழித்த பாவம் என்னைச் சேர்வதாக என்றுதான் சொல்கிறான் என்றார் பேராசிரியர்.

கம்பனின் சிறப்பாக அவர் சொல்வது அவன் குல நீதியை அல்லது அக்காலகட்டத்தின் நீதியை எக்காலத்திற்கும் உரிய மானுட நீதி என்ற இடத்துக்குக் கொண்டுசெல்கிறான் என்பதைத்தான். அறத்தை ஒரு தனி இருப்பாகவே அவன் காட்டுகிறான். ராமனை 'அறத்தின் மூர்த்தியான்' என்கிறான். 'தர்மம் பின் இரங்கி ஏக' என்று சொல்கிறான்' என்று அவர்

சொல்லும்போது உணர்ச்சிவசப்பட்டு கண்கள் கலங்கிய காட்சி நினைவில் நிற்கிறது.

மானுட அறத்தின், கருணையின் அடையாளமாகவே அவர் கிறிஸ்துவைக் கண்டார். ஆகவே மதவெறி அவரைத் தீண்டவில்லை. அந்த அற உணர்வுதான் அவரை கம்பனையும் ஆண்டாளையும் ரசிக்கவைத்தது.

தன் கருத்துகளை தீவிரமாகவும் தொடர்ச்சியாகவும் முன்வைத்தவரல்லர் அவர். அதிகமாக எழுதவில்லை. பேச்சிலும் வகுப்பிலும் சொன்னவையே அதிகம். அவர் சொல்லும் கருத்துகளை எப்போதும் தெளிவாகச் சொல்வார், ஒருபோதும் கூர்மையாகச் சொல்வதில்லை. கூர்மையைத் தணிக்க லேசாக நகைச்சுவையைக் கலந்துகொள்வார். (அந்த வகையில் அவரது மாணவர் வேதசகாயகுமார் நேர் எதிர்.)

பேராசிரியருக்கு சமகால எழுத்தாளர்களில் சுந்தர ராமசாமி முக்கியமானவர். புளியமரத்தின் கதையும் பிரசாதம் தொகுப்பில் உள்ள கதைகளும், ரசனையும் வடிவச்செறிவும் உண்மையான அனுபவப் பின்புலமும் கொண்டவை என்று அவர் சொல்வதுண்டு.

ஆனால் 'குழந்தைகள் பெண்கள் ஆண்கள்' நாவல் அவரைக் கவரவில்லை. அதை நாசுக்காக இப்படிச் சொன்னார்' 'ஆயுர்வேத உழிச்சிலில் மூன்று நிலைகள் உண்டு. எலும்புக்குப் படும்படி தடவுவது, சதைக்குப் படும்படி தடவுவது, தோலுக்கு மட்டும் படும்படி தடவுவது. குழந்தைகள் பெண்கள் ஆண்கள் நாவல் 'தொலிப்பதம்' தான்.'

ஓர் உண்மையான குருவிடம் நாம் கற்றுக்கொள்பவை நமக்கு வயதாகும்தோறும் மேலும்மேலும் ஆழமாகப் புரிய ஆரம்பிக்கும் என்று எனக்குப்படுகிறது. நானே பேராசிரியரிடம் நிகழ்த்திய உரையாடல்களின் சாரம் எனக்கு அவர் மறைந்து பல ஆண்டுகள் கழித்து இப்போதுதான் புரிய ஆரம்பிக்கிறது.

மண்மறைந்த குருவிற்கு என் அஞ்சலி.

(22-3-07 அன்று மார்த்தாண்டம் கிறிஸ்தவக் கல்லூரியில் நிகழ்த்தப்பட்ட பேராசிரியர் ஜேசுதாசன் நினைவுக்கூட்டத்தில் ஆற்றிய உரை.)

மண்ணின் ஊற்றுதேடும் கலைஞன் : நாஞ்சில் நாடனின் கலை

நாஞ்சில்நாடனின் படைப்புகள் குறித்த இக்கருத்தரங்கத்தில் பங்கெடுக்க நேர்ந்தமை மிகுந்த மனநிறைவை அளிக்கிறது. அவரது சொந்த மண்ணில் தாமதமாக வேனும் அவரை நாம் கௌரவித்திருக்கிறோம். இதற்கு ஒழுங்குசெய்த அனைவருக்கும் என் மனமார்ந்த நன்றி.

நாஞ்சில்நாடனின் படைப்புகளைப்பற்றி சிந்திக்கும் போது எனக்கு ஓர் எண்ணம் தோன்றியது. பொதுவாக இலக்கிய ஆக்கங்களை இரு பெரும் பிரிவுகளாக பிரித்துப் பார்க்கலாம் என்று. இது ஒரு உருவகம் மட்டுமே. புரிந்து கொள்ளும் முயற்சிக்காக நாம் செய்யும் எண்ணற்ற பகுப்புகளில் ஒன்று. இலக்கிய ஆக்கங்கள் இருவகை. மண்ணில் நின்று பேசுபவை. விண்ணில் நின்று பேசுபவை.

இலக்கியம் மாபெரும் இலட்சியங்கள் மகத்தான கனவுகள் சார்ந்து உருவாகின்றது என்று நம்பக்கூடியவர்களை நாம் என்று அடையாளம் காட்டலாம் என்று எண்ணுகிறேன். மனிதன் தன் வாழ்வை எப்போது ஒட்டுமொத்தமாக காண ஆரம்பித்தான்? முதுகுவளைத்து மண்ணை நோக்கி அலைந்து மண்ணில் பொறுக்கி உண்டு மண்ணில் மடிந்து உப்பாகும் இவ்வெளிய உயிருக்கு அந்தத் தேவை என்ன வந்தது?

இப்படி கற்பனைசெய்ய விழைகிறேன். தன்னை மட்டுமே கருதி தன் தேவைகளையும் அச்சங்களையும் சார்ந்தே சிந்தித்த ஆதிமனிதர்களில் ஒருவன் ஒருநாள் ஒரு உயர்ந்த மரம் மீது ஏறிக்கொண்டான். அங்கே நின்றபடி அவன் தன்னைச் சூழ்ந்திருந்த வெளியைக் கண்டான். தன்னைப்போன்ற பலர். பலவகை மிருகங்கள். பூச்சிகள், பறவைகள், மரங்கள், குன்றுகள்... அனைத்தும் சேர்ந்ததே அவன் என்ற ஒரு மனவிரிவுக்கு அவன் ஆளாகியிருக்க வேண்டும். அந்த கணத்தில் அவன் ஒரு உடலோ தனிமனமோ அல்லாமலானான். அவன் விரிந்து பரவினான். மார்பில் கைவைத்து கண்ணீர் மல்க அவன் 'நான்! நான்! நான்!' என்று சொல்லியிருப்பான் போலும்!

பின்னர் அவன் குன்றுமீது ஏறிச்சென்றான். வியர்வை வழிய கால்கள் கடுக்க மூச்சுவாங்கி ஏறிஏறிச் சென்றான். முகடுகளை கடந்து மேலும் மேலும் முகடுகள் நோக்கிச்சென்றான். அங்கே உச்சிநுனியில் நின்றபடி அவன் தன்னை கண்ணெட்டா விரிவுவரை பரந்தகன்ற பெருவெளியாக உணர்ந்தான். அங்கிருந்து நோக்கும்போது குன்றுகள் சிறுத்துக் கிடந்தன. மரங்கள் பச்சைப்படலங்களாக கிடந்தன. மிருகங்களும் மனிதர்களும் பூச்சிகளாகத் தெரிந்தனர். அவர்களின் ஆசைகளும் அச்சங்களும் குரோதங்களும் போர்களும் அற்பநகர்வுகளாக பொருளிழந்தன. அவன் அறிந்ததே மானுட தரிசனம்!

அங்கு நின்றபடி அவன் வானை நோக்கியிருப்பான். இந்த உச்சிமுகடு அவ்வானத்துமேகங்களில் நிற்கும் ஒருவனுக்கு வெறுமொரு கூழாங்கல் போலும் என எண்ணினான். அவ்வான்வெளியில் நின்று பார்க்கும் ஒருவனுக்கு இப்பூமியே ஒரு சிறு பொம்மை. அவன் கண்ணில் மானுட வாழ்க்கையும் மானுடனை கூத்தாட்டும் பேரியற்கையுமெல்லாம் என்னவென பொருள்கொள்ளும் என அவன் வியந்தான். அப்போது பிறந்தவனே கடவுள். விண்ணுலகில் நின்று மண்ணுலகைப் பார்க்கும் முழுமுதல்வன்! அனைத்தையும் ஒரே பார்வையில் நோக்கமுடிகிற ஒருவன்!

நூற்றாண்டுகளாக விண்ணகம் இலக்கியத்தை கொந்தளிக்க வைத்துள்ளது. நிலவின் ஒளிபட்டு பொங்கும் கடல்போல! எத்தனை ஆன்மிக இலக்கியங்கள். எத்தனை பக்திப் பாடல்கள். எத்தனை காப்பியங்கள்!

'பொன்னுலகாளீரோ புவனமுழுதாளீரோ நன்னயப் புள்ளினங்காள்!' என ஏங்கி அழைத்தார் நம்மாழ்வார். விண்ணகங்களை ஆளும் புட்கள் மண்ணின் முழுமையை அறிந்தவை என்ற எண்ணம். அவற்றை அழைத்து விண்ணளந்த பெருமாளுக்கு தூதனுப்புகிறார் அவர்.

தல்ஸ்தோயின் 'போரும் அமைதியும்' என்ற பெரும் நாவலில் ஓர் இடம். மாபெரும் வீரனாக வரலாற்றில் இடம்பெற வேண்டுமென்ற கனவுள்ளவன் இளவரசன் ஆன்ட்ரூ. நெப்போலியன் அவன் ஆதர்ச பிம்பம். நெஞ்சு நிறைய போர்த்திட்டங்களுடன் களம் புகுகிறான். கையில் கொடியுடன் களத்தில் போரிடுகையில் காயமடைந்து மண்ணில் கிடக்கிறான். அவன் உடலில் இருந்து உதிரம் ஓடி மறைகிறது. உதிரம் இழக்க இழக்க நெஞ்சு அமைதி கொள்கிறது. தர்க்கமனம் அழிந்து தூய கனவுநிலை கைகூடுகிறது.

அவன் மல்லாந்து மேலே விரிந்த வான் வெளியை நோக்குகிறான். மெல்ல மிகமெல்ல மேகங்கள் இணைந்தும் பிரிந்தும் செல்கின்றன. மென்மையான ஒளி பரவிய மேகங்கள். ஏதோ அமர ரகசியத்தை தன்னுள்கொண்டவை என புன்னகைசெய்யும் மேகங்கள். 'அங்கே என்ன அமைதி! அங்கே போர் இல்லை. பூசல்கள் இல்லை. சிறுமையும் அழுக்கும் இருளும் இல்லை. அங்கே மரணமே இல்லை! அங்கே அமைதி மட்டுமே.' அவன் அதைப் பார்த்தபடியே கிடக்கிறான்.

அப்போது குதிரையில் ஏறி படாடோபமாக களம்காணவரும் நெப்போலியன் அவனுக்கு சிறுத்து கூசி நிற்கும் அற்ப உயிராகவே தென்படுகிறான். போரின் சாரமின்மையை, மனிதர்கள் கொள்ளும் பேராசையின் அபத்தத்தை அக்கணம் அவன் உணர்கிறான்.

பேரிலக்கியங்கள் மண்ணில் நின்று விண்ணின் ஒளியை நோக்குபவை. விண்ணின் ஒளியைக் கொண்டு மண்ணை ஒட்டுமொத்தமாக அளப்பவை. 'கண்ணில்தெரியுது வானம் அது நம் கைப்படலாகாதோ' என்றான் பாரதி. கற்பனாவாத எழுத்தின் ஒருயுகம், லட்சியவாதத்தின் ஒரு யுகம் விண்ணை நோக்கி எழுந்தது. தழல்களைப்போல. மரக்கிளை களைப்போல!

அடுத்து பிறந்தது மண்ணில் வேரூன்றி மண்ணை நோக்கும் ஓர் எழுத்து முறை. அதை நாம் யதார்த்தவாதம் என்கிறோம். யதார்த்தவாதம் மண்ணை நோக்கியது. மண்ணில் இருந்து தன் சாரத்தைக் காண முயன்றது. அது விண்தேடும் தழல் அல்ல, மண்பரந்து உயிர்புரக்கும் நீர். மரத்தின் கிளையும் மலரும் அல்ல, வேர்.

சிறுவயதில் படித்த ஒருகதை நினைவுக்கு வருகிறது. ஏசுவைத்தேடி கீழ்த்திசையிலிருந்து நான்கு தீர்க்கதரிசிகள் கிளம்பினர். ஒருவர் வழிதவறிச்சென்றார். அவர் பலநாடுகள் தேடி பல இனங்களைக் கண்டு அலைந்து திரிந்தார். இறுதியில் களைத்து சோர்ந்து நடைப்பிணமாக பாலைவனத்தில் ஓர் எளிய குடிசையைத் தட்டினார்.

அந்தக் குடிசையில் ஒரு சிறுமியும் நோயுற்ற அவள் அன்னையும் மட்டுமே இருந்தனர். சிறுமி சாலையோரத்தில் குடிநீர் விற்று கிடைத்த

காசில் சிறிது புல்லரிசி வாங்கி கஞ்சி காய்ச்சியிருக்கிறாள். அவர்கள் சாப்பிட்டு சிலநாட்கள் ஆகின்றன. விருந்தாளியை வரவேற்று அமரச்செய்யும் சிறுமி 'ஐயா என்னை மன்னியுங்கள். என் அன்னை நோயுற்றவள். அவளுக்கு நான் உணவளித்தாகவேண்டும். ஆகவே விருந்தினர் வயிறு நிறைய என்னால் உணவளிக்க இயலாது. பாதியை என் அன்னைக்கு கொடுக்கிறேன்' என்றாள்.

'நீ சாப்பிட வேண்டாமா?' என்றார் தீர்க்கதரிசி. 'நான் நாளை மீண்டும் தண்ணீர் விற்று பணம் தேடி சாப்பிடுவேன்' என்றபடி குழந்தை பாதிக் கஞ்சியுடன் தாயின் அறைக்குச் சென்றது. தீர்க்கதரிசி கஞ்சியை குடிக்க முடியாமல் எழுந்து நின்றார். அப்போது அறை திறந்து அன்னை வெளியே வந்தார். 'ஐயா என் அறியாச் சிறுமி செய்ததற்கு மன்னியுங்கள். அவளுக்கு இன்னும் முதிர்ச்சி வரவில்லை. விருந்தினர் நீங்கள் உண்டு நிறைந்த பின்னரே நாங்கள் உண்போம்' என்றார்.

கண்ணீருடன் தீர்க்கதரிசி எழுந்தார். 'நான் இனி தேடவேண்டிய தில்லை. எங்கோ மண்ணில் மீட்பர் பிறந்திருக்கிறார்! அறம் மேலோங்க ஆரம்பித்துவிட்டது. அவரை நான் இந்த எளிய மக்களில் காண்கிறேன்!' என்று திரும்பிச்சென்றார்.

இறைவனை விண்ணில் தேடாமல் எளிய மக்கள் நடுவே மண்ணில் காணும் நோக்கு இது. இதுவே யதார்த்தவாதத்தின் தொடக்கம். உலகமெங்கும் எளிய மக்களின் கண்ணீரையும் கனவையும் சொல்ல வந்தது யதார்த்தவாதம். விண்ணை துதிப்பதற்கு பதில் மண்ணை கொண்டாட வந்தது அது.

தமிழில் யதார்த்தவாதம் புதுமைப்பித்தனில் தீவிரமாக பிறவி கொண்டது. கு.அழகிரிசாமி, தி.ஜானகிராமன், ஜெயகாந்தன், அசோகமித்திரன், சுந்தர ராமசாமி, ஆ.மாதவன், நீலபத்மநாபன் என நீளும் அவ்வரிசையில் இணைபவர் நாஞ்சில்நாடன். இவ்வரிசையில் நால்வர் நம் மண்ணைச்சேர்ந்தவர்கள் என்பதில் நாம் பெருமை கொள்ள வேண்டும்.

நாஞ்சில்நாடன் அவரது பெயர் சுட்டுவதுபோல நாஞ்சில் மண்ணின் படைப்பாளி. கலப்பையை பின் தொடரும் ஆசிரியன். மீண்டும் மீண்டும் அவர் நம் மண்ணைப்பற்றி நம் மக்களைப்பற்றி எழுதுகிறார்.

அவரது ஒரு கதை. அது மகாராஷ்டிர மாநிலத்தில் ஏதோ ஒரு வறண்ட கிராமத்தைக் காட்டுகிறது. அங்கே மண்ணில் உழுது உண்டு வாழும் விவசாயி ஒருவர். பிள்ளைகள் மூத்து பேரப்பிள்ளைகள் வளரும் பருவத்தில் முதுமை ஏறி அவர் திண்ணையில் அமர்ந்து ஹுக்கா பிடித்து ஓய்வெடுக்கவேண்டிய வயதில் பெரும் பஞ்சம் எழுகிறது. வயல்கள் காய்கின்றன. வயிறுகள் காய்கின்றன.

சிலநாட்கள் சேமிப்பை உண்கிறார்கள். பின்னர் விதைத்தானியத்தை உண்கிறார்கள். பின்னர் செடிகொடிகளை கிழங்குகளை தேடிப்பறித்து உண்கிறார்கள். கடைசியாக கால்நடைகளை. ஒருபச்சைகூட எஞ்சாமலானபோது அவரவர் பாட்டுக்கு ஊரை விட்டே கிளம்புகிறார்கள். கிழவர் தனியாகிறார். அவரும் கிளம்புகிறார். ஒருவாய் உணவு தேடி.

கதையின் இப்பக்கத்தில் ஒரு விற்பனைப் பிரதிநிதி பகலெங்கும் மகாராஷ்டிரச் சிறுநகரில் அலைகிறான். வேலைமுடிந்து ஒரு பொட்டலம் சப்பாத்தியுடன் பாஸஞ்சர் ரயிலில் ஏறி அமர்கிறான். பசி குடலைப் பிய்க்கிறது. பெட்டியில் யாருமே இல்லை. அள்ளி அள்ளி தின்கிறான். கடைசிப்பாதியை பிய்க்கும்போது ஒருகை தடுக்கிறது. அந்த மகாராஷ்டிரக் கிழவர். அவன் அச்சப்பாத்தியை அளிக்கிறான்.

பலநாள் பசி. கிழவர் ஆவேசமாக தின்கிறார். பசி எரியும் வயிறும் உலர்ந்து சுருங்கிய கழுத்துச் சதையும் நெளிகின்றன. கண்கள் கலங்கி பிதுங்கி இருக்கின்றன. அடப்பாவி அரை நிமிடத்திற்கு முன்னால் வந்திருந்தாரென்றால்கூட ஒரு முழுச்சப்பாத்தியாவது கொடுத்திருக் கலாமே என்று எண்ணுகிறான் இவன்.

சட்டென்று கிழவர் மராத்திய மொழியில் சொன்ன சொற்கள் அவன் சிந்தையை அறைகின்றன. எனக்குக் கொடு என்று அவர் கேட்க வில்லை. நான் சாப்பிடுகிறேனே என்றும் சொல்லவில்லை. ‘நாம் சாப்பிடுவோம்’ என்றார். அவனுக்கு உடம்பு அதிர்ந்தது. ஈராயிரம் வருடங்களுக்கு முன்னர் சங்கக்கவிதை ஒன்றின் வரியை அவன் கேட்டான் ‘யாம் உண்போம்!’ என.

உணவெல்லாம் பொதுவாக பகிர்தலே பண்பாக இருந்த ஒரு பொற்காலத்தின் நினைவை அந்தக் கணத்தில் அடைகிறான் அவன். மானுடமெங்கும் தழுவ விரிகிறது அவன் நெஞ்சம். அது நாஞ்சில் நாடன் கதைகளின் சாரமாக பெரும்பாலான கதைகளில் எழுந்துவரும் அறமாக இருக்கிறது.

இன்னொரு கதை. கோவையிலிருந்து அவன் கேரளா செல்ல பஸ் பிடிக்கிறான். மானந்தவாடிக்கு செல்லும் பஸ்ஸில் கூட்டம் தேனடையில் தேனீ போல அப்பியிருக்கிறது. ஆண்கள் பெண்கள் கூடைகள் சிப்பங்கள் பெட்டிகள் பைகள். எங்கும் கூச்சல் வியர்வை அழுக்கு வெப்பம். பஸ் மெல்ல நகர்கிறது. ஒரு அசையும் நரகம் போல.

கண்டக்டர் மேலும்மேலும் ஆட்களை ஏற்றுகிறான். டிரைவர் வசை பாடுகிறான். எப்படி ஓட்டுவது என எரிந்து விழுகிறான். வண்டியை முரட்டுத்தனமாக ஓட்டுகிறான். வாய் வசைதுப்பியபடியே உள்ளது.

அவன் தசைகள் முறுகியுள்லன. வியர்வையை துடைத்துக் கொள்கிறான்.

மலையை அடையும்போது குளிர்காற்றில் மெல்ல இறுக்கம் தளர்கிறது. ஒருவரோடொருவர் சாய்ந்து பயணிகள் தூங்க ஆரம்பிக் கிறார்கள். இருபுறமும் அடர்ந்த பெருங்கானகம்.

சட்டென்று பஸ் உலுக்கி நிற்கிறது. வழியில் சாலையின் குறுக்காக ஒரு பெரிய மலைப்பாம்பு. இரையெடுத்ததா இல்லை கர்ப்பிணியா தெரிய வில்லை. ஒரு அவசரமும் இல்லை. மெல்ல மெல்ல நகர்கிறது.

டிரைவர் புன்னகையுடன் ஹாரனை அடித்தான். 'போ மோளே வேகம்' (சீக்கிரம் போ மகளே) என்று சொன்னான்.

கதைகளின் சாரமாகிய மானுடம் தழுவிய அந்தக் கனிவும் அறவுணர்வும் அனைத்து உயிர்களையும் அணைப்பதாக மண்ணை மூடிவிடுவதாக விரியும் காட்சியை நாம் காண்கிறோம். அதுவே அவரது படைப்பின் உச்சமாக அமைகிறது.

மண்ணில் நின்று மண்ணை நோக்கும் கலைஞன் அவர். விண்ணின் ஜீவநீர் கிடைப்பதாக இருந்தால்கூட அது மழையாகப் பொழிய வேண்டாம் மண் பிளந்து ஊற்றாக வரட்டும் என்று கோரும் தரிசனம் அவருடையது.

இங்கே அவரை என் சக எழுத்தாளர் என்றார்கள். அப்படி எப்படிச் சொல்வேன். கால் நூற்றாண்டுக்காலமாக நான் அவரது வாசகன். பதினைந்து வருடகாலமாக என் நண்பராகவும் நல்லாசிரியராகவும் வழிகாட்டியாகவும் இருந்துவருகிறார். அவருக்கு என் வணக்கம். நன்றி.

(24-1-2007ல் நாகர்கோயில் புனித சிலுவைக் கல்லூரியில் நடைபெற்ற நாஞ்சில்நாடன் கருத்தரங்கில் பேசியது.)

உடலிலக்கியம்

அன்புள்ள நண்பர்களே,

இனிய தோழி ஒருத்தியை நினைவுகூரும்வகையில் இங்கே நாம் கூடியிருக்கிறோம். கீதா ஹிரண்யன் தன் இரண்டு குழந்தைகளையும் அறிவுலகிலும் தோழனாக அமைந்த கணவரையும் இளம் வயதிலேயே பிரிந்து மறுகரைக்குச் சென்றுவிட்டிருக்கிறார். அவருடைய பிரியத்துக்குரிய எழுத்தாளன் என்ற வகையில் நான் இங்கே பேச அழைக்கப்பட்டிருக்கிறேன்.

கீதாவை நான் சந்தித்தது ஆற்றூர் ரவிவர்மாவின் இல்லத்தில். என்னைக் கண்டதுமே சிறுமிகளுக்குரிய ஆர்வத்துடன் என்னை நோக்கி வந்து படபடப்பும் சிரிப்புமாக தனக்குப் பிடித்தமான எழுத்தாளர் நான்தான் என்று சொன்னார். மலையாளத்தில் நான் எழுதிய அனைத்தையும் அவர் படித்திருந்தார். 'என்னால் பேசவே முடியவில்லை. நிறைய பேசவேண்டும், ஒன்றுமே தோன்றவில்லை' என்று தத்தளித்தார்.

மிக அழகிய முகம். ஆனால் முகமும் உடலும் வெளிறியிருந்தன. பேச்சு மழலையாக குழறியது. மன எழுச்சியால் முகம் சிவந்து சிவந்து அணைந்தது. நான் அவர் எளிதாகும்பொருட்டு நிறையபேசினேன். அவர் அசாதாரணமான வழிபாட்டுணர்வுடன் என்னைப் பார்த்துக் கொண்டிருந்தார். என்னுடைய சில படைப்பு களைப்பற்றிச் சொன்னார். நான் அவரது சிறுகதைகளைப் பற்றிப் பேச ஆரம்பித்தபோது வெட்கத்துடன் பேச்சை மாற்றினார்.

அவர் சென்றபின்புதான் ஆற்றூர் ரவிவர்மா சொன்னார், அவரது வெளிறிய தோற்றத்துக்குக் காரணம் புற்றுநோய் சிகிச்சைதான் என்று. நாவில் புற்றுநோய் வந்து நெடுநாட்களாக கடும் வலியில் அவர் துன்புற்றுக்கொண்டிருந்தார். கல்லூரி ஆசிரியைபணியைச் செய்ய முடியாத நிலை. அப்போது இன்னும் இருவருடங்களில் கீதா ஹிரண்யன் இறந்துவிடுவார் என்று எனக்குத்தெரியுமா என்று கேட்டால் எப்படியோ அது தெரிந்திருந்தது என்றுதான் சொல்ல வேண்டியிருக்கும்.

கீதா ஹிரண்யன் இங்கே கூடியிருக்கும் பெரும்பாலானவர்களுக்கு இலக்கியத் தோழியாக இருந்தவர். ஒவ்வொருவரும் அவரைப்பற்றி சொல்வதற்கு நிறையவே இருக்கும். அந்நினைவுகளைப் போற்று வோம். இறந்தவர்கள் நமக்கு அளித்துச்செல்லும் பரிசு நினைவுகள் மட்டுமே. அவர் நினைவாக கூட்டப்பட்டுள்ள இக்கூட்டத்தில் என்னிடம் பெண்ணெழுத்துக்களைப் பற்றி பேசுவதற்குக் கோரியிருக்கிறார்கள்.

பெண்ணெழுத்து என்ற அடையாளம் இலக்கியத்தைப் புரிந்து கொள்வதற்கான பல்வேறு திறப்புகளில் ஒன்று. இம்மாதிரி அடையாளங்களை நான் ஒரு பெரிய அண்டாவின் பிடிச்செவிகள் என்று சொல்வேன். எளிதாக அண்டாவை பிடித்துத் தூக்க அவை உதவுகின்றன. ஆனால் அண்டா என்பது அவை அல்ல. அண்டாவின் உள்ளே இருப்பதற்கும் அவற்றுக்கும் சம்பந்தமில்லை. எந்த அடையாளமும் இலக்கியத்தை முழுமையாக வகுத்துவிட முடியாது.

கீதா ஹிரண்யன் மலையாளத்தின் குறிப்பிடத்தக்க இளம் பெண்ணெழுத்தாளர். கண்டிப்பாக பெண்ணியவாதி. ஆனால் அவ்வடையாளங்கள் வழியாக நாம் அவரை வகுத்துக்கொள்வோ மென்றால் அதன் மூலம் அவரது படைப்புகளின் பெரும்பாலான தளங்களை இழந்துவிடுவோம் என்றுதான் படுகிறது.

ஆனாலும் படைப்புகளை ஒரு விரிந்த வரலாற்றுப்புலத்தில் வைத்துப் பார்ப்பதற்கு இந்த அடையாளங்கள் தேவையாகின்றன. படைப்புகளின் உருவாக்கத்துக்குப் பின்னால் உள்ள சில நுண்ணிய ரகசியங்களைச் சென்று தீண்டுவதற்கு அவை உதவுகின்றன.

தமிழ் இலக்கிய வரலாற்றைப் பின்னால் திரும்பிப் பார்க்கிறேன். எங்களுக்குப் பெரும் பெண்படைப்பாளிகள் உண்டு. ஆனால் எங்கள் மொழியின் மாபெரும் படைப்பாளிகளின் எண்ணிக்கையுடன் ஒப்பிடும்போது அவர்கள் மிகச்சிலரே. சங்ககாலம் முதல் பார்த்தால் சிலபெயர்கள் தென்படுகின்றன. ஆதிமந்தியார், மாற்பித்தியார், நக்கண்ணையார், காக்கைபாடினியார்.

ஆச்சரியமான ஒரு விஷயம், இப்பெண் எழுத்தாளர்கள் அனைவரிலும் ஒரு விசித்திரமான அன்னியத்தன்மை பொது இயல்பாக இருக்கிற தென்பதே. தன் காதல்கணவன் ஆட்டனத்தி தன்னைப்பிரிந்ததனால் அவனைத்தேடி ஊர் ஊராக அலைந்த பேதையாக ஆதிமந்தி தென்படுகிறாள். 'யாண்டும் காணேன் மாண்தக்கோனை. யானும் ஓர் ஆடுகள மகளே என் கை கோடு ஈர் இலங்குவளை நெகிழ்த்த பிடுகெழு குரிசிலும் ஓர் ஆடுகள மகனே' என்று தன்னை இழிவுபடச்செய்த தன் காதலனும் இழிவுபட்டவனே என்று பாடும் கவிஞராக ஆதிமந்தியை நாம் காண்கிறோம். அவளை பரணர் 'ஆதிமந்தியின் அறிவு பிறிதாகி பேதுற்றிசினே' என்கிறார்.

மாற்பித்தியாரின் பெயரே நாம் அறிவதில்லை. அவர் மாலும் பித்தும் கொண்ட ஒரு பெண் என்றே வரலாற்றில் இடம்பெற்றிருக்கிறார். காக்கைபாடினியாருக்கும் பெயரில்லை. காக்கையைப் பாடியவர் மட்டும்தான் அவர்.

தமிழ் மரபின் பெரும் படைப்பாளிகளில் ஒருவரான ஔவையாரின் பெயர் சங்ககாலம் முதல் காணக்கிடைக்கிறது. ஔவை என்றால் அம்மை என்றுதான் பொருள். அந்தப்பெயரில் பெரும்படைப்பாளிகள் சிலரை அடக்கிவிட்டிருக்கிறது நம் மரபு. பின்னர் அவர்களைப்பற்றிய கதைகள் புனையப்பட்டு செவிவழிச்செய்தியாக புழங்கின. ஆனால் அவர்களின் பெயரோ அடையாளங்களோ மரபில் பேணப்பட வில்லை.

ஏன்? நக்கண்ணையார், ஆதிமந்தியார் போன்றவர்களின் பெயர்கள் இருக்கின்றன. ஆதிமந்தியார் மாமன்னர் கரிகால் பெருவளத்தானின் மகள். நக்கண்ணையார் பெருங்கோழிநாயக்கனின் மகள். மனிதர்கள் ஊர், குலம், குடி சார்ந்து அடையாளப்படுத்தப்பட்ட காலம் அது. பெண்களுக்கு தந்தை, கணவன் பெயர் மட்டுமே அடையாளமாக இருந்திருக்கிறது. சொல்லும்படியான குல அடையாளமில்லாதவர்கள் வெறுமே சுட்டுப்பெயர் பெற்றார்கள். பொதுவாக பெண்கவிஞர் பெயருடன் ஊர்பெயர் இணைவதில்லை என்பதைக் கவனிக்கலாம்.

ஔவையாரின் கதை என்று புழங்கும் செவிவழிச்செய்தியில் அவர் இளமையில் பேரழகியாக இருந்தார் என்று சொல்லப்படுகிறது. அவரை மணம் முடிக்க ஒரு இளைஞன் வருகிறான். மணம்கொள்ள விரும்பாத ஔவையார் முருகனை வழிபட்டு முதுமையை வரமாகப் பெற்று தன்னை தற்காத்துக்கொண்டார். அவர் பாணர் குலத்து உதித்தவர் என்று செய்தி உள்ளது. ஆகவே அவர் பெயரோ பாணன் பெயரோ வரலாற்றில் இல்லை.

தமிழ்மரபில் ஔவையாருக்குப் பின் நாம் காணும் பெருங்கவிஞர்கள் என்றால் அது காரைக்காலம்மையாரும் ஆண்டாளும்தான். சங்க காலத்துக்குப் பின்னர் தமிழில் எழுந்த மாபெரும் இலக்கிய யுகம் என்பது பக்திகாலகட்டம்தான். அத்தனை பெரும்பக்திக்கவிஞர்களை உருவாக்கிய சைவ வைணவ மரபில் இரு பெண்பால்கவிஞர்களே உள்ளனர். சைவத்துக்கு காரைக்காலம்மையார். வைணவத்துக்கு ஆண்டாள்.

காரைக்காலில் வணிகர்குலத்தில் தனநந்தன் என்பவனின் மகளாகப் பிறந்து பரமதத்தருக்கு மணம் முடிக்கப்பட்ட புனிதவதி தன் பக்தியாலும் கவித்திறத்தாலும் கணவனை விட மேம்பட்டவளாக இருந்தாள். அவளை அஞ்சி கணவன் அவளை கைவிட்டு பூம்புகாருக்குச் சென்றான். புனிதவதியின் தந்தை அவளை அழைத்துக் கொண்டு கணவனைத் தேடிச்சென்றபோதும் அவன் அவளை ஏற்கவில்லை. புனிதவதி தன் அழகிய சுய உருவை அழித்து பேயுருவம் கொண்டு காரைக்காலம்மையாராக ஆனார்.

ஆண்டாளின் கதைக்கும் எல்லா பெண்கதைகளுடன் சில பொதுத் தன்மைகள் உள்ளன. ஆண்டாள் ஸ்ரீவில்லிபுத்தூரில் பெரியாழ்வார் கொத்திவைத்த நிலத்தில் துளசிச்செடியடியில் காணக்கிடைத்தார். கோதை என இவளுக்குப் பெயரிட்டு வளர்த்தார் பெரியாழ்வார். சிறுவயதிலேயே கண்ணனுக்கு மணமகளாக தன்னை எண்ணி வாழ்ந்து வந்தாள். மானுடருக்கென்று பேசப்பட்டால் வாழேன் என்று மன்மதனை எச்சரித்தாள். மணிவண்ணனுக்குரிய பூவை தான் சூடி எடுத்து பூசைக்கு அனுப்பினாள். பெருமாள் கனவில் வந்து ஆணையிட்டதன்படி திருமணக்கோலத்தில் அவளை திருவரங் கத்துக்குக் கொண்டு செல்கிறார்கள். அங்கே அவள் அரங்கன் கருவறைக்குள் நுழைந்து அவனுடன் கலந்தாள் என்று ஐதீகம்.

அரங்கனை கணவனாகக் கண்டு அவனுடன் கலந்த நப்பின்னையின் கதை பழங்காலம் முதலே தமிழில் உள்ளது. ஆண்டாளின் பாடல்களில் நப்பின்னை பற்றிய குறிப்பு அடிக்கடி வருகிறது. பெரியாழ்வார் கண்டெடுத்த அனாதைப்பெண்ணை அக்கால சாதிசமூகத்தில் அரங்கன் அல்லாமல் எந்த வைணவன் மணம் புரிந்திருக்க முடியும்? திருவரங்கம் போவதல்லாமல் ஆண்டாளுக்கு வேறு வழி என்ன?

ஔவையும் காரைக்காலம்மையும் ஆண்டாளும் இன்று தமிழ்நாட்டின் தெய்வங்கள். ஔவைக்கு எங்களூரில் கோயில்கள் உண்டு. ஆண்டாளுக்கு ஸ்ரீவில்லிபுத்தூரில் பேராலயம் எழுந்திருக்கிறது. காரைக்காலம்மையார் அறுபத்துமூன்று நாயன்மாரில் ஒருவராக கோயில்தோறும் அமர்ந்திருக்கிறார். அவரை அம்மையே என்று

அழைத்து ஆடவல்லானே எதிர்கொண்டு கைலாயத்தில் இருத்தினான் என்று சொல்கிறது புராணம்.

நம் பெண் கவிஞர்களின் வாழ்க்கைக்கதைகளில் எல்லாமே தன்னில் இருந்து அன்னியப்படுதல் என்ற அம்சம் இருக்கிறதே! தன் இளமையில் இருந்து, அழகில் இருந்து அன்னியப்படுதல். தன்னை அழித்து பிறிதொன்றாக ஆகவேண்டிய கட்டாயம் அவர்களுக்கு இருக்கிறதே. நம்முடைய மரபின் மொத்தப் பெண்கவிதைகளையும் 'தன்னை நிராகரித்தபின் எழுதிய வரிகள்' என்று வரையறைசெய்துவிட முடியுமா என்ன?

பெண்ணாக இருந்து எழுதினால் ஏற்காத சமூகம் பேயாக உருக் கொண்டு எழுதினால் ஏற்கிறது என்று இதைப்புரிந்துகொள்ளலாமா? அப்படி யோசிக்கும்போது இன்னொரு கதை நம் மரபில் உள்ளது. சமண மெய்ஞானத்துடன் சென்று அத்தனை பிறதரிசனங்களையும் வெல்லும் நீலகேசி ஒரு பேய். கணவனால் கொல்லப்பட்டு உதிரதாகம் கொண்ட நீலியாக ஆனபின்னரே அவளுக்கு வெல்லும் ஞானம் கிடைக்கிறது.

அப்படிப்பார்த்தால் நம் காப்பிய நாயகியர் அனைவருமே உருகி உருமாறிய பெண்கள்தானே? முலையரிந்த பின்னர்தானே கண்ணகி மதுரை எரித்து மாதரசியானாள்? மணிமேகலையை மணிமேகலா தெய்வம் பவமறுத்துத் துறவியாக ஆக்கியதற்குப் பின்னர்தானே அவள் பசிப்பிணி மருத்துவம் செய்ய முடிந்தது?

ஆம், கம்பனின் சீதைகூட அக்கினியில் தன்னைப் புடமிட வேண்டியிருந்தது. பெண்ணுக்கு அவள் கடந்துசெல்லவேண்டிய ஒரு வாசல் இங்கே உருவகிக்கப்பட்டிருந்தது. நெருப்பினால் ஆன வாசல் அது. அதன் வழியாக உருகி பிறிதொன்றாக ஆனபின்னரே அவளுக்கு இலக்கியம் இடம் அளித்தது.

நண்பர்களே, இன்று உலகமெங்கும் உள்ள பெண்ணெழுத்துக்களில் அனேகமாக ஒரு பொது அம்சம் உள்ளதை நீங்கள் கவனித்திருக்கலாம். சிறிய அளவிலேனும் மனக்கோணல் — பெர்வெர்ஷன் — இல்லாத முக்கியமான பெண்ணெழுத்துக்கள் மிகக்குறைவு. ஒரு வகையான கசப்பு, திரிபு, ருசிபேதம் பெண்ணெழுத்தின் இயல்பாகவே உள்ளது. நான் இங்கே நின்று நினைக்கையில் என் சிந்தனைக்கு வரும் பெண் படைப்பாளிகளில் பெரும்பாலானவர்கள் அப்படிப்பட்டவர்கள்.

குர்ரதுல் ஐன் ஹைதர், அமிர்தா பிரீதம், மாதவிக்குட்டி சரி. ஆஷாபூர்ணாதேவி? ஆம், ஆஷாபூர்ணாதேவியிலும் உள்ளது அந்த திரிபு. பிரதமபிரதிசுருதியில், சுபர்ணலதாவில் பெண்மனதின் ஆழம் நோக்கி எங்கெல்லாம் கதை நகர்கிறதோ அங்கெல்லாம் ஒரு சிறிய

கோணலை நான் காண்கிறேன். மானுட விவேகத்தின் ராஜபாதையை விட்டு விலகி கசப்பின், அவநம்பிக்கையின் இடுங்கிய சிறிய ஊடுபாதையை தேர்வுசெய்யும்தன்மை என அதை நான் சொல்வேன்.

என்ன நடக்கிறது? நான் இப்படி ஊகிக்கிறேன். இன்றைய பெண்ணெழுத்தின் முன் உள்ள சவாலே தானாக நின்று எழுதுவது தான். தன்னை பேயாகவோ தெய்வமாகவோ உருமாற்றிக் கொள்ளாமல் எழுதும் முயற்சி. நான் நான்தான் என்ற அறைகூவல். என் உடலை நான் உருக்கப்போவதில்லை, அதை இன்னும் ஆணித்தரமாக முன்வைக்கப்போகிறேன் என்ற வீம்பு.

அந்த முயற்சியின் ஒரு பகுதியாகவே அதன் விளைவான உளவன் முறையாக இந்த மனக்கோணல் அம்சம் தலைகாட்டுகிறதா? அது ஒருவகை சுயவதையா? சுயவதையின் ஓர் அம்சம் இல்லாத பெண் எழுத்துக்களே குறைவாக அல்லவா இருக்கின்றன?

கேரளமரபின் முதல் நவீனப்பெண் எழுத்தாளர் கெ.சரஸ்வதி அம்மா. கடுமையான ஆண்வெறுப்பாளராக வாழ்க்கைநோக்கிய கசப்பும் வீம்பும் கொண்டவராக அவர் இருந்தார். அந்தக் கசப்பே அவரது எழுத்தின் ஆதிவல்லமையாக இருக்கிறது. கெ.சரஸ்வதி அம்மா முதல் மாதவிக்குட்டி, கிரேஸி, சாரா ஜோசஃப் வழியாக கீதா ஹிரண்யன் வரை நம்மால் ஒரு கோடு இழுத்துவிட முடியும்.

உளவியலாளர் ஒருமுறை சொன்னார், பெரும்பாலான பெண் மனநோயாளிகள் மனநோயின் எல்லைக்கு அப்பால்சென்றதுமே செய்யும் முதல் வேலை உடைகளைக் களைவதுதான். சொற்கள் வழியாக உள்ளத்தின் ஆடைகளைக் களைந்து அம்மணமாவதும் உண்டு. தன்னை போர்த்தப்பட்டவளாக, புதைக்கப்பட்டவளாக, மூடப்பட்டவளாக உணரும் பெண்மனம் தன்னிலையை இழக்கும் போது இயல்பாகவே விடுதலையை நாடுகிறது போலும். படைப்பில் நிகழ்வதும் அதுதானா?

புரியவில்லை. இன்று பெண்ணெழுத்து அதன் பல்வேறு தளங்களை பரிசீலித்துக்கொண்டிருக்கிறது. 'நான் வேறு என் பாதை வேறு' என்று சொல்வதற்கான யத்தனமாக இருக்கிறது அதன் படைப்பூக்கம். அதன் பாதைகள் தெளிவுறும்போது இன்னும் பல விஷயங்களை நம்மால் சொல்ல முடியுமென நினைக்கிறேன்.

கீதா ஹிரண்யனிடம் கேட்டிருக்கலாம். என்ன சொல்லியிருப்பார்? அவரும் உடலெழுத்தின் பிரதிநிதிதான். தயக்கமில்லாமல் பெண்ணுடலின் அந்தரங்கங்களை எழுத முயன்றவர். ஓயாது பார்க்கப் படுவதனாலேயே ஒவ்வொரு கணத்திலும் தன் இருப்பை கனத்து கனத்து உணரும் பெண் உடலின் அவஸ்தையை எழுதியவர்.

ஆனால் ஒவ்வொருநாளும் புற்றுநோயால் வதைபட்டு அவரது உடல் உருகிக்கொண்டிருந்த அந்த நாட்களில் பெண்ணின் உடலைப்பற்றி என்ன நினைத்தார் அவர்? மானுட உடலைப்பற்றி என்ன நினைத்தார்? பூமி மீது புரோட்டீன் குவைகளாக பிறந்து பிறந்து மடிந்து கொண்டிருக்கும் கோடானுகோடி உடல்களைப்பற்றி என்ன நினைத்தார். அந்த மகத்தான உடலரசியல்வரை அவரால் செல்ல முடிந்ததா?

இந்த நாளில் என் இனிய தோழிக்கு மனம் நெகிழ்ந்த அஞ்சலி.

(2004ல் மறைந்த கேரள எழுத்தாளர் கீதா ஹிரண்யனின் ஓராண்டு நிறைவை ஒட்டி திரிச்சூரில் ஏற்பாடு செய்யப்பட்ட கூட்டத்தில் ஆற்றிய உரை.)

வைரம்

மதிப்பிற்குரிய அவையினரே,

சென்ற செப்டெம்பரில் நான் நண்பர்களுடன் ஆந்திரத்தில் உள்ள நல்கொண்டா என்ற ஊருக்குச் சென்றிருந்தேன். அங்கிருந்து அருகே உள்ள பன்னகல் என்ற சிற்றூருக்குச் சென்று அங்குள்ள காகதீயபாணி கோயிலைப் பார்த்தோம். பச்சன சோமேஸ்வர் கோயில். அங்கே அதேபோல இன்னொரு கோயில் அருகே இருக்கும் தகவலைச் சொன்னார்கள். ஆகவே காரில் கிளம்பிச்சென்றோம்.

பத்துகிலோமீட்டர் தூரம் சென்றபின்னர் விரிந்த கரும்புவயல் நடுவே அந்தக்கோயிலின் முகடு தெரிந்தது. உள்ளே சென்றோம். முகப்பு இடிந்த கோயில் அது. பக்தர்கள் வரக்கூடிய கோயில் அல்ல. தொல்பொருள் துறை பாதுகாப்பில் இருந்தது. கோயிலுக்குள் ஒரு சிறுவன் இருந்தான். அஜய்குமார் என்று பெயர். அவன் அங்கே பூசாரி. பக்கத்து கிராமத்தில் இருந்து சைக்கிளில் வந்து பூஜை செய்துவிட்டு திரும்பிச்செல்கிறான்.

அஜய்குமார் எங்களை மையக்கருவறைக்குக் கொண்டு சென்றான். அதற்குள் மூலவிக்ரகம் இல்லை. சுதைபூசிய வெண்சுவர்தான். அவன் உள்ளே படிகள் இறங்கிச் சென்று ஆழத்தில் இருந்த ஒரு சிவலிங்கத்தின் இருபக்கங்களிலும் விளக்குகளைக் கொளுத்தியபோது லிங்கத்தின் நிழல் எழுந்து சுவரில் விழுந்தது. அதுதான் அங்கே மூலவிக்ரகம். சாயா சோமேஸ்வர்.

ஒரு ஆழ்மன அதிர்வை உருவாக்கும் காட்சி அது. சாயா சோமேஸ்வரைப் பார்த்தபோது எண்ணிக்கொண்டேன்,

இலக்கியம் என்பது அதுதான் என்று. அது ஒரு நிழல். ஆழத்தில் உள்ள லிங்கம்தான் மெய்ஞானம். இரு சுடர்களும் கற்பனைகள். வெண்சுவர் தான் மொழி. பலகோணங்களில் நான் விரிவுசெய்துகொண்டே இருந்த ஒரு கவியுருவகம் அது. கண்முன் நின்று நடுங்கும் அந்த நிழலை பல்லாயிரம் பக்தர்கள் வழிபடலாம். அதற்கு பூஜையும் ஆராதனையும் அளிக்கப்படலாம். அவற்றைப்பெறுவது உள்ளே உள்ள லிங்கம் அல்லவா?

இன்னொன்றும் தோன்றியது, அந்த நிழல் மிகவும் தற்காலிகமானது என்று நமக்குத் தோன்றுகிறது. சுடர்போலவே அது தத்தளிக்கிறது. ஆனால் உள்ளே இருக்கும் லிங்கம் அளவுக்கே அதுவும் உறுதியானது, நிரந்தரமானது. ஆம் நண்பர்களே, எழுதும்போது, இலக்கிய ஆக்கத்தின் உச்சநிலையில், நான் எப்போதும் உணரக்கூடிய ஒன்று உண்டு. இலக்கியம் என்பது எதுவாகத் தென்படுகிறதோ அது அல்ல. எதுவாக விவாதிக்கப்படுகிறதோ அது அல்ல. அது அதைவிட மேலான, மகத்தான, ஒன்றின் பிரதிநிதி.

சற்றுநாட்களுக்கு முன் 'தி ஹிண்டு' ஞாயிறு இதழில் ஒரு பிரிட்டிஷ் பிரசுரகர்த்தரின் பேட்டி இருந்தது. அவர் அவரது பிரசுர நிறுவனம் விற்கும் நூல்களில் எக்காலத்திலும் தொடர்ச்சியாக அதிக விற்பனையில் இருப்பவை லியோ தல்ஸ்தோயின் நாவல்கள் என்று சொன்னார். முதலில் ஆச்சரியமாக இருந்தது. ஆனால் பின்னர் ஆச்சரியத்திற்கு இடமில்லை என்றும் தோன்றியது. தமிழில் இப்போதுதான் அன்னா கரீனினா முழுமையாக மொழிபெயர்க்கப் பட்டு வந்திருக்கிறது. இதற்கு முன் பல வடிவங்களில் அந்நாவல் வெளிவந்திருக்கிறது. உலகம் முழுக்க தல்ஸ்தோய் நாவல்களுக்கு புதிய மொழியாக்கங்கள் வந்தபடியே இருக்கின்றன. புதிய தலைமுறை அவரை படித்துக்கொண்டேதான் இருக்கிறது.

ஏன்? அவரது நடை இன்று பழையதாகிவிட்டது. மிக சாவகாசமாக கதைசொல்லும் பாணி இன்று பின்னகர்ந்துவிட்டது. அனைத்துக்கும் மேலாக அவர் பேசிய சமூக, அரசியல் சூழல் இன்று இல்லை. அவர் முன்வைத்த வாழ்க்கைச்சிக்கல்களே வரலாற்றுத்தகவல்கள்தான் இன்று. ஆனாலும் அவர் இன்றும் படிக்கப்படுகிறார். ஏன்?

ஒருநாளும் அழியாத ஒன்று தல்ஸ்தோயின் ஆக்கங்களுக்குள் உள்ளது. அதை மெய்ஞானம் என்று சொல்வது என்னுடைய வழக்கம். மானுடவிவேகம் சென்றடைந்த உச்சகட்ட தளங்களை அவரது நூல்களில் நாம் மீண்டும் மீண்டும் காண்கிறோம். தல்ஸ்தோய் படைப்புகளை நான் இப்படி வரையறை செய்வேன். மிகக்கறாரான லௌகீகவிவேகம் மிக அருவமான மானுட அறத்தைச் சென்று தொட்டு அள்ளி எடுப்பதன் மொழித் தருணங்கள் அவை.

நண்பர்களே, பலசமயம் அவை மிக மிக எளியவை. அறிவார்ந்த சிக்கல்களுக்கு இடமே இல்லாத தெளிந்த வாழ்க்கைப்புள்ளிகள். கு.அழகிரிசாமி என்ற தமிழ் படைப்பாளி தல்ஸ்தோயின் உலகுக்குள் செல்லும் கடவுச்சீட்டு கையில் வைத்திருந்தவர். அவரது புகழ்பெற்ற கதை ஒன்றுண்டு.

சிறுகுழந்தைகள் பள்ளிவிட்டு வரும் சித்திரத்துடன் கதை தொடங்குகிறது. முத்தம்மாள் தன் அண்ணனுடன் ஒரு கட்சி. மறுபக்கம் உள்ளூர் பண்ணையாரின் மகன். அவரவர் புத்தகத்தை பிரித்து அதில் உள்ள படம் மறுதரப்பின் புத்தகத்தில் இருக்கிறதா என்று பார்க்கும் போட்டிதான் விளையாட்டு. ‘என் புக்கிலே மயில் இருக்கே’ என்கிறான் பண்ணையார் பையன். ‘என் புக்கிலே ஒட்டகம் இருக்கே’ என்று முத்தம்மாள் சொல்கிறாள். ‘என் புக்கிலே ரயில் இருக்கே’ என்று பண்ணையார் மகன் சொல்ல ‘என் புக்கிலே லாரி இருக்கே’ என்கிறாள் முத்தம்மாள்.

கடைசியில் பண்ணையார் மகன் ‘என் புக்கிலே ஆனை இருக்கே’ என்னும்போது முத்தம்மாள் அவளுக்கே உரிய முறையில் கையை நீட்டி ‘அய்யே, என் புக்கிலே குர்தை இருக்கே’ என்று சொல்கிறாள். பண்ணையார் மகன் தோற்று ஓடுகிறான்.

குழந்தைகள் வீடு திரும்புகின்றன. மறுநாள் தீபாவளி. முத்தம்மாவின் பெற்றோர் பரம ஏழைகள். ஒருவாறாக பணம் திரட்டி இரு குழந்தை களுக்கும் புத்தாடை எடுத்து வைத்திருக்கிறாள் அவர்களின் அம்மா. அவளுக்கு புத்தாடை இல்லை. அப்பாவுக்கும் புத்தாடை இல்லை. புதிதாக ஏதாவது வேண்டுமே என்பதற்காக ஒரு துண்டு மட்டும் அவருக்கு வைத்திருக்கிறாள். தின்பண்டம்செய்ய ஏதோ கொஞ்சம் சாமான்கள் தேற்றி வைத்திருக்கிறாள்.

தீபாவளிக்கு முந்தைய இரவு அவர்கள் சாப்பிட்டுவிட்டு இலையை வெளியே போடும்போது ஒரு சொறிபிடித்த பையன் அந்த எச்சில் இலையை எடுத்து வழித்து தின்கிறான். அம்மா அதைக்கண்டு மனம் உருகி அவனை உள்ளே கூப்பிடுகிறாள். அவன் ஒரு அனாதைப் பையன். அப்பா அம்மா செத்துப் போனபின்னர் தெரிந்தவர் வீட்டில் இருந்தவன் அவர்களால் துரத்தப்பட்டு கோயில்பட்டியில் இருக்கும் வேறு சொந்தக்காரர் வீட்டுக்கு பல நாட்களாக நடந்தே சென்று கொண்டிருக்கிறான். அவன் பெயரென்ன என்று அம்மா கேட்க அவன் ‘ராஜா’ என்று சொல்கிறான்.

அவனை தன்னுடனேயே இருக்கச்சொல்கிறாள் அம்மா. தீபாவளி காலையில் அவனையும் எண்ணெய் தேய்த்துக் குளிப்பாட்டி விடுகிறாள். அவன் அதே கந்தலைக் கட்டிக்கொண்டு நிற்பதைக் கண்டு

அவனுக்கு அப்பாவுக்கு வைத்திருந்த புது துண்டை எடுத்துக் கொடுக்கிறாள். அவர்கள் விளையாடச்செல்கிறார்கள்.

பண்ணையார் வீட்டில் தலைதீபாவளிக்குப் புதுமருமகன் வந்திருக்கிறார். அவன் ஒரு ஜமீந்தார் குடும்பத்தைச் சேர்ந்தவன். ஆகவே அவனை எல்லாரும் ராஜா என்கிறார்கள். பண்ணையார் மகன் துள்ளிக்குதித்தபடி ஓடிவருகிறான். ‘எங்க வீட்டுக்கு ராஜா வந்திருக்கிறாரே’ என்று கூவுகிறான். முத்தம்மாள் அதை பழைய விளையாட்டாக எடுத்துக்கொண்டு, அவள் தன் பாணியில் கையை நீட்டி ‘அய்யே, எங்க வீட்டுக்கும்தான் ராஜா வந்திருக்கிறார்’ என்கிறாள்.

அழகிரிசாமியின் ‘ராஜா வந்திருக்கிறார்’ என்ற இந்தக்கதை அதன் எழுதுமுறை, நடை அனைத்தாலும் பழையதாக ஆகிவிட்டது. ஆனால் இன்றும் ரத்தினக்கல் போல கூரிய ஒளிவிட்டபடி நம் முன் நிற்கிறது இது. இக்கதையை அமரத்துவம் வாய்ந்த இலக்கிய ஆக்கமாக ஆக்குவது எது?

ஆலிவர் வெண்டல் ஹோம்ஸ் என்ற புகழ்பெற்ற அமெரிக்க மதபோதகர் ஒருமுறை கடற்கரைக்குச் சென்றார். அங்கே மேரி என்ற சிறுமியுடன் கொஞ்சநேரம் விளையாடினார். குழந்தையின் பெற்றோருக்கு ஓர் இன்ப அதிர்ச்சி இருக்கட்டுமே என்று அவர் அதனிடம் இப்படிச் சொன்னார் ‘நீ வீட்டுக்குப் போனதுமே உன் அம்மாவிடம் நான் ஆலிவர் வெண்டல் ஹோம்ஸுடன் விளையாடினேன் என்று சொல்லு என்ன?’

குழந்தை சொன்னது ‘சரி… நீயும் வீட்டுக்குப்போய் உன் அம்மாவிடம் நான் மேரியிடம் விளையாடினேன் என்று சொல்லு.’ ஆலிவர் வெண்டல் ஹோம்ஸ் தன் போதனை அனைத்துக்கும் சாரமாக பலசமயம் மேற்கோள் காட்டும் கதைத்துணுக்கு இது.

வாழ்க்கைக்கு முன் அனைத்தும் சமம் என்ற ஞானம் நம் மனத்தின் ஆழத்தில் அமைதியான அழுத்தமாக நிலைத்திருக்கிறது. மேல்மட்டத்தில்தான் நாம் அறியும் பேதங்களின் அலைகள் கொந்தளித்துக் கொண்டிருக்கின்றன. சமத்துவத்தின் மானுடமெய் ஞானம் நம் முன் வைக்கப்பட்டதுமே நமது ஆழம் அதை அடையாளம் கண்டு கொள்கிறது.

தல்ஸ்தோயின் குட்டிக்கதை ஒன்றில் செருப்பு தைக்கும் செம்மானைத் தேடி ஏசு வருவதாகச் செய்தி வருகிறது. செம்மான் அவருக்காக உணவும் பானமும் வைத்து காத்திருக்கிறான். ஆனால் அந்த உணவையும் பானத்தையும் அவன் பனியில் சோர்ந்த தெருக்கூட்டுபவனுடன் பகிர்ந்துகொள்கிறான்.

மாலைவரை ஏசு வரவில்லை. ஆனால் செம்மான் இரவில் பைபிளை எடுத்து அவன் பிரிக்கும்போது ஒரு வசனம் பொன்னெழுத்துக்களில் மின்னுகிறது. 'என் சகோதரரில் கடைக்கோடியினனுக்கு நீ செய்தது எனக்கே செய்ததாகும்.'

நண்பர்களே, இவ்வாறு அழகிரிசாமியின் இந்தக்கதையின் மீது வந்து படியும் நூறு நீதிக்கதைகளை நான் இப்போது சொல்லமுடியும். மகாபாரதத்தின் ஒரு கதை. தன் செல்வத்தை முழுக்க தானம்செய்யும் தருமனின் விருந்துக்கூடத்துக்கு வந்து எச்சில் இலைகள் மீது படுத்துப்புரள்கிறது ஒரு கீரி. அதன் பாதி உடல் பொன்னாக இருக்கிறது. தருமன் அதனிடம் 'நீ செய்வதென்ன?' என்று கேட்கிறார்.

'மாபெரும் கொடையாளி ஒருவன் அளித்த அன்னதானத்தில் அந்த எச்சில் இலையில் படுத்து நான் புரண்டேன். என் பாதி உடல் பொன்னாக ஆகியது. அவனுக்கு நிகரான ஒருவனைத் தேடி கண்டடைந்து மீதி உடலையும் பொன்னாக்க முயல்கிறேன், காண முடியவில்லை' என்கிறது கீரி.

தன்னைவிட பெரிய கொடைச்சக்கரவர்த்தி யார் என்று தர்மன் வியக்கிறான். அதை விசாரித்துச் செல்கிறான். ஆனால் அவன் ஒரு சக்கரவர்த்தி அல்ல. தன் எளிய, கடைசி உணவையும் மனமுவந்து விருந்தினனுக்குத் தானம் செய்த ஓர் ஏழைப்பிராமணன்தான் அவன்.

அதைத்தானே நாம் பைபிளிலும் கண்டோம்? ஏதாவது ஒரு வடிவில் இந்தக்கதை இல்லாத மதமோ இலக்கியமோ உண்டா? சீனத்துக் கதை ஒன்று நினைவுக்கு வருகிறது. எந்த மெய்ஞானத்துக்கும் ஒரு சீன ஊற்றுமூலம் இருந்தாகவேண்டுமே?

சீனச்சக்கரவர்த்தி தன் சபையில் ஒருவரின் இல்லத்துக்கு வருடத்துக்கு ஒருமுறை விருந்துக்குச் செல்வதுண்டு. மானுடத்தின் முக்கால்பங்கை ஆட்சி செய்பவரின் வருகை அல்லவா? மண்ணில் வாழும் இறைவடிவமல்லவா அவர்? அவரை உபசரிக்க அந்த நபர் தன் செல்வத்தை முழுக்கச் செலவிடுவார். அந்த ஊரே அவருக்கு முன் தங்கள் செல்வங்களைக் கொண்டுவந்து குவிக்கும். அது ஒரு மாபெரும் திருவிழாவாக இருக்கும்.

அந்தச் சீனச்சக்கரவர்த்தி அவ்வாறு ஒருவரின் இல்லத்துக்கு விருந்துக்குச் செல்கிறார். வழியில் ஒரு ஞானியைப் பார்க்கிறார். ஞானிக்கு பிற உயிர்களின் மொழி தெரியும். 'இந்த எறும்புகள் என்ன சொல்கின்றன என்று கேட்டுச்சொல்லுங்கள்' என சக்கரவர்த்தி ஆணையிடுகிறார்.

ஞானி எறும்புகளைக் கேட்டுவிட்டு 'அவை சக்கரவர்த்தியின் வரவேற்புக்குச் சென்றுகொண்டிருக்கின்றன' என்று சொல்கிறார். 'ஒரு மாபெரும் சக்கரவர்த்தியின் விருந்தில் சிதறும் உணவை அவை உண்ண விரும்புகின்றன.'

சக்கரவர்த்திக்கு தலைகொள்ளாத உவகை. அவருக்காக எறும்புகளின் உலகமே திரண்டுவருகிறதே? ஆனால் பின்னர் அவர் கவனிக்கிறார் எறும்புகளின் வரிசை செல்லும் திசையே வேறு.

'என்ன இது?' என்று சக்கரவர்த்தி கோபம் கொள்கிறார். ஞானி கூர்ந்து கேட்டுவிட்டு 'சக்கரவர்த்தியே, எறும்புகள் சரியான இடத்துக்குத்தான் செல்கின்றன. அவர்களில் ஞானியான முதிய எறும்புதான் அவற்றை இட்டுச்செல்கிறது' என்று சொல்கிறார். வியப்படைந்த சக்கரவர்த்தி தன்னைவிடப்பெரிய சக்கரவர்த்தி யார் என்று அறிய தன் பரிவாரங்களை தவிர்த்து சாதாரண மனிதனாக வேடமிட்டு ஞானியுடன் அவ்வெறும்பு வரிசையைப் பின்தொடர்ந்து செல்கிறார்.

அவை சென்று சேருமிடம் ஒரு பிச்சைக்காரனின் தெருவோரக்குடிசை. அவன் அன்றைய பிச்சை உணவைச் சமைத்துக்கொண்டிருக்கிறான். அப்போது பசித்துச் சோர்ந்த இன்னொரு முதிய பிச்சைக்காரன் தள்ளாடி வந்து அந்தக் குடில்முன் விழுகிறான். பிச்சைக்காரன் அந்த முதிய பிச்சைக்காரனை தூக்கி எழுப்பி அவன் கைகால்களை கழுவி தன் வைக்கோல் படுக்கையில் அமரச்செய்து தன் மொத்த உணவையும் சூடாக அவனுக்கு பரிமாறுகிறான். அருகே நின்று மெல்ல விசிறுகிறான்.

எறும்புகள் கூட்டம்கூட்டமாக அதன் சிதறல்களை உண்கின்றன. ஞானி குனிந்து அவற்றில் ஞானி எறும்பிடம் கேட்டுவிட்டு சக்கரவர்த்தியிடம் விளக்குகிறார். 'சக்கரவர்த்தியாக விருந்துக்குச் செல்பவன் அல்ல, சக்கரவர்த்தியாக வரவேற்கப்படுபவனே உண்மையான சக்கரவர்த்தி.'

சீனச்சக்கரவர்த்தி கண்ணீர் மல்கி அந்த பிச்சைக்காரன் கால்களில் விழுந்து பணிந்தார் என்று கதை சொல்கிறது. நண்பர்களே, அதே மெய்ஞானம் அல்லவா அழகிரிசாமியின் கதைகளிலும் உள்ளது? அதுதானே அந்தக்கதையை நித்யநூதனமாக – என்றும் புதிதாக – ஆக்கியிருக்கிறது?

ஆனால் அந்த மெய்ஞானம் எத்தனை பழையது? அந்த மெய்ஞானம் இல்லாத ஒரு பழங்குடிச்சமூகம் கூட பூமிமீது இருக்க முடியாது. மனிதன் தன்னை ஒரு விலங்கல்ல என்று உணர்ந்த மறுகணமே உணர்ந்த ஞானங்களில் ஒன்றாக அது இருக்கக் கூடும். பகிர்ந்துண்ட முதல் மனிதனே மனிதப்பண்பாட்டை உருவாக்க ஆரம்பித்தவன்.

அந்தக்கணத்தில் சட்டென்று மனிதன் பூமியின் அதிபனாக ஆனான். விண்ணகங்களின் ஆசியனைத்தையும் பெற்றவன் ஆனான்.

அந்தத்தருணத்தைத்தான் மேலே சொன்ன எல்லா கதைகளுமே தொட முயல்கின்றன. ஆம் நண்பர்களே, அழிவிலாத ஒன்று அன்றாடம் அலைவுறும் மொழியில் தன்னை பதியவைப்பதற்குப் பெயரே இலக்கியம். அதிபுராதனமான சிலவற்றை என்றும் புதிதாக நிலைநிறுத்தும் ஓயாத செயல்பாட்டின் பெயரே இலக்கியம்.

நிழலுக்கு உள்ளே கருமையின் முடிவிலாத தொன்மையுடன், கல்லின் உறுதியுடன் லிங்கம் இருந்தாகவேண்டும். மென்மையான நிழலுக்குள் இருக்கும் வைரம் அதுதான்.

நன்றி.

(23-11-2008 அன்று கேரளத்தில் திரிச்சூர் அருகே கடவல்லூர் அன்யோனிய பரிஷத் மேடையில் ஆற்றிய உரை.)

கவிதையின் அரசியல்: தேவதேவன்

எங்களூரில் தினம் ஒரு இடத்தில் 'தகடு எடுப்பு' நடக்கும். மாலையானால் பேருந்தில் பூசாரி வந்திறங்குவார். பெரிய துணிப்பை, நீண்ட கூந்தல் பெரிய மீசை ஜிப்பா. அவரிடம் 'அண்ணாச்சி தகடு ஆரு வீட்டுக்கு?' என்று கேட்டபடி வேடிக்கைபார்க்கும் கும்பல் பின்னால் போகும்.

அந்தி கறுத்ததும் வீட்டுக்கு தென்மேற்கு மூலையில் நுனிவாழை இலை விரித்து, பச்சைமட்டைக்கீற்றில் தேங்காயெண்ணெய் ஊற்றி சுருட்டிய துணித்திரியில் பந்தம் கொளுத்தி, நான்குபக்கமும் நட்டு, நடுவே கல்லில் சாமி ஆவாகனம் பண்ணி நிறுத்தி, மஞ்சள்பொடிகலந்த அரிசிப்பொரியும் உடைத்த தேங்காயும் தெச்சி செவ்வரளிப்பூவும் படைத்து, பூசாரி உடுக்கு முழக்கி அமர்வார்.

ஒருகட்டத்தில் இருந்தபடியே மெல்ல ஆடி 'ஹிய்யே...!' என்று அலறி எழுந்து சன்னதம் கொண்டு ஆடுவார். 'நான் மாதி வந்திருக்கேண்டா... ரெத்தம் குடுடா!' என்று கூவி ஆடி ஆடி வீட்டுத்தோட்டத்தின் சில மூலைகளில் சென்று நின்று காலால் தட்டிக் காட்டுவார். அந்த இடத்தில் வீட்டு உரிமையாளர்கள் மண்ணை தோண்டுவார்கள். தோண்டித் தோண்டி இளக்கிய இறுகிய மண்ணில் இருந்து சட்டென்று ஒரு செம்புச்சுருள் அகப்படும். தகடு!

செய்வினைசெய்து மந்திரம் பொறித்த இந்த தகடு பூசாரியின் காலில் இடுக்கப்பட்டிருக்கும் என்றும்,

இடுக்கியபடியே அவர் ஊரிலிருந்தே கிளம்பி வருவார் என்றும் எனக்கு என் சொந்த பெரியப்பா மகன் இதேவேலையைச் செய்ய ஆரம்பித்த போதே புரிந்தது.

நெடுங்காலமாக நம் இலக்கியச்சூழலில் இலக்கியப்படைப்பில் அரசியலைக் கண்டடையும் பணியும் இந்த ரீதியில்தான் நடந்து வந்திருக்கிறது. பூசாரி கூலிவாங்கி கும்பிட்டு போய்விடுவார். அதன் பின் படைப்பு கிடந்து அலமுறையிடவேண்டும், நான் அது அல்ல என்று. கவிதையில் அரசியலைக் கண்டடைவது ஓர் அரசியல் செயல்பாடு மட்டுமே. இலக்கியத்திற்கும் அதற்கும் தொடர்பில்லை. பெரும்பாலும் அரசியல்வாதிகளால் அவர்களின் அப்போதைய தரப்புக்கு ஏற்ப விருப்புவெறுப்புகளுக்கு இணங்க அது செய்யப் படுகிறது. அரசியலை மட்டுமே காண்பது மூடர்களின் வேலை.

ஏறத்தாழ இருபதுவருடங்களுக்கு முன்பு கவிதையின் அரசியல் பற்றி ஒரு ஆர்வமூட்டும் விவாதம் நடந்தது. அன்று கருத்துலகில் முற்போக்கினர் ஒரு வலுவான தரப்பாக விளங்கி வந்தார்கள். அனைத்தும் அரசியலே, அரசியல் இல்லாமல் எதுவுமே இல்லை என்ற கூவலை இலக்கியத்தில் ஓங்கி ஒலித்தனர். இன்றும் அதே குரல் அழகியலுக்கு பதில் அரசியல் என்ற மழுங்கிப்போன ஒலியாக கேட்கத்தான் செய்கிறது.

அப்போது தம் கவிதைகளைப்பற்றி பேசிய பிரமிள் அவை அரசியலுக்கு அப்பாற்பட்டவை என்றார். அரசியல் என்ற சொல்லால் சுட்டப்படும் உலகியல் சார்ந்த, அதிகாரம் சார்ந்த சிந்தனைகளுடனும் செயல்பாடுகளுடனும் அவற்றுக்கு தொடர்பில்லை என்றும் அவற்றுக்கு அரசியல் உண்டென்றால் அது கவிதையின் அரசியலே என்றும் சொன்னார்.

கவிதையில் பிரமிளின் நேர்மாணவராகவும் தொடர்ச்சியாகவும் வந்தவர் தேவதேவன். தேவதேவன் கவிதைகளுக்கு பிரமிள் எழுதிய முன்னுரைகளிலும் கவிதைக்குரிய இந்த தனி அரசியலை சுட்டிக் காட்டியுமிருக்கிறார். பின்னர் தேவதேவன் 'கவிதைபற்றி' என்ற தன் சிறு நூலிலும் பல உரையாடல்களிலும் இதைப்பற்றி பேசியிருக்கிறார்.

இங்கு தேவதேவன் சுட்டிக்காட்டிய ஒரு உதாரணத்தைமட்டும் நினைவூட்ட விழைகிறேன். தன் கவிதைகளை பிரமிள் ரத்தினங்கள் என்றார். அது இடதுசாரி விமரிசகர் ஒருவரை எரிச்சலடையச் செய்தது. அப்படியானால் அவர் கவிதைகளுக்கு ரத்தினங்களைப்போல பயன்மதிப்பு ஏதும் இல்லையா, அவை வெறும் அலங்காரப் பொருட்களும் ஆடம்பரப்பொருட்களும் மட்டும்தானா என்று கேட்டார்.

பிரமிள் சார்பாக அதைப்பற்றி சிந்திக்கும் தேவதேவன் ரத்தினங்களைப் போலவே கவிதையின் பயன்மதிப்பும் குறியீட்டுரீதியானதே என்கிறார். அன்றாடவாழ்க்கை சார்ந்து பயன்படுத்திக் கொள்ள முடியாததால் ரத்தினங்கள் உலகியலுக்கு அப்பாற்பட்டவையாக உள்ளன. உலகியலால் ரத்தினங்களை மதிப்பிட்டுவிட முடியாது. அவற்றின் மதிப்பு அவை சுட்டிநிற்கும் அபூர்வமான ஒரு அழகியலின், அது சார்ந்த மனஎழுச்சியின், அதன் மூலம் உருவாகும் குறியீட்டுத் தன்மையின் விளைவாக உருவாகி வருவது.

அதுபோலவே கவிதையும் என குறிப்பிடும் தேவதேவன் இப்படிச் சொல்லி முடிக்கிறார் 'ஆம், உலகியலை கவிதை மதிப்பிடுகிறதே என கவிதையை உலகியல் மதிப்பிட்டுவிட முடியாது.'

மிக அபூர்வமான ஒரு வரி இது. உலகின் சிறந்த கவிதைகளில் தோய்ந்த ஒருவருக்கு இது மிக எளிமையான அடிப்படைக்கூற்றாக தென்படும். ஆனால் கவிதையை உணர்ந்திராத ஒருவருக்கு எத்தனை ஆயிரம் சொற்களால் விளக்கினாலும் சற்றும் புரியவைக்க இயலாது.

ஏறத்தாழ முப்பதுவருடங்களாக எழுதிவரும் தேவதேவனின் கவிதைகளைப் புரிந்துகொள்ள இவ்வரியையே திறவுகோலாகக் கொள்ளலாம். 'உலகியலால் மதிப்பிட முடியாத உலகியலை மதிப்பிடும் கவிதைகள்' அவை.

இத்தனை வருடங்களில் தமிழ் சூழலில் இருந்து தேவதேவனைப்பற்றி வந்த பெரும்பாலான அபிப்பிராயங்கள் எளிய உலகியல் நோக்கை அவரது கவிதைகள் மேல் போட்டு அவரை வகுக்கும் முயற்சிகள். மரம் மட்டை பறவை பூ என்று கவிதை எழுதும் அழகியல்வாதி என்ற மனப்படிமமே பொதுவாக உள்ளது. அழகியல் கோட்பாட்டாளர்கள் அவரை 'படிமக்கவிஞர்' என்று சொல்லக்கூடும். தத்துவ நோக்கில் அவரை 'மீபொருண்மையியல் கவிஞர்' (மெடஃபிஸிகல் பொயட்) என்று வகுத்திருக்கிறார்கள். சமூக மாற்றத்துக்குக் குரல்கொடுக்காத 'அகவய'க் கவிஞர் அவர் என்று அவர் குற்றம் சாட்டப்பட்டுள்ளார்.

இவற்றால் அளவிடப்படாமல் இவற்றையெல்லாம் அளவிடும் தன்மையுடன் அவரது கவிதைகள் நின்றுகொண்டிருக்கின்றன. அவரது கவிதைக்காலகட்டத்தில் பல அழகியல், திறனாய்வுக் கோட்பாடுகள் வந்து சென்றுவிட்டிருக்கின்றன. காலத்தால் மேலும் மேலும் ஒளிபெற்று நாம் வாழும் காலகட்டத்தின் மகத்தான கவிஞராக அவர் இன்று நுண்ணியவாசகர்களால் கணிக்கப்படுகிறார். எந்தப் பெரும் கவிஞனையும்போல அவரும் எதிர்காலத்தின் படைப்பாளி.

தன்னையே களைந்து விட்டு இயற்கையின் பிரம்மாண்டம் முன் நிற்பதே தேவதேவனின் கவிதையின் முதல் இயல்பாகும். அது

ஒருவகை நிர்வாணம். தன் அடையாளங்களை, தன்னிலையை, தான் என்ற பிரக்ஞையை படிப்படியாகத் துறந்து தானே அதுவாக ஆகி நிற்கும் பெருநிலையைச் சென்றடைகிறார்.

இந்தப் படிநிலைகளில் ஏதேனும் ஒன்றில் நின்றபடி தன்னை கவிஞர் என அவர் உணரலாம். அப்போது தன் வாழ்க்கையை தம்மவர் வாழ்க்கையை அவர் திரும்பிப்பார்க்கக் கூடும். அவை அறச்சீற்றமாக, ஆவேசமாக, கையறுநிலையாக வெளிப்படவும்கூடும்.

நாம் அரசியல் என இங்கு பொதுவாகச் சொல்வது நமது உலகியல் சூழலுக்கான நேரடி எதிர்வினையை மட்டுமே. நமது தன்னிலையால், நமது தேவைகளால் உருவாவது இது. அந்த அரசியலுக்கும் தன்னிலையை அழித்து அடையும் கவிதையின் அரசியலுக்கும் பெரும் வேறுபாடு உண்டு.

ஆகவேதான் தன் அரசியல் என்பது மண்ணில் வேறு எங்குமுள்ள அரசியல் அல்ல, அது கவிதையின் அரசியல் மட்டுமே என்று தேவதேவன் சொல்கிறார். ஒரு கவிஞனாக மட்டுமே உணரும் நிலையின் குரலே அவரது கவிதைகள். எந்த நிலைப்பாடுக்கும் எந்த இறுதிக் கோட்பாட்டுக்கும் கட்டுப்படாத சுதந்திரத்தின் கவிதைகள் அவை. எந்தத் தரப்பும் அவற்றை சொந்தம் கொண்டாட முடிவதில்லை. அவர் நிற்பதற்கு அன்றாட வாழ்க்கையில் பீடமே இல்லை.

தன்னை ஓர் எளிய மனிதனாக, தான் வாழும் காலம் இடம் வரலாற்றுச் சூழலுக்கு கட்டுப்பட்டவனாக தேவதேவன் உருவகித்துக் கொள்வதில்லை. 'எல்லாவற்றையும் மனிதன் பாவம் அங்குலப் புழுவைப்போல தன்னைவைத்தே அளந்துகொள்கிறான். அவன் எல்லையின்மையைத்தொடும் ஒரு பேராளுமையாக தன்னை கண்டடைந்து கொள்ளாதவரை அவனது பார்வையும் படைப்பும் குறைவுபட்டதாகவே இருக்கிறது' என்று சொல்லும் தேவதேவன் (முழுத்தொகுப்புக்கான முன்னுரை) தான் தனக்கென தேவதேவன் என்ற பேரை சூட்டிக் கொண்டதே தன் முதல் கவிதை என உணர்வதாகச் சொல்கிறார்.

> இரைபொறுக்கவும்
> முட்டையிடவும் மட்டுமே
> மண்ணுக்குவரும்
> வான்வெளிப்பறவை ஒன்று
> என தன்னை உணர்தலே அவரது சுயம்.

இவ்வாறு தன்னை அதுவாக, பிறிதிலாததாக, முடிவிலியாக உருவகித்துக் கொண்ட ஒருவனின் அரசியல் எதுவோ அதுவே தேவதேவனின் கவிதைகளின் அரசியல். அந்தப் பெருநிலையை அவர்

கவிதைகளில் கண்டடைந்தவர்களுக்கு அதை புரிந்துகொள்வதில் சிரமமேயில்லை.

முன்பு ஒரு முறை ஒரு நண்பருடன் பேசிக் கொண்டிருக்கும்போது அவர் சொன்னார். ‘கேளடா மானுடா!’ என்று பாரதி பாடுகிறானே அவன் என்ன மானுடன் அல்லவா? தேவனா? ‘என்ன அகங்காரம் இது?’ நான் சொன்னேன் ‘சற்றும் மிகையகங்காரம் இல்லாமல் சாதாரணமாக ஒருவன் ஏய் மானுடசாதியே என்று கூவ முடியுமென்றால் மட்டுமே அவன் கவிஞன். கவிதை நிகழும் அக்கணத்தில் மானுடனாக இருப்பவன் கவிஞனே அல்ல’ என்று.

கவிதையின் அரசியல் என்றால் இதுதான், மண்ணில் நிகழும் அதிகாரப்பூசல்களில், கோட்பாட்டு விவாதங்களில், சமர்களில் ஒரு தரப்பின் குரலாக நிற்பதல்ல அது. மண்ணில் வாழும் அனைத்து உயிர்களின் மேலும் பொழியும் பெருங்கருணையின் குரலாக நிற்பது.

ஒரு தரப்பின் குரலாக ஒலிக்கும் படைப்புகள் வாதாடுகின்றன. தாக்குகின்றன. வசைபாடுகின்றன. மெல்ல மெல்ல வெறுப்பையே ஆயுதமாகக் கொள்கின்றன. அவற்றின் அறச்சீற்றமும் நீதியுணர்வும் கூட மெல்லமெல்ல எதிர்மறையானதாக மாறிப்போகின்றன.

நாராயணகுருவை பிற இந்திய சமூக சீர்திருத்தவாதிகளிடம் இருந்து முற்றாக மாறுபடுத்திக் காட்டும் அம்சம் இதுவே. அவர் மெய்ஞானி, சமூக சீர்திருத்தக் குரலாக ஒலித்தவர். ஏறத்தாழ ஐம்பது வருடம் மாபெரும் மக்களியக்கங்களை நிகழ்த்திய அவர் எந்நிலையிலும் எதிர்மறையாக எதுவுமே சொன்னதில்லை என்று வரலாறு சொல்கிறது. வெறுப்பற்ற ஒரு நேர்மறை இயக்கம் அது. அது ஞானியின் அரசியல்.

அதற்கு இணையானதே கவிதையின் அரசியல். எழுதுகையில் கவிஞன் ஞானியே. அவனால் தொடக்கூடாத உச்சம் என ஏதும் இல்லை. அந்த மெய்நிலையில் நின்று ஈரமுலராத பேரன்பை மட்டுமே ஆயுதமாகக் கொண்டு நிற்கும் ஆக்கங்கள் தேவதேவன் படைப்புகள்.

எத்தனையோ தேவதேவன் கவிதைகளை இத்தருணத்தில் நான் நினைவுகூர்கிறேன்.

‘அன்றைய அற்புதக் காட்சியாய்
சாலையின் நடுவே முளைத்து நின்றது ஒரு புல்!’

என்ற பெருவியப்பின் வெளியில் அலையும் தேவதேவனை நமக்குக் காட்டும் கவிதைகள் ஒருபக்கம் என்றால்.

‘ஆயிரம் மனிதர்களோடு நான் அமர்ந்திருக்கையில்

மொத்த உலகத்தீமையின் ஆயிரத்தில் ஒருபங்கு
என் தலையை அழுத்தியது'

என்று கொந்தளிக்கும் தேவதேவனைக் காட்டும் கவிதைகள் மறுபுறமுமாக விரிகின்றது அவரது கவியுலகம். அந்த அதிதூய முழுமை நிலையில் நின்றபடியே இந்தக் கொந்தளிப்பும் நிகழ்கிறதென்பதே தேவதேவன் கவிதைகளின் அரசியலாகும்.

இந்த தூய அழகியல்வாதியே மனிதாபிமானமும் அறச்சீற்றமும் பொங்கும் கவிதைகளை எழுதியிருக்கிறார் என்பதை இப்படித்தான் நாம் புரிந்துகொள்ளவேண்டும். அக்கவிதைகளில் உள்ள அடிவயிற்றுச் சீற்றத்தை நாம் ஒருபோதும் நம் தொழில்முறைப் புரட்சியாளர்களிடம் கண்டுகொள்ள முடியாது.

சிலவருடங்கள் முன் திண்ணியம் என்ற ஊரில் தலித்துகளை மலம் தின்ன வைத்தபோது தேவதேவன் எழுதிய தீவிரமான கவிதைகள் சிலரை ஆச்சரியப்படச் செய்தன. இவர் மலர்களையும் வண்ணத்துப் பூச்சியையும் பற்றி எழுதுபவர் அல்லவா, என்ன ஆயிற்று என்று கேட்டார்கள். தேவதேவனை தொடர்ந்து வாசிக்கும் வாசகர்களுக்கு அக்கவிதைகள் எந்த வியப்பையும் உருவாக்கவில்லை. என்றுமே அந்த உக்கிரமான அறச்சீற்ற நிலையில்தான் அவர் இருந்திருக்கிறார். அவ்வரிசையில் வைக்கத்தக்க பல கவிதைகளை அவரில் நாம் காணலாம். அச்சமயம் அந்நிகழ்வுடன் அவரது கவிதை இணைந்து கொண்டது அவ்வளவுதான்.

அவரது சீற்றம் எளிய அரசியல் கோபம் அல்ல. ஏன் அது நீதியுணர்வின் வெளிப்பாடுகூட அல்ல. அது அதைவிட மேம்பட்ட ஒன்று. அது தன்னை மண்ணில் வாழும் அனைத்துயிரிடமும் கண்டுகொண்டு ஒரு பெருங்கருணையாக உணரும் ஒரு கவிஞனின் குரல். அறக்கோபம் எரிந்த திண்ணியம் கவிதைகளின் அதே குரலையே நாம் 'யாரோ ஒருவன் என்று எப்படிச் சொல்வேன்?' என்ற கவிதையிலும் ஆரத்தழுவும் பேரன்பாகக் காண்கிறோம். கைவிடப்பட்டவனை, தெருவில் வாழ்பவனைக் கண்டு கவிமனம் கொள்ளும் உணர்வு அது 'யாரோ ஒருவன் என எப்படிச் சொல்வேன்?' அக்கவிதைக்கும் இந்த திண்ணியம் கவிதைகளுக்கும் அடிப்படை மன எழுச்சி ஒன்றே.

நித்ய சைதன்ய யதியை சொல்லாமல் நான் முடிக்க இயலாது. நாங்கள் நடக்கப்போகும்போது ஒரு அழகிய சிறு இறகு தரையில் கிடந்தது. நித்யா அதை எடுத்து தன் மென்விரல்களினால் மெல்ல வருடினார். 'விண்ணின் ஒரு சொல். ஒளியாலும் காற்றாலும் எழுதப்பட்ட ஒரு கடிதம்...' என்றார்.

அது சற்று கற்பனாவாதச் சாயலுடன் ஒலித்ததாக அப்போது எனக்குப் பட்டது. 'அது ஒரு எளிய பறவையின் ஒரு மயிர். அதற்கு பறக்க உதவாதபோது உதிர்க்கப்பட்டது' என்றேன்.

'விண்ணிலிருக்கும் பறவை தன்னை தனித்தறிவதில்லை. ஆகவே அதுவும் விண்ணும் வேறு வேறல்ல...' என்றார் நித்யா. தேவதேவனின் இக்கவிதைகள் முடிவிலா விசும்பின் கடிதங்கள் என்றே எண்ணுகிறேன். அதில் ஒரு துளியென தன்னை அழித்தவனால் ஆக்கப்பட்டவை என்பதனால்.

(30-1-2008 அன்று திருநெல்வேலி தூய சவேரியார் கல்லூரி தமிழ் துறை சார்பில் தேவதேவன் விளக்கு விருது பெற்றதை கௌரவிக்கும் முகமாக நடத்தப்பெற்ற 'தேவதேவன் கருத்தர'ங்கில் ஆற்றிய உரை.)

யாமம் : எஸ். ராமகிருஷ்ணனின் நவீன மீபொருண்மை உலகு

முகலாய ஓவியங்களைக் கவனித்திருப்பவர்கள் இதைக் கண்டிருக்கலாம். முகலாய பாதுஷாக்கள் கையில் ஒரு ரோஜா மலரை முகர்ந்தபடிதான் வரையப்பட்டிருப்பார்கள். அந்தப்புரக் காட்சிகளிலும், அரசவைக் காட்சிகளிலும் மட்டுமல்ல. பெரும் போர்க்களக் காட்சிகள், வேட்டைக் காட்சிகளில்கூட.

முகலாய - சூஃபி மரபில் ரோஜா என்பது ஒரு மலர் மட்டுமல்ல. எரியும் பாலைவெளியில் அப்படிப்பட்ட ஒரு செடி வளர்ந்து அவ்வழகிய மலரை எப்படி உருவாக்குகிறது? முற்றிலும் கைக்குச் சிக்கக்கூடிய ஜடப் பொருளான மலருக்குள் இருந்து தொடமுடியா அற்புத மான மணம் எப்படி வந்தது? இப்பிரபஞ்சம் இறைமயம் என்பதற்கான மறுக்க முடியாத சான்றாக இதை சூஃபிகள் முன்வைத்தார்கள். மண்ணில் அதன் அனைத்து புழுதிகளுடனும், வியர்வைகளுடனும், ரத்தங்களுடனும் வாழ்கையிலும்கூட முகலாய பாதுஷாக்கள் விண்ணின் பேரருள் ஒன்றை எப்போதும் அறிந்துகொண்டிருந்தார்கள் என்பதே பாதுஷா முகரும் அந்த ரோஜாவின் பொருள்.

சூஃபிகளுக்கு ரோஜா என்பது அறிவதற்கரிய இறை மொழியின் பேரழகு மிக்க ஒரு சொல். மண்ணில் உள்ள எந்த அர்த்தமும் அந்த நறுமணத்தை விளக்காது. ரோஜாவின் நறுமணம் ஒரு சொல்லாகுமென்றால் அல்லா என்று மட்டுமே ஆகும்.

ரோஜாவில் இருந்து சாறு எடுக்கும் கலையை பாரசீக வணிகர்களிடமிருந்து ஷாஜகானின் மகள் கற்றதாகவும் பின்னர் அது முகலாயப் பண்பாட்டின் மைய அடையாளமாக ஆகியது என்றும் வரலாற்றுச் செய்திகள் சொல்கின்றன.

எஸ்.ராமகிருஷ்ணனின் புதிய நாவல் 'யாமம்' அத்தர் என்ற அற்புதப் பொருளைப் பற்றிய ஒரு புனைகதை. அத்தர் தயாரிக்கும் கலையை ஒரு சூஃபி ஞானியிடமிருந்து வரமாகப்பெற்ற இஸ்லாமியக் குடும்பம் ஒன்றின் கதையாக இது ஆரம்பமாகிறது. அந்த அத்தரின் பெயர் 'யாமம்'.

யாமம் என்றால் இரவு. 'பிரபஞ்சம் என்ற பசுவின் மடியில் இருந்து சொட்டும் துளிகளே இரவுகள்' என்கிறார் சூஃபி. பகல் எளியது, நேரடியானது. இரவு எட்டமுடியாத ஆழம் கொண்டது. ஒவ்வொரு உயிரும் தன்னை புதிதாகக் கண்டடையச்செய்யும் வெளி அது. பகல் நமது அறிந்த தளங்களின் பின்னல். இரவு நாம் அறியாத நம் ஆழங்களின் பெருவலை.

இந்நாவலின் முகப்பில் பலவகையான சொற்களின் வழியாக இரவை ஒரு கவியுருவகமாக (மெடஃபர்) ஆக்க எஸ்.ராமகிருஷ்ணன் முனைகிறார். அந்த மைய உருவகத்தின் சரடில் இந்நாவல் கோர்க்கப் பட்டுள்ளது. இரவை நாம் ஒரு பெரும் படிமமாக வளர்த்துக் கொண்டோமென்றால் இந்நாவல் அதன் உட்குறிப்புத்தளத்துக்கு நம்மை எளிதில் எடுத்துச் செல்லும். ஒரே வரியில் இந்நாவலை விளக்க வேண்டுமென்றால் தங்கள் ஆளுமையின் இரவுகளால் அலைக் கழிக்கப்பட்ட ஆளுமைகளின் கதை இது. அவ்விரவில் தூங்கும் மிருகங்களை துயிலுணர்த்தும் அழைப்பாக இருக்கிறது 'யாமம்'.

அவ்வகையில் எஸ்.ராமகிருஷ்ணன் முற்றாக சூஃபி மரபிலிருந்து வேறுபடுகிறார் என்பதைக் காணலாம். இங்கே நறுமணம் என்பது அல்லாவின் சொல்லாக ஒலிக்கவில்லை, சாத்தானின் மாயக்கருவியாக விளையாடுகிறது. அல்லாவின் அலகிலா விளையாட்டை சாத்தானின் வழியாகவும் அறியலாமென்ற நவீன இலக்கிய நம்பிக்கையின் வெளிப்பாடு இது.

கடந்த பதினைந்து வருடங்களாக எஸ்.ராமகிருஷ்ணன் தொடர்ச்சியாக உருவாக்கி முன்னெடுத்துவரும் தனித்தன்மை கொண்ட எழுத்து முறையின் சமீபத்திய சிறந்த உதாரணம் என நான் இந்நாவலைச் சொல்வேன். இத்தனித்தன்மையை 'நவீன மீபொருண்மை' (மாடர்ன் மெடஃபிஸிக்ஸ்) என்று குறிப்பிடுவேன்.

நாம் காணும் இப்பிரபஞ்சம், இங்குள்ள வாழ்க்கை, நம் அறிதலுக்கு அப்பாற்பட்ட வகையில் சிக்கலானதாக, துண்டுகளாக, சிதறிப்

பரந்ததாக, பொருளற்ற பேரியக்கமாக உள்ளது. மனித சிந்தனை அதற்கு ஒழுங்கும், பொருளும், தொடர்ச்சியும் உண்டென எண்ணிக் கொண்டபோதே மீபொருண்மை உருவாயிற்று. மீபொருண்மை நோக்கில் இருந்துதான் எண்ணற்ற பழங்குடி நம்பிக்கைகள் உருவாயின. நான்கு ஆமைகள் மீது அமர்ந்திருக்கிறது பூமி என்ற நம்பிக்கை. பூமாதேவி பூமியை தாங்குகிறாள் என்ற நம்பிக்கை. பின்னர் அந்நம்பிக்கைகள் இணைந்து மதங்கள் உருவாயின.

எல்லா மதங்களும் மிக விரிவான ஒரு மீபொருண்மைத்தளத்தைக் கொண்டிருப்பதைக் காணலாம். அங்கே பிரபஞ்ச நிகழ்வுகளுக் கெல்லாம் ஒரு தெளிவான காரணம் கற்பிக்கப்பட்டிருக்கிறது. விளக்கப்படாத ஏதும் அங்கே இல்லை.

மீபொருண்மையியல் கவியுருவகங்கள், படிமங்கள் வழியாகவே இயங்க முடியும். புறத்தே காணும் பொருளுக்கு ஓர் அர்த்தத்தை நம் மனம் உணர்ந்ததென்றால் உடனே அது உருவகமாகிவிடுகிறது. மீபொருண்மை மொத்த பிரபஞ்சத்தையே விளக்க முயல்கிறது. அப்போது அதன் கண்ணில் படும் அனைத்துமே படிமங்களாக ஆகிவிடுகின்றன.

மீபொருண்மை நோக்கு உருவாக்கும் கவியுருவகங்களும் படிமங்களும் காலப்போக்கில் ஆழ்படிமங்களாகின்றன. தொன்மங் களாக வளர்கின்றன. அவற்றால் ஆனதே நாம் அறியும் பண்பாடு என்பது. எளிமைப்படுத்தல் என்று தோன்றலாம். ஆனால் சுருக்கிப் பார்த்தால் இந்தியப் பண்பாடு என்பது என்ன? மூத்தார் வழிபாடு, மறுபிறப்பு போன்ற சில தொன்மங்கள் அல்லாமல்?

நவீன அறிவியல் மீபொருண்மையின் மீது பலத்த அடிகளை வீழ்த்தியது. பதினாறு பதினேழாம் நூற்றாண்டில் ஓங்கி நின்ற பல சிந்தனையாளர்கள் அடிப்படையில் மீபொருண்மையியலாளர்கள். அவர்களின் சிந்தனைகள் புறவயமான அறிதல் என்ற கல்லில் உரசி பரிசீலிக்கப்பட்டன. மத சிந்தனைகள் அதன் மூலம் கடுமையாக நிராகரிக்கப்பட்டன.

ஆனால் மீபொருண்மையியல் என்பது மனித சிந்தனையின் ஆதாரமான தேவைகளில் ஒன்றை நிறைவேற்றுகிறது. நாம் வாழ்வது வெறும் தற்செயல்களின் மீதல்ல, பொருள் உள்ள ஒரு பிரபஞ்சத்தில் என்று மனிதன் நம்பியாக வேண்டியுள்ளது. ஆகவே பத்தொன்பதாம் நூற்றாண்டில் புறவயமான அறிவியல் சிந்தனைகளை உள்ளடக்கிய மீபொருண்மையியல் சிந்தனைகள் உருவாயின. கடவுளின் இடத்தில் இயற்கை என்ற முதல் முழுமைப் பொருளை நிறுத்திப்பார்த்தார்கள். இவ்வகைப்பட்டவர்களான தோரோ, எமர்சன் போன்றவர்களின் பாதிப்பு இல்லாத நவீன எழுத்தாளர்கள் மிக மிக குறைவு.

இலக்கியத்தில் இந்த நவீன மீபொருண்மையியலின் நேரடியான பாதிப்பு பல வகையிலும் பேசப்பட்டுள்ளது. நவீன இலக்கியத்தில் உள்ள இலட்சியவாத அம்சம் என்பது இந்த மீபொருண்மை நோக்கின் விளைவே என்று கூறலாம். ஆம், நாம் வாழும் இவ்வுலகுக்கு தெளிவான அர்த்தம் இருந்தால் அல்லவா நமது இலட்சியங்களுக்கும், கனவுகளுக்கும் பொருள் இருக்க முடியும்?

பதினேழாம் நூற்றாண்டில் அறிவியல் மத உருவகங்களைத் தாக்கி அவற்றின் மேலிருந்த நம்பிக்கைகளை அழித்தபோது மீபொருண்மை நோக்கு புதிய உருவகங்களுக்காக தேட ஆரம்பித்தது. இக்கால கட்டத்து கற்பனாவாதக் கவிதைகளில் இயற்கை ஒரு பெரும் அடிப்படை உருவகமாக முன்வைக்கப்பட்டு அதிலிருந்து பற்பல புதிய உருவகங்கள் உருவாக்கப்பட்டன. உதாரணம் ஆறு. ‘மனிதர்கள் வருவார்கள் மனிதர்கள் போவார்கள், நான் சென்றுகொண்டே இருப்பேன்’ என சொல்லும்போது அது ஓர் அழியா விழுமியமாக ஆகிவிடுகிறது.

யோசித்துப் பாருங்கள், நவீன இலக்கியத்தில் பறவைக்கு எவ்வளவு முக்கியத்துவம் இருக்கிறது என. பறவை பத்தொன்பதாம் நூற்றாண்டு கற்பனாவாதக் கவிதைகள் மூலமே அந்த அளவுக்கு மையமான கவியுருவகமாக ஆக்கப்பட்டது. இன்றைய இலக்கியம் என்பது இதே போன்ற பற்பல நவீன உருவகங்களினால் ஆனது. பழைய இலக்கியத்தில் மத உருவகங்களுக்கு உள்ள இடம் இன்று இவற்றுக்கு உள்ளது.

இலக்கியம் மீபொருண்மை நோக்கைத் தவிர்க்கவே முடியாது. காரணம் நாம் காணும் இப்புறவுலகம் அதன் சாரமான இன்னொன்றால் ஆனது என்றே அன்றும் இன்றும் இலக்கியம் சொல்லிக் கொண்டிருக்கிறது. அந்தச்சாரத்தை அது மீண்டும் மீண்டும் புதிதாக வரையறை செய்துகொண்டிருக்கிறது. நண்பர்களே, அடிப்படையில் பார்த்தால் இலக்கியம் என்பது என்ன? ‘வாழ்க்கை என்பது வெறும் வாழ்க்கை மட்டும் அல்ல’ என வாசகர்களிடம் சொல்லும் ஒரு கலை மட்டுமல்லவா?

நவீனத்துவம், குறிப்பாக இருத்தலியம், அனைத்து வகையான மீபொருண்மை நோக்குகளையும் நிராகரிக்க முற்பட்டது. காரணம் அவர்கள் சொல்ல வந்ததே பொருளின்மையைத்தானே. ஆனால் அந்த நோக்கில் இன்னொருவகையான மீபொருண்மையை – பொருளின்மை என்ற சாரத்தை நோக்கிச் செல்லக்கூடியது - உருவாக்கினார்கள்.

பின் நவீனத்துவம் பேருருவமாக கட்டி எழுப்பப்படும் மரபான மீபொருண்மை நோக்குகளை நிராகரித்தது. அதே சமயம் தனக்குரிய

சிக்கலான ஊடுபாவுகள் கொண்ட ஒரு மீபொருண்மை உலகை அது உருவாக்கவும் செய்தது. நம் சமகாலப் பெரும் படைப்பாளிகள் அனைவருமே தங்களுக்குரிய மீபொருண்மை உலகமொன்றை உருவாக்கியவர்கள் என்று சொல்லலாம்.

ஒரு பெரும் படைப்பாளியின் உலகுக்குள் நாம் செல்லும்போது வரையறுக்கப்பட்ட ஒரு தனி உலகையே காண்கிறோம். காரண காரியங்கள் செயல்படும் உலகு, விளக்கப்பட்ட உலகு. அர்த்தம் உடைய புறப்பொருள் என்பது ஒரு உருவகம் அல்லது படிமமே. பெரும்படைப்பாளிகள் ஒரு தனி வகையான மதத்தைத்தான் உருவாக்கிக் கொண்டிருக்கிறார்களா என்ன? தன் எல்லைகளை உணர்ந்த மதம். தன்னை கட்டுப்படுத்திக்கொள்ளும் திறன் கொண்ட ஒரு மதம்.

போர்ஹெயின் படைப்புலகுக்குள் நுழையும்போது இந்த ஐயம் எனக்கு ஏற்பட்டதுண்டு. அவர் மட்டும் ஒரு கீழைநாட்டில் இருந்து அந்த எழுத்துக்களை ஓவியங்கள், பேருரைகள் மற்றும் நூல்கள் வழியாக முன்வைத்தாரென்றால் ஒரு மதத்தையே நிறுவியிருப்பார் என. சாத்தான்கள் தெய்வங்கள், புதிர்ப்பாதைகள், மாய மிருகங்கள், விதியின் விளையாட்டுகள்.

சென்ற சிலவருடங்களாக எஸ்.ராமகிருஷ்ணன் சீராக சில கவியுருவகங் களை தன் புனைவுகள் மூலம் உருவாக்கி வருகிறார் என்பதைக் காணலாம். அவரது முந்தைய முக்கியமான நாவலான 'நெடுங்குருதி' வெயிலை ஒரு தொன்மம் அளவுக்கு வளர்த்தெடுக்கிறது. விண்ணில் இருந்து ஓயாமல் மண்ணுக்குப்பொழியும் ஒரு ஆற்றலாக, மண்ணை ஒவ்வொரு கணமும் உறிஞ்சுவதாக, மனிதர்களை ஆளும் ஒரு வல்லமையாக அது மாறிமாறி வடிவம் கொள்கிறது. அதேபோல இந்த நாவலில் இரவு.

மதராபட்டினம் அமீர் சாகிப் தெருவில் அத்தர் வணிகம் செய்துவந்த அப்துல் கரீமின் கனவில் அல் அசர் முஸாபர் என்ற ஃபக்கீர் சொன்ன ஆரூடத்திலிருந்து தொடங்குகிறது இந்நாவல். இரவை ஒரு சுகந்தமென உருவாக்கும் கலை அவன் குடும்பத்திற்கு சித்தியாகிறது. அந்த சுகந்தத்தால் ஆட்கொள்ளப்படும் பலவகை மனிதர்களைப் பற்றிய தனிக்கதைச்சரடுகள் பின்னி உருவாகின்றது நாவல்.

மிக விரிவான தகவல் சார்ந்த ஆராய்ச்சிக்குப்பின் எழுதப்பட்ட ஆக்கம் இது. நுண்ணிய சித்தரிப்புகள் ஒரு நவீன வரலாற்று நாவலுக்குரிய தகுதியை இதற்கு அளிக்கின்றன. ஒன்றுடன் ஒன்று நேரடித் தொடர்பில்லாது ஒன்றை ஒன்று தீர்மானித்தபடி பின்னிச் செல்லும் வாழ்க்கையின் வலையைக் காட்டுவது ஆசிரியரின் நோக்கம். நானூறு

வருடங்களுக்கு முன்பு லண்டனில் கூடிய வணிகர்கள் சிலர் குறுமிளகு வணிகத்தின் பொருட்டு ஒரு வணிக நிறுவனத்தை உருவாக்க திட்டமிடும் இடத்தில் நாவல் தொடங்குகிறது. அவர்கள் ஷா-ஜஹானின் அரசவைக்கு வருகிறார்கள். விதை ஊன்றப்படுகிறது. அது முளைத்தெழும்போது சர்.ஃபிரான்ஸிஸ் டே யால் கடலருகே இருந்த அரைச்சதுப்புநிலம் விலைக்கு வாங்கப்பட்டு கோட்டை கட்டப் படுகிறது. அதைச்சூழ்ந்து மதராபட்டினம் என்ற கடற்பாக்கம் படிப்படி யாக உருவாகி வருகிறது.

பின்பு அந்நகரின் பல்வேறு வகை மனிதர்கள் வழியாக நகரும் கதை அவர்களின் அகஇரவுகளைத் தொட முயல்கிறது. செல்வத்தில் கொழிக்கிறார் அத்தர் வணிகரான கரீம். அவர் பாரம்பரியமாக தயாரிக்கும் 'யாமம்' என்ற நறுமணத்தைலத்தை உயர்குடியினரும் பிறரும் விரும்பி வாங்கி பூசிக் கொள்கிறார்கள். உடலில் பூக்கள் மலர்வதுபோல காமத்தை அரும்பச்செய்யும் அத்தராகிய யாமத்தை அவர் மனைவியருக்கு அறிமுகம் செய்கிறார்.

புதுப்பெண் ஒருத்தியை மணந்து கொள்கிறார் கரீம். ஆனால் மெல்ல அவரது வாழ்க்கை சிதைகிறது. 'எப்படியோ' அவருக்கு குதிரைச் சூதாட்ட மோகம் பற்றிக் கொள்கிறது. சொத்துகள் அழிய அவர் நாடோடியாக மறைய அரசிகளாக வாழ்ந்த அவரது மனைவியர் தெருவில் மீன் விற்கும் நிலைக்கு ஆளாகிறார்கள்.

இன்னொரு கதை பத்ரகிரியுடையது. அவன் மனைவி விசாலா. குரூரமான தந்தையால் புறக்கணிக்கப்பட்டு அணுவணுவாகச் செத்த அன்னையின் நினைவோடு சித்தியுடன் சென்று வாழ்ந்த இளமைப்பருவம் கொண்டவன் அவன். அப்போது அவனது தம்பிக்கு நான்குமாதம். தம்பிக்கும் பத்ரகிரிக்குமான உறவு நுட்பமான சிக்கலுடன் சொல்லப்பட்டிருக்கிறது. கைக்குழந்தையாக அவனை பத்ரகிரியின் மடியில் சித்தி போடும்போது அழும் குழந்தையை இறக்கி விட்டுவிட்டு வெளியே சென்றவன் பத்ரகிரி. ஆனால் மெல்ல தம்பிக்குத் தந்தையின் இடத்தில் அவன் வந்து சேர்கிறான்.

சிறுவயதிலேயே நட்சத்திரங்களை காணும் மோகம் கொண்டிருந்த பத்ரகிரி லாம்டனின் முதல் நிலஅளவைக் குழுவில் பணியாற்றுகிறான். பத்ரகிரியின் தம்பி திருச்சிற்றம்பலம் படிப்பாளி. அவன் தன் இளம் மனைவி தையல்நாயகியை விட்டுவிட்டு லண்டனுக்குப் படிக்கச் செல்கிறான். தையல்நாயகி கணவனின் நல்ல தோழியாக இருந்தும்கூட 'எப்படியோ' பத்ரகிரிக்கும் அவளுக்கும் உறவு உருவாகிறது. திரும்பிவரும் திருச்சிற்றம்பலம் காண்பது காம உறவுகளால் சிதைந்துபோன குடும்பத்தையும் உடைந்த மனிதர் களையும் மட்டுமே.

வழக்குகள் மூலம் மொத்த சொத்துகளையும் இழந்து பஞ்சையாக ஆகும் கிருஷ்ணப்ப கரையாளர் தன் விருப்பத்திற்குரிய முதிய தாசி எலிசபெத்துடன் தன் கடைசிச் சொத்தான மலை ஏறிச் செல்கிறார். காட்டில் எலிசபெத்தின் நோய் மறைகிறது. காமத்தில் தொடங்கி ஒவ்வொன்றும் 'எப்படியோ' புதிதாக தளிர்விட்டு விடுகிறது.

இவ்வாறு பல திக்குகளில் விரியும் கதைகளில் மர்மமாக நிகழும் 'எப்படியோ'க்களில் எல்லாமே அந்த நறுமணம் ஒரு நுண்ணிய பங்கை வகிக்கிறது என்பதே இந்நாவலின் மையச்சரடாகும். அதாவது தன் சுய இயல்புகளால் வழி நடத்தப்படாத மனிதர்களின் கதை இது. ஒவ்வொருவரும் இயல்பாக அவர்கள் எதைச் செய்வார்களோ அதற்கு நேர் மாறான ஒன்றை மிக ஆழத்திலிருந்து எழும் ஒன்றின் மூலம் தூண்டப்பட்டு செய்கிறார்கள். சதாசிவப்பண்டாரத்தை இட்டுச் செல்லும் நீலகண்டம் என்ற நாய் போல மனிதர்களை அவர்களுடைய உள்ளுணர்வுகள் இட்டுச்செல்கின்றன, அறியாத திசைகளுக்கு.

அர்த்தமில்லாத ஒரு ஆட்டக்களத்தில் புதிரான அகக் காரணங்களுக்காக அலையும் காய்கள் போல இருக்கின்றனர் இம்மனிதர்கள். காமம் போலவே கசப்புக்கும் விளக்கம் இல்லை. அனைத்தையும் பணயம் வைத்து பத்ரகிரியுடன் கூடும் தையல்நாயகிக்கு விரைவிலேயே அவன் மீது கடும் துவேஷம் உருவாகிவிடுகிறது. ஆம், 'எப்படியோ'தான்.

அதைத்தான் நாவல் மனித அகத்தின் இரவு என்கிறது. 'யாவரின் சுகதுக்கங்களும் அறிந்த இரவு ஒரு ரகசிய நதியைப்போல முடிவற்று எல்லா பக்கங்களிலும் ஓடிக்கொண்டே இருந்தது. அதன் சுகந்தம் எப்போதும்போல உலகமெங்கும் நிரம்பியிருந்தது' என முடிகிறது இந்நாவல்.

மனிதர்களை அலைக்கழிக்கும், ஆட்கொள்ளும், வழிநடத்தும், வெறுக்கவும், விரும்பவும் வைக்கும் அறிய முடியாமையைப்பற்றிய நாவல் 'யாமம்'.

கவிதையின் காலடியில்: ராஜமார்த்தாண்டனின் கவிதை விமர்சனம்

மதிப்பிற்குரிய கொடிக்கால் அப்துல்லா அவர்களே, அண்ணாச்சி ராஜமார்த்தாண்டன் அவர்களே, மற்றும் அவையினரே, அனைவருக்கும் வணக்கம்.

என் மதிப்பிற்குரிய அண்ணாச்சி ராஜமார்த்தாண்டன் அவர்களுக்கு இன்று அறுபது வயதாகிறது. அவருக்கு நீண்ட ஆயுளும் உடல்நலமும் கிடைக்க வாழ்த்துகிறேன். இருபதுவருடங்களுக்கும் மேலாக அவர் மீது ஆழ்ந்த அன்பும் மதிப்பும் கொண்டவன் நான். ராஜமார்த்தாண்டன் என்னுடைய விமரிசனக் கருத்துகளை முழுமையாக மறுத்து வாதிட்டிருக்கிறார். என்னுடன் பலகோணங்களில் விவாதமும் புரிந்திருக்கிறார். ஆனால் நான் என் 'வாழ்விலே ஒருமுறை' நூலை அவருக்குத்தான் சமர்ப்பணம் செய்தேன். இந்த அவையில் அவரை வாழ்த்துவது எனக்கு மகிழ்ச்சி அளிக்கிறது.

ராஜமார்த்தாண்டன் கவிதைகள், பிற திறனாய்வுகள் எழுதியிருந்தபோதிலும் அவரை அடிப்படையில் ஒரு கவிதை வரலாற்றாசிரியராகவும் கவிதைத்திறனாய்வாளராகவுமே நான் மதிப்பிடுகிறேன். அவரது 'தமிழ் புதுக்கவிதை வரலாறு' 'கொங்குதேர் வாழ்க்கை - தொகுதி இரண்டு' ஆகியவை முக்கியமான நூல்கள். ராஜமார்த்தாண்டனை கோட்பாடற்ற திறனாய்வாளர் என்று சொல்லலாம்.

வளரும் குழந்தைக்கு சட்டை தைப்பது போன்றது இலக்கியப்படைப்பு களை கோட்பாடு சார்ந்து அணுகுவது. துல்லியமாக அளந்து நேர்த்தியாக நாம் சட்டை தைக்கலாம். தைக்கும்போதே குழந்தை வளர்ந்து உருமாறிக் கொண்டிருக்கிறது. குழந்தை என்பதே ஒரு தொடர்நிகழ்வுதான். உண்மையில் குழந்தைமைதான் உள்ளது, குழந்தை என நாம் அதைத்தான் சொல்கிறோம். சட்டைகளை குழந்தைகள் ஒவ்வொருகணமும் மீறிச்செல்கின்றன. ஆகவேதான் கவிதைகள் பற்றிய பலநூறு கோட்பாடுகளை நாம் இப்போது காண்கிறோம். கவிதையை விளக்க அவை போதவில்லை என புதிய கோட்பாடுகளை தேடிச் செல்கிறோம்.

இலக்கியத்தின் மீது போடப்படும் கோட்பாடுகள் பலவகை. அரசியல் கருத்தியல்கள் சார்ந்து இலக்கியத்துக்கு உருவாக்கப்படும் கோட் பாடுகள் உண்டு. சமூகவியல், உளவியல், மொழியியல் போன்ற பிற அறிவுத்துறைகளின் கோட்பாடுகள் இலக்கியத்தின்மீது செயல் படுத்தப்படுவதுண்டு. பெரும்பாலான கோட்பாடுகள் இலக்கியத்தை இலக்கியமல்லாத அறிவுத்துறைகளுடன் உரையாடவைக்க முயல்கின்றன.

இக்கோட்பாடுகள் இலக்கியத்தை இறுக்குகின்றன, குறுக்குகின்றன என்ற எண்ணம் இலக்கியவாதிகளிடம் எப்போதுமே உண்டு. நம்முடைய படைப்பொன்று கோட்பாட்டு விமரிசனத்துக்கு ஆளாகும் போது எப்போதுமே நாம் துணுக்குறுகிறோம். பறந்து கொண்டிருப்பது ஊர்ந்துசெல்ல ஆரம்பித்திருப்பதைக் காண்கிறோம். ஆகவேதான் இலக்கியத்தை இலக்கியத்திற்குள் வைத்து மதிப்பிடும் அழகியல் விமரிசன முறைமைகள் உருவாயின. தொன்மையான இலக்கண விமரிசனமுறை ஒன்று எல்லா மொழிகளிலும் காணப்படுகிறது. இன்றைய அழகியல் திறனாய்வுமுறை பிரிட்டிஷ் இலக்கிய விமரிசனத்தில் இருந்து உருவானது. அதை உருவாக்கியவர்கள் கூல்ரிட்ஜ், ஜான்ஸன் போன்ற இலக்கியவாதிகள்.

அழகியல் விமரிசனம் என்பது பெரிதும் அகவயமானது. இலக்கியம் போன்ற ஒரு படைப்புச் செயல்பாடு அது. மொழிவெளிப்பாட்டின் நுட்பத்தாலேயே நிலைநிற்பது. அதற்கு எதிரான புறவய அணுகுமுறை எப்போதும் இலக்கியத்தளத்தில் உண்டு. முன்னர் தத்துவம் சார்ந்து புறவய அணுகுமுறைகள் உருவாக்கப்பட்டன. பின்னர் மொழியியல் சார்ந்து. ஆனால் எப்போதுமே அது இலக்கியத்தின் அடிப்படைகளைச் சார்ந்து அழகியல் விமரிசனமுறை வலுவாக இருந்துகொண்டே இருக்கிறது. ஏனென்றால் அது வாசகனின் ரசனையை விமரிசகனின் ரசனை சந்திக்கும் ஒரு புள்ளியில் இயங்குகிறது.

இலக்கியத்தை இலக்கியத்திற்குள் வைத்து அணுகும் போக்கிலும் கோட்பாட்டு அணுகுமுறை உருவாகிறது. அதை அழகியல்

கோட்பாடுகள் எனலாம். அழகியல் கருதுகோள்கள் இலக்கியத்தில் இயல்பாக உருவாகின்றன. அவற்றை ஒரு நிலையான அளவுகோலாகக் கொள்ளும்போது, அவற்றை வைத்து அனைத்தையும் புறவயமாக மதிப்பிட ஆரம்பிக்கும்போது அவை கோட்பாடுகளாக ஆகிவிடு கின்றன. இது நவீனத்துவம், இது பின் நவீனத்துவம், இது செவ்வியல், இது மீமெய்யியல் என்றெல்லாம் வகுத்து ஆராய முற்படும் விமரிசகன் அவற்றை கோட்பாடுகளாக ஆக்குகிறான். அந்த கோட்பாட்டு அளவு கோல்களுக்கு அப்பால்தான் இலக்கியப் படைப்பின் பெரும்பகுதி விரிந்துகிடக்கும். அவற்றை வெறும் அறிதல்முறைகளாக, கருவிகளாக காண்பவனே அழகியல் விமரிசகனாக முடியும்.

இந்த இருவகைக்கும் இருவரை உதாரணங்களாகச் சொல்ல முடியும். சி.சு.செல்லப்பா அழகியல் விமரிசனத்தை அழகியல்கோட்பாட்டு விமரிசனமாக மாற்றிக் கொண்டவர். அவருக்கு படைப்பை புரிந்து கொள்வதைவிட வகைப்படுத்துவதிலேயே ஆர்வம் அதிகமிருந்தது. பொதுக்கூறுகளைக் கண்டுபிடித்து அவற்றைக் கொண்டு படைப்பு களை இன்னவகை என்று அடையாளப்படுத்தவே அவர் அலசல் விமரிசனத்தை கையாண்டார்.

மாறாக க.நா.சு இலக்கிய விமரிசனத்தை தன் ரசனையின் தளத்தில் மட்டுமே நிறுத்திக் கொண்டவர். அவருக்கும் இலக்கியக் கருது கோள்களில் ஆர்வம் உண்டு. இந்தப்படைப்பில் ஒரு சர்ரியலி சத்தன்மை உண்டு என்று சொல்வார், இது ஒரு சர்ரியலிச படைப்பு என்று சொல்லமாட்டார். தன் ரசனையின் முடிவுகளை மட்டுமே முன்னிறுத்துவார். க.நா.சுவின் வழிவந்தவர் என்று சுந்தர ராமசாமியைச் சொல்லலாம். ராஜமார்த்தாண்டன் அந்த மரபை முழுமையாகச் சார்ந்தவர். சுந்தர ராமசாமி தன் தேர்வுக்கான காரணங்களை விளக்க முயன்றார். ஆனால் அவருக்கு கோட்பாடுகளில் நம்பிக்கை இல்லை. தத்துவம் போன்ற பிற துறைகளில் விரிவான அறிமுகமும் இல்லை. ஆகவே அவை தன் மொழியின் நுண்ணிய சாத்தியங்களைக் கொண்டு தன் அகவய இயக்கத்தை விளக்க முயலும் யத்தனங்களாகவே நின்றுவிட்டன.

மாறாக ராஜமார்த்தாண்டன் தெளிவாக தன் ரசனையின் தேர்வுகளை மட்டுமே முன்வைக்கிறார் என்பதைக் காணலாம். அதற்கான காரண காரியங்களை விளக்க அவர் முனைவதில்லை. தன் தேர்வுகளை தீர்ப்புகளாக்க முனைவதில்லை. ஆகவே முழுக்க முழுக்க கோட்பாடற்ற ஒரு இடத்தில் நின்று அவர் தன் இலக்கிய விமரிசனத்தைச் செய்கிறார்.

ஒருவகையில் இது வெறும் பட்டியல், அல்லது ரசனைக்குறிப்பு, இலக்கிய விமரிசனம் அல்ல என்று சொல்லலாம். ஆனால் தமிழ்

விமரிசகர்களில் நல்ல படைப்புகளை இனம்கண்டுகொண்டு முன்னிறுத்துவது, நல்ல படைப்புகளின் ஆத்மாவை வாசகனுக்கு உணர்த்துவது இரண்டிலும் க.நா.சுவுக்கு இணையாக எவருமே இல்லை என்பதையே இன்றைய வரலாறு காட்டுகிறது. அழகியல் விமரிசகரான சி.சு.செல்லப்பா ரசனை ரீதியாக பிழைகள் மலிந்தவராகவே தென்படுகிறார். அதேசமயம் நம் கோட்பாட்டு விமரிசகர்கள் முற்றிலும் ரசனைகெட்டவர்களாக, கனியிருப்ப தவறாமல் காய் கவர்பவர்களாக, இலக்கிய நிராகரிப்பாளர்களாக, ஏதாவது ஒரு புதிய கோட்பாட்டுக் கருவியை கண்டெடுத்து இலக்கிய வாதிகளை சிறுமைப்படுத்துபவர்களாக மட்டுமே காணக்கிடைக் கிறார்கள். ரசனை விமரிசனம் மீது ஆழமான நம்பிக்கையை நம்மில் உண்டுபண்ணுபவர்கள் இவர்களே.

சுந்தர ராமசாமி முன்பு ஒருமுறை நம் பண்டைய மரபில் இலக்கிய விமரிசனம் இல்லை என்று எழுதியிருந்தார். அதைப்பற்றி நான் அவரிடம் உரையாடியிருக்கிறேன். நம் மரபில் தொகுப்புமுறை உள்ளது. உரை மரபு உள்ளது. இரண்டும் நமக்குரிய விமரிசன முறைகளே. மேலைச்சிந்தனையிலும் இன்றைய இலக்கிய விமரிசன முறை மறுமலர்ச்சிக்காலகட்டத்தில் உருவானதே. சொல்லப்போனால் பொருளியலாளர்களான ஜெ.எஸ்.மில் போன்றவர்கள் பொருளியல் கட்டுரைகளின் அறிவியல்தர்க்க முறை சார்ந்த உரைநடையில் இலக்கியத்தைப் பற்றி எழுத ஆரம்பித்தபோதுதான் இன்றைய விமரிசன முறை உருவாகி வந்தது.

ஒரு ஒட்டுமொத்த மரபில் இருந்து நாநூறு பாட்டுகளை தேர்வுசெய்து அகநாநூறு என்றோ நற்றிணை என்றோ தொகுப்பவர்களின் பிரக்ஞையில் தெளிவான ரசனையும் அளவுகோலும் உள்ளன. அதை அவர்கள் பதிவுசெய்யாமலிருந்தாலும் இன்றும் நாம் அதை அந்நூல்கள் வழியாகவே தெளிவாகக் காணலாம். இன்று ராஜமார்த் தாண்டன் செய்வதும் அத்தகைய ஒரு மறைமுக விமரிசனச் செயல் பாட்டையே. ஒருவர் தொடர்ச்சியாக தன் தேர்வுகளை மட்டும் முன்வைத்துவந்தால் ஒரு கட்டத்தில் அது திட்டவட்டமான ஒரு விமரிசன நிலைப்பாடாக மாறிவிடுகிறது. துல்லியமான ரசனையை வெளிக்காட்டுவதாக அமைகிறது. அதன் பின்னால் உள்ள ஆளுமையைக் காட்டுகிறது.

அந்த ரசனையை அவர் விளக்க ஆரம்பித்தால் கோட்பாடுகளை நோக்கிச் செல்லக்கூடும். ஒரு கவிதையை அவர் ரசிப்பதை நியாயப் படுத்தினால் அதற்கு நேர்மாறான ஒரு கவிதையை அவர் ரசிக்க முடியாமல் ஆகக்கூடும். அவரது சொந்த விளக்கங்களே அவரை கட்டுப்படுத்தக் கூடும். கையறுநிலையிலும் இயற்கை வருணனையை

நிரப்பி வைக்கும் புறநானூறு பாடல்களை தொகுத்த அதே மனம்தான் ‘அற்றைத்திங்கள் அவ்வெண்ணிலவில்’ போன்ற ஒரு எளிமையான பாடலையும் உள்ளே சேர்த்துக் கொண்டிருக்கிறது. அத்தகைய தன்னிச்சையான தேர்வு சாத்தியமில்லாமல் ஆகக்கூடும்.

யோசித்துப்பாருங்கள், அன்றைய தொகுப்பாளர் ஒரு கோட்பாட்டின் அடிப்படையில் அக்கவிதைகளைத் தொகுத்திருந்தால் அந்தக் காலமே வரலாற்றிலும் இல்லாமல் ஆகிவிட்ட இன்று அந்தக் கவிதைகள் எப்படி பொருள்பட்டிருக்கும்? ஒரு தலைமுறைக்குமேல் நீளும் இலக்கியக் கோட்பாடு என ஏதுமில்லை. இன்றைய சூழலில் பத்துவருடம்கூட கோட்பாடுகள் நீடிப்பதில்லை. ஆனால் இலக்கியப் படைப்புகள் சாதாரணமாக பல தலைமுறைகளைத் தாண்டிச் செல்லக்கூடியவை. பத்துவருடம் முன்பு இங்கே அமைப்புவாதக் கோட்பாடுகள், பின் நவீனத்துவக் கோட்பாடுகள் பேசப்பட்டன. அவற்றை குத்துமதிப்பாக புரிந்துகொண்டவர்கள் அவையே சிந்தனையின் கடைசிப்படி என்று உற்சாகக்குரல் எழுப்பினார்கள். இன்று அவை பழங்கதைகளாக ஆகிவிட்டிருக்கின்றன. புதிய கோட்பாடுகள் பேசப்படுகின்றன. அன்று அந்தக் கோட்பாடுகளைக் கொண்டு ஒரு இலக்கியத்தெரிவு மேற்கொண்டிருந்தால் இன்று என்ன பொருள் அவற்றுக்கு?

கோட்பாட்டு விமரிசனத்தை நான் நிராகரிக்கவில்லை. அதன் எல்லைகளைப் பற்றி மட்டுமே சொன்னேன். ஒரு குறிப்பிட்ட கோட்பாட்டு விமரிசனம் இலக்கியத்தின் ஒரு பகுதியை மட்டுமே சுட்டிக்காட்டுகிறது, கவனப்படுத்துகிறது. இலக்கியம் அதுமட்டு மல்ல என்ற போதத்துடன் அதை ஒருவர் கையாள்வார் என்றால் அது பயனுள்ள கருவியே ஆகும். ஆனால் இலக்கியம் ஆராய்ச்சிக்கு உரியதல்ல, ரசனைக்குரியது. ரசனை சார்ந்த அணுகுமுறையே இயல்பானதும் என்றுமுள்ளதுமாகும்.

ராஜமார்த்தாண்டன் தன்னை ஒரு வாசகனாக படைப்பின் முன் நிறுத்துகிறார். தன்னில் அவை உருவாக்கும் விளைவை கவனிக்கிறார். அதன் அடிப்படையில் தன் முடிவுகளை முன்வைக்கிறார். அவரது கொங்குதேர் வாழ்க்கை தொகுப்பில் பிரம்மராஜன், யவனிகாஸ்ரீராம் போன்ற சிலரை அவர் தவிர்த்துவிட்டாரென்றும், அதைப்பற்றிக் கேட்டபோது அவர்கள் தன்னை கவரவில்லை என்று சொன்னா ரென்றும் ந.முருகேசபாண்டியன் சொன்னார். இந்தப்பெயர்கள் இக்காலகட்டத்தை சார்ந்தவையாதலால் நமக்கு பெரிதாகத் தோன்று கின்றன. இந்த ஆட்களை நாம் அறிவோம் என்பதனால். எழுபதுகளில் கனகதாரா என்பவர் எல்லா சிற்றிதழ்களிலும் எழுதித்தள்ளினார். அவரது கவிதைகளை ராஜமார்த்தாண்டன் சேர்க்கவில்லை. அப்படி அவர் விட்டுவிட்ட ஐம்பது பேரை நான் சொல்லமுடியும்.

இப்படி விடப்பட்டவர்களின் கவிதைகளை மட்டும் கவனித்தால் அவற்றை ராஜமார்த்தாண்டன் ஏன் விட்டுவிட்டார் என்பது தெளிவாகவே இருக்கிறது. அவை பாசாங்கானவை. செயற்கை யானவை. அரசியல் சார்ந்த பாசாங்குகள், மேடை சார்ந்த பாசாங்குகள் நம் கண்ணுக்கு உடனே தெரிகின்றன. அவற்றை ராஜமார்த்தாண்டன் தவிர்க்கும்போது நாமும் ஒப்புக் கொள்கிறோம். சிற்றிதழ் சார்ந்த பாசாங்குகள் பல உண்டு. கலகக்காரன் என்ற பாசாங்கு. 'சூப்பர்' அறிவுஜீவி என்ற பாசாங்கு. பெண்ணியவாதி என்ற பாசாங்கு. தலித் புரட்சியாளன் என்றர பாசாங்கு. அவை நடுத்தர வர்க்கத்து எளிய மனிதர்களின் இயலாமையின் விளைவுகள் மட்டுமே. ஒரு புது கோட்பாடு இறக்குமதியாகும்போது உடனே அதற்கேற்ற பாசாங்குகளும் பிறக்கின்றன. நாற்பதுவருடங்களாக மிகமிக நுணுக்கமாக — ஒரு கலைக்களஞ்சியம் என்றே சொல்லிவிடக்கூடிய அளவுக்கு — தமிழ் கவிதையை கவனித்துவரும் ராஜமார்த்தாண்டன் இதற்குள் எத்தனை பாசாங்குகள் வந்துசென்றதை பார்த்திருப்பார்? ஆகவே ஈவிரக்கமில்லாமல் ராஜமார்த்தாண்டன் அவற்றை கழித்து விடுகிறார்.

மூளையை இலக்கியம் நோக்கி திருப்புவது ஒருவகை வாசிப்பு. கோட்பாட்டு விமரிசகர்கள் செய்வது அதையே. தமிழில் அம்மூளைகள் திறனற்றவை என்பதனால் அதன் பரிதாபகரமான விளைவுகளை நாம் கண்கூடாகக் காணவும் செய்கிறோம். ஆழ்மனதை படைப்புகளை நோக்கி திருப்புவதென்பது ராஜமார்த்தாண்டன் முன்வைக்கும் வாசிப்பு. அவரது இலக்கியச் செயல்பாடு என்பது இதுவே. தன்னை முழுமையாக, முன் நிபந்தனைகள் இல்லாமல், நிர்வாணமாக படைப்பு முன் நிறுத்துவது. அப்போது ஒன்று நிகழ்கிறது, எந்த ஆழ்மன எழுச்சி இலக்கியப்படைப்பை உருவாக்கியதோ அதே ஆழ்மன எழுச்சி வாசக தளத்திலும் நிகழ்கிறது. எந்நிலையிலும் முற்றிலும் புரிந்து வகுத்துவிட முடியாத பண்பாட்டு ஆழத்தில் படைப்பும் வாசகனும் உரையாடுகிறார்கள்.

ஆகவே ஒரு படைப்பு ஏன் தன்னைக் கவர்கிறது என்று ராஜமார்த்தாண்டன் போன்றவர்களால் சொல்லிவிடமுடியாது. சொல்ல ஆரம்பிக்கும்போதே அது தவறாகவும் போதாமலும் ஆவதைத்தான் அவர்கள் உணர்கிறார்கள். புறவயமாகச் சொல்லத்தக்கதாக ராஜமார்த் தாண்டன் உணர்வது அப்படைப்பு எழுதப்பட்ட சூழல், அதன் இலக்கிய வரலாற்று மரபு இரண்டைப்பற்றி மட்டுமே. அவர் அவற்றைப்பற்றி மட்டுமே விரிவாகப்பேசி அந்த தருணத்தில் தன் முடிவை முன்வைத்து நிறுத்திக் கொள்கிறார். தன் காலகட்டத்தின் வாசகப்பொதுமனத்தின் துல்லியமான பிரதிநிதியாக ஆவதே அவரது இலக்காக இருக்கிறது. அவர் வழியாக இக்காலகட்டத்தின் வாசக

ஆழ்மனம் வெளிப்படுவதனாலேயே அவர் முக்கியமானவராக ஆகிறார்.

சமணத்துறவிகள் பிட்சை ஏற்கும்போது உணவை எந்தவித பாத்திரத்திலும் வாங்க மாட்டார்கள். இலையில்கூட பெற மாட்டார்கள். வெறும் கையில் வாங்கி நேரடியாக உண்பார்கள். கவிதையை வெறும் இதயத்தால் வாங்கக்கூடிய விமரிசகராக நிற்கிறார் ராஜமார்த்தாண்டன்.

(26-7-08 அன்று நாகர்கோயிலில் நிகழ்ந்த 'ராஜமார்த்தாண்டனுக்கு அறுபது' இலக்கியக் கூட்டத்தில் ஆற்றிய உரை.)

சுவாரசியம் என்பது என்ன? அ.முத்துலிங்கத்தின் எழுத்துகள்

என் அலுவலகத்தில் அ.முத்துலிங்கத்தின் இந்தக் கட்டுரைத்தொகுதியை மேஜைமேல் வைத்திருந்தேன். ஒரு சக ஊழியர் பார்த்துவிட்டு சும்மா மேஜைமேல் வைத்தே புரட்டிப்பார்த்தார். ஏதோ சினிமாபற்றிய கட்டுரை அவருக்கு ஆர்வமூட்ட அதை படித்துப் பார்த்தவர் அப்படியே படிக்க ஆரம்பித்துவிட்டார்.

'சார் படிச்சுட்டு குடுத்திடறேனே' என்றார்.

எனக்கு பயம். நான் அதைப்பற்றி படித்துவிட்டு பேசவேண்டியிருக்கிறது. நண்பருக்கு எதையுமே படிக்கும் பழக்கம் கிடையாது.

ஏற்கெனவே ஒருமுறை இந்த நண்பர் என் மேஜைமேல் இருந்த ஒரு நூலை எடுத்துப் பார்த்துவிட்டு 'இது எப்டி சார் வாராவாரம் வருமா?' என்று கேட்டவர்.

'இல்லீங்க, இது ஒண்ணுதான் வரும்' என்றேன், எப்படி விளக்குவது என்று தெரியாமல்.

'மாசாமாசமா சார்?'

நான் பொறுமை காத்து 'சார் இது இப்டி ஒண்ணுதான் சார்... தொடர்ச்சியா வராது' என்றேன்.

'நிறுத்திட்டானா?' என்றபடி அதைப்புரட்டிப்படித்து 'எண்பது ரூபாயா? அச்சடிச்ச தாளுக்கா? என்னசார் அநியாயமா இருக்கு!' என்றார்.

‘ஏன் சார்?’ என்று பரிதாபமாகக் கேட்டேன்.

‘சார் விகடனேகூட பத்து ரூபாதானே? எம்பது ரூபா போட்டா எவன் வாங்குவான்? அதான் நின்னிருச்சு’ என்றார்.

நண்பர் நன்றாக படித்து நல்ல பதவியில் இருப்பவர். ஆனால் அவர் பாடநூல்கள், இதழ்கள் தவிர நூல்கள் என ஒரு விஷயமும் உண்டு என்பதையே அறிந்திருக்கவில்லை. அப்படிப்பட்ட நண்பர் புத்தகத்தை இரவல் கேட்கிறார். ஆனால் அவர் ஒன்றை நினைத்தால் நடத்தாமல் விடமாட்டார். என்னால் எதையும் எவருக்கும் மறுக்கவும் முடியாது. கொண்டுபோய்விட்டார்.

நான்காம் நாள் திருப்பிக் கொண்டுவந்தார். சரிதான், இரும்புக்கடலை கடித்து பல்வீக்கம் என நான் நினைத்தேன். ‘படிச்சீகளா சார்?’ என்றேன்.

‘படிச்சிட்டேன் சார். சூப்பர். சிரிச்சு சிரிச்சு மண்டைக்குள்ள ஒருமாதிரி டிராஃபிக் ஜாம் ஆயிட்டேன் சார்...’ என்றபடி சிரிக்க ஆரம்பித்தார். ‘யார் சார் இவரு?’ என்றார்.

‘இலங்கைக்காரர் சார்’

நண்பரால் நம்ப முடியவில்லை ‘அப்டியா சார்? அவங்களுக்கு அங்க யுத்தம் வெட்டு குத்துன்னு ஆயிரம் பிரச்சினைகள். எப்டி சார் சிரிப்பா எழுதறாங்க?’

நான் ‘கஷ்டம் இருந்தாத்தானே சார் நல்லா சிரிப்பு வருது?’ என்றேன்.

‘ஆமா சார். எங்கம்மா சொல்லுவா, எங்கப்பா செத்துப்போய் பிள்ளைகளோட தனியா நின்னப்போ அழுது அழுது தீந்துபோய் ஒருநாள் ராத்திரி சிரிச்சுட்டாளாம். அன்னையோட கஷ்டம் போச்சுடான்னு சொல்வாள். வாஸ்தவம்’ என்றார். ‘என்ன சார் வேல பார்த்தார்?’

‘இவரு பெரிய அதிகாரியா வேல பார்த்தார் சார்...’

‘சும்மாருங்க சார், வெளையாடாதீங்க...’

‘இல்ல சார் நிஜம்மாவே பெரிய அதிகாரிதான்.’

‘சார் எனக்கு முப்பதுவருச சர்வீஸ். நான் இன்னை தேதிவரை சிரிக்கிற மூஞ்சியோட ஒரு அதிகாரிய பாத்தது இல்ல... நிஜம்மாவே அதிகாரியா, இல்ல அதிகாரி மா... திரியா?’

நான் யோசித்து ‘ஐநாவிலே இருந்தார்...’ என்றேன்.

‘அது சரி, ஐநாவே நம்ம சுப்பிரமணியம் சாமி மாதிரி ஒரு ஜோக்குதான் சார்’ என்றபின் ‘சார் நான் இதை படிச்சிட்டு குடுக்கறேன்’ என்று நான் அதிர்ச்சியில் வாய் திறக்கும் முன் கோணங்கியின் ‘பொம்மைகள் உடைபடும் நகர’த்துடன் நடந்து போனார்.

நண்பர் மிக பரபரப்பான ஆள். விவசாயம் உண்டு. ஆகவே இரவு பதினொரு மணிக்குமேல் பன்னிரண்டுமணிவரைதான் படிக்க நேரம் கிடைக்கும். அந்நேரத்தில் தூங்காமல் உட்கார்ந்து படித்தேன் என்றார். அதன் பின் என் மனைவியும் அதேபோல நள்ளிரவில் விளக்கைப் போட்டுக்கொண்டு இதைப்படிப்பதைக் கண்டேன். இவ்வளவுக்கும் இது ஒரு கதைத்தொகுப்பு அல்ல. இது கட்டுரைத்தொகுப்பு.

ஒரு உயர் அதிகாரி. சிறு வயதில் மாணவராக இருந்தபோது கைலாசபதியால் தூண்டுதல் அடையப்பெற்று அக்கா என்று ஒரு சிறுகதைத்தொகுதியை வெளியிட்டார். அதன் பிறகு பெரிய வேலைக்கு போய் விட்டார். ஈழ இனப்பிரச்சினை காரணமாக வெளியேறி சியரா லியோன் சென்றார். அங்கிருந்து ஐநா அதிகாரியாக ஆப்ரிக்கா மேற்காசியா நாடுகளில் வேலைக்குச் சென்றார். அந்நாட்களில் பல வருட உழைப்பின் விளைவாக கணிப்பொறி மென்பொருளை நிர்வாக இயலுக்கு பயன்படுத்துவது பற்றி தடிமனான மூன்று பகுதிகள் கொண்ட ஒரு நூலை எழுதினார். அது புகழ் பெற்ற மேலைநாட்டு பதிப்பகம் ஒன்றால் வெளியிடப்பட்டது. நூல் வெளிவந்த சில மாதங்களில் அந்த மென்பொருளே இல்லாமலாயிற்று.

மனம் சோர்ந்திருந்த நாளில் இலங்கை சென்றபோது அங்கே ஒரு இலக்கியக்கூட்டத்தில் ஒருவர் ‘அக்கா’ தொகுதியின் ஒரு கதையைக் குறிப்பிடுவதைக் கேட்டார். முப்பது வருடமாகியும் இலக்கியம் காலாவதியாகவில்லை! நான் கூட அக்கா தொகுதி பற்றி அப்போது எழுதியிருக்கிறேன்.

அதன்பின்னர்தான் இலக்கியத்துக்கு வந்தார். இனி தன் வாழ்நாள் முழுக்க இலக்கியத்துக்கே என எண்ணும் இலக்கிய சர்ச்சைகளுக்குக் கூட ஒதுக்க நேரம் இல்லை என்று எண்ணுபவர். இன்று தமிழில் மிக விரும்பி படிக்கப்படும் முக்கியமான எழுத்தாளர். இத்தனை நாள் வரலாற்றில் எந்த ஈழ எழுத்தாளரும் தமிழ்நாட்டில் இத்தகைய வரவேற்பையும் அங்கீகாரத்தையும் பெற்றதில்லை.

தமிழில் எழுதிய எல்லாவற்றையுமே எவரையும் படிக்கவைக்கும் திறன் கொண்ட மூன்று எழுத்தாளர்கள் மட்டுமே உள்ளனர். கல்கி அவர்களில் காலத்தால் முன்னோடி. சுஜாதா அடுத்தவர். அ.முத்துலிங்கம் தொடர்பவர். ஆனால் அ.முத்துலிங்கம் வணிக எழுத்தாளர் அல்ல. எழுத்தை ஒவ்வொரு கணத்திலும் தீவிரமாகவே

அணுகிய இலக்கியவாதி. அவ்வகையில் அவரை நாம் புதுமைப் பித்தனின் மரபுவரிசையைச் சேர்ந்தவர் என்று அடையாளப்படுத்த வேண்டும். கி.ராஜநாராயணன், நாஞ்சில்நாடன் வகையைச் சேர்ந்தவர் என்று சொல்லவேண்டும்.

ஒட்டுமொத்தமாக இவர்களை சுவாரஸியமான எழுத்தாளர்கள் என்று சொல்கிறோம். நீண்டநாளாக தமிழ் சிற்றிதழ் உலகில் சுவாரஸியம் என்பது இலக்கியத்துக்கு எதிரான ஒன்று என்ற எண்ணம் இருந்தது. இலக்கியம் என்றால் சுவாரஸியமே இல்லாமல் வறண்டுதான் இருக்கும் என்ற மனப்பிம்பம். தமிழ் சிற்றிதழ்களுக்கு அழகியல் ரீதியாக இரண்டு முகங்கள்தான் இருந்தன. ஒன்று இயல்புவாதம் (நாச்சுரலிசம்) இன்னொன்று அதிலிருந்து சற்றே முன்னகர்ந்த நவீனத்துவம்.

அன்று ஓங்கி நம் பண்பாட்டையே நிறைத்திருந்த வணிக இலக்கியத்துக்கு எதிரான ஒரு பண்பாட்டு சக்தியாக தன்னை நிலைநிறுத்திக் கொண்டது தமிழ் சிற்றிதழ் உலகம் என்பதைக் காணலாம். ஒருபக்கம் அகிலன், நா.பார்த்தசாரதி, சாண்டில்யன் என பெரும் பட்டியல். லட்சக்கணக்காக விற்கும் இதழ்கள். லட்சக்கணக் கான வாசகர்வட்டம். பணம் புகழ். அதற்கு எதிராக இருநூறு பிரதிகள் அச்சிடப்படும் சிற்றிதழ்களில் தமிழ் நவீன இலக்கியம் உருவானது.

அந்த வணிக எழுத்து சுவாரஸியத்தையே அடிப்படையாகக் கொண்டது. மிதமிஞ்சிய கற்பனாவாதம் மூலமும் செயற்கையான உத்திகள் மூலமும் சுவாரஸியத்தை உருவாக்கிக் கொண்டிருந்தது அது. ஆகவே நவீன இலக்கியம் சுவாரஸியத்துக்கு எதிராக ஆகியது. வாழ்க்கை அப்படி கனவுக்கொந்தளிப்பாகவும் திடுக்கிடும் திருப்பங்களும் மர்மங்களும் நிறைந்ததாகவும் இல்லை என்ற எண்ணம் இலக்கியச் சூழலில் வலுவாக உருவாயிற்று.

வாழ்க்கை சலிப்பூட்டுவது. சாதாரணமான விஷயங்களால் ஆனது. அதை அப்படியே சொல்ல முயல்வதுதான் இலக்கியம் என்று எண்ணினார்கள். இந்த நோக்கே இயல்புவாதத்தை உருவாக்கியது. நீல பத்மநாபன், ஆ.மாதவன் போன்றவர்களை இதற்கு சிறந்த முன்னுதாரணமாகச் சொல்லலாம். இங்கே நவீனத்துவம் உருவான போது இயல்புவாதத்தின் நீட்சியாக அது இருந்தது. இயல்பான அன்றாடவாழ்க்கையின் தளத்தில் வைத்து வாழ்க்கையின் சாரமின்மையையும் மனிதவாழ்க்கையின் தனிமையையும் அது பேசியது. இப்போக்கின் முன்னுதாரணமான படைப்பாளிகள் நம்மிடையே உண்டு அசோகமித்திரன், சா.கந்தசாமி போன்றவர்கள்.

நவீனத்துவம் பின்னகர்ந்த காலகட்டத்தில் இலக்கியம் தன்னை உருமாற்றிக் கொண்டபோது மீண்டும் கற்பனைவீச்சுக்கும், வாசிப்பு

சுவாரஸியத்துக்கும் முன்னுரிமை அளிக்க ஆரம்பித்தது. இறுக்கமான வடிவமுள்ள படைப்புக்கு பதிலாக நெகிழ்வான ஆனால் சிக்கலான அமைப்புள்ள படைப்புகள் வெளிவந்தன. அ.முத்துலிங்கம் அந்த மாற்றத்தை முன்னெடுத்த படைப்பாளி.

ஓர் எழுத்தின் ஆழம் என்பது அதன் கதாபாத்திரங்கள், நிகழ்வுகள், கருத்துச் சரடு ஆகியவற்றில் உருவாகும் நுட்பமான மோதலின் விளைவாக உருவாவது. ஆழம் என்பது எப்போதும் ஒரு முரணியக்க மாகவே உள்ளது. ஆழத்தை நிராகரிக்கும் இலக்கியப் படைப்பு இருக்க முடியாது. ஆழம் என்று ஏதுமில்லை, மேல்தளம் மட்டுமே உள்ளது என்று வாதிடும் பின்நவீன இலக்கியப் படைப்புகளுக்கும் இது பொருந்தும். ஒரு எழுத்தை இலக்கியமாக்குவது அதன் ஆழமேயாகும்.

ஆனால் இன்றைய 'நவீனத்துவத்துக்கு பிறகான எழுத்து' என்பது எப்படியோ சுவாரஸியத்தை கட்டாயமாக்குகிறது. பிடிவாதமாக அதற்கு எதிரான நிலை எடுக்கும் சில படைப்புகள் உண்டு. அவை தங்களை காவியமாகவோ ஆய்வாகவோ ஆவணத்தொகையாகவோ உருவகம்செய்துகொள்ளும் படைப்புகள். ஆனால் இன்றைய சூழல் என்பது சுவாரஸியம் தேவை என்று வலியுறுத்துகிறது.

முதல் காரணம் இன்றைய எழுத்துப்பெருக்கம். நவீனத்துவம் ஆண்ட காலத்தில் தமிழில் வருடத்துக்கு நாநூறு நூல்கள் வெளிவந்தன. இப்போது பன்னிரண்டாயிரம் நூல்கள் வெளிவருகின்றன. இதைத்தவிர இணையத்தில் வெளியாகும் ஆயிரக்கணக்கான பக்கங்கள். இந்த பெரும்பரப்பில் வாசகனை தன்னிடம் அழைக்கும் பொறுப்பு எழுத்துக்கு வந்துவிடுகிறது. தன்னை கவனிக்கச் செய்யவும் வாசிக்க வைக்கவும் அது முயல்கிறது. ஆகவே சுவாரஸியமான மேல்தளம் தேவையாகிறது. ஆய்வுக்கட்டுரைகள் செய்திக்கட்டுரைகள் எல்லாமே சுவாரஸியமாக எழுதப்பட்டாக வேண்டுமென்ற நிலை படிப்படியாக உலகமெங்கும் உருவாகி வருகிறது.

இந்த இயல்பை இன்றைய எழுத்துக்களில் நாம் சாதாரணமாகக் காணலாம். எஸ்.ராமகிருஷ்ணன், யுவன் சந்திரசேகர் போன்றவர்களின் எழுத்து இந்த சுவாரஸிய அம்சத்துக்கு முக்கியத்துவமளிப்பதைக் காணலாம்.

சுவாரஸியம் என்பது என்ன? எப்படி உருவாகிறது அது? எதற்காக நாம் சிரிக்கிறோம்? திரைப்பட நண்பர் ஒருவர் சொன்னார், நமது கதாநாயக நடிகர்களை தெலுங்கிலும் கன்னடத்திலும் கொண்டு செல்ல முடியும். நகைச்சுவை நடிகர்களை தமிழை விட்டு வெளியே எடுக்க முடியாது. காரணம் அவர்கள் மண்ணுடன் கலந்தவர்கள் என.

சுவாரஸியம் என்பது ஒரு பண்பாட்டுடன் இரண்டறக் கலந்துள்ளது. ஒரு பண்பாட்டின் உணர்ச்சிகரமான ஈடுபாடுகள், வெறுப்புகள், இடக்கரடக்கல்கள் ஆகியவற்றை அறிந்த ஒருவரால்தான் அப்பண் பாட்டின் நகைச்சுவையை ரசிக்க முடியும். நகைச்சுவை என்பது இப்படிப்பட்ட 'பண்பாட்டு ஒழுங்குமுறைகள்' மூலம் அன்றாட வாழ்க்கையில் உருவாகும் அபத்தத்தை சுட்டிக்காட்டுவதன் மூலமே நம்மைச் சிரிக்க வைக்கிறது.

இதற்குச் சிறந்த உதாரணமாக இந்நூலில் உள்ள அக்காவின் சங்கீத சிட்சை என்ற கட்டுரையைச் சுட்டிக்காட்டலாம். கட்டுப்பெட்டியான யாழ்ப்பாணத்து வேளாளச் சூழலை நம் மனத்தில் உருவகித்துக் கொள்ளும்போதே 'தெருவில் வாரானோ என்னை திரும்பிப்பாரானோ' என்று ஒரு கன்னிப்பெண் பாடி இசை பயிலும்போது ஏற்படும் அபத்தம் உறைக்கிறது.

கல்கி ஒரு குட்டிக்கதையை ஒரு இடத்தில் சொல்கிறார். நான்குநேரி ஜீயருக்கு திருநெல்வேலியில் ஒரு கிளைமடம். அங்கே இருந்த தாத்தாச்சாரிய சாமிகள் குளத்தில் விழுந்து கால் ஒடிந்துவிட்டது. குப்பனை அழைக்கிறார்கள். 'டேய், நீ என்ன பண்றே, ஓடி நான்குநேரிக்குப் போய் ஜீயர் சன்னிதானத்தைப் பார்த்து இப்டிச் சொல்றே. எப்டிச் சொல்லுவே? 'ஸ்ரீஸ்ரீஸ்ரீ உபய வேதாந்த மகா கனம் ராமானுஜதாச அண்ணா தாத்தாச்சாரியார் ஸ்வாமிகள் ஸ்ரீ புஷ்கரணியிலே திருப்பாதம் வழுக்கி விழுந்து திருக்கால் ஒடிந்து ஸ்ரீமடத்திலே திருப்பள்ளி கொண்டிருக்கிறார்' அப்டீன்னு சொல்லணம் புரியறதோ?'

சரி என்று குப்பன் ஓடிப்போய் நான்குநேரி மடத்தில் ஜீயரைக் கண்டு சுருக்கமாகச் சொன்னான் 'மொட்டைத்தாத்தன் குட்டையிலே விழுந்தான்.'

இந்த நகைச்சுவையில் நாம் சிரிப்பது அந்த ஸ்ரீஸ்ரீஸ்ரீயில் உள்ள நீண்டகால பண்பாடு ஒன்றின் உள்ளீடற்ற படாடோபத்தைப் பார்த்துதான். நகைச்சுவை என்பது எப்போதும் நுண்ணிய பண்பாட்டு விமரிசனமாகவே அமைகிறது. தன் எழுத்தின் முதல்தளத்தில் மென்மையாக இந்த விமரிசனத்தைப் படரவிட்டிருப்பதனாலேயே அ.முத்துலிங்கத்தின் எல்லா எழுத்தும் நம்மால் சிறு புன்முறுவலுடன் படிக்கப்படுகிறது. அக்காவும் அவரும் சேர்ந்தே படிக்க ஆரம்பித்த வர்கள். 'அக்கா மு.வரதராசனார், நா.பார்த்த சாரதி என்று படிப்படியாக முன்னேறி இப்போது ரமணி சந்திரனை எட்டியிருக்கிறாள்' என்ற வரி மூலம் அ.முத்துலிங்கம் முன்வைப்பது மிக ஆழமான ஒரு பண்பாட்டு விமரிசனத்தை.

ஆனால் அ.முத்துலிங்கம் ஒருபோதும் நக்கல் செய்வதோ மட்டம் தட்டுவதோ இல்லை. பண்பாட்டின் பலதளங்கள் பல முகங்களைப் பற்றிய புரிதல்கொண்ட ஒருவரின் சமநிலை எப்போதும் அவரிடம் உள்ளது. ஒவ்வாத விஷயங்களை நோக்கி ஒரு சிறு புன்னகையே அவரது எதிர்வினையாக இருக்கிறது.

சுவாரஸியத்தை உருவாக்கும் இரண்டாவது அம்சம் நடையழகு. நடை என்று நாம் சொல்லும்போது எப்போதும் மொழியையே உத்தேசிக்கிறோம். ஆனால் மொழித்தேர்ச்சிக்கும் நடைக்கும் தொடர்பே இல்லை. நல்லநடை என்பது முழுக்க முழுக்க கவனிப்புத்திறன் சார்ந்தது. வெளியுலகையும் அக உலகையும் கூர்ந்து பார்ப்பதும் அவற்றை துல்லியமாகச் சொல்லிவிட முயல்வதுமே நல்ல நடையாக ஆகிறது. நல்ல நடை என்று சொல்லப்படும் படைப்புகளை கூர்ந்து ஆராயுங்கள், அவற்றில் மொழியாலான சித்திரங்கள் நிறைந்திருக்கும்.

அ.முத்துலிங்கம் ஒரு கதையில் கனகி என்ற பெண்ணைப்பற்றிச் சொல்கிறார். அவள் வாய் மூடியிருக்கும்போதும் வட்டமாக இருக்கும். அத்துடன் ஓர் உவமை. மீனின் திறந்த வாய் போல.

இத்தகைய வர்ணனை என்பது குழந்தைத்தனம் மிக்க ஒரு கவனிப்பினூடாக உருவாகக்கூடியது என்பதை கவனிக்கலாம். உலகத்தின் சிறந்த இலக்கிய நடை எல்லாமே உள்ளே ஒரு குழந்தைப் பார்வையை கொண்டிருக்கிறது. உலகம் நமக்குப் பழகி விட்டிருக்கிறது. தொடர்ந்து பழகி வருகிறது. அதன் புதுமையால் நாம் உலகை அடையாளப்படுத்துவதில்லை, அதன் பழகிய தன்மையால் அடையாளப்படுத்துகிறோம். குழந்தைகள் உலகை எப்போதும் புதிதாகப் பார்க்கின்றன. வேறுபாடுகளால் அடையாளப்படுத்து கின்றன. இலக்கியமும் அதையே செய்கிறது.

அப்படி அவதானிப்பைச் சொல்லும்போது எழுத்தாளனின் மன இயல்பும் வந்து கலந்துகொள்கையிலேயே நடை முழுமை பெறுகிறது. ஆப்கானிஸ்தானில் கல்விமான்களும் சாதாரணர்களும் ஒன்றாக ஒரே ரொட்டியை பிய்த்து தின்பார்கள். கல்விமான்கள் ஏழாம் வாய்ப்பாடு தெரிந்தவர்கள். மற்றவர்கள் தெரியாதவர்கள் என்று ஒரு வரி வருகிறது. நட்பார்ந்த ஒரு கிண்டல். ஒரு புன்முறுவல். இவை இரண்டும் கலந்ததே அ.முத்துலிங்கத்தின் நடை.

இந்த நூலின் முக்கியமான சிறப்பம்சம் ஒன்று உண்டு, இதுவரை சொன்னவற்றின் நீட்சியாகவே அதைக் கொள்ளவேண்டும். இந்த நூல் அ.முத்துலிங்கத்தின் பிரமிக்கத்தக்க பலதுறை அலைதலுக்கான சான்று. இதில் திரைப்பட விமரிசனங்கள், உலக நவீன இலக்கிய

நிகழ்வுகள், நூல் விமரிசனங்கள், மனிதர்களைப்பற்றிய குணசித்திரங்கள், நினைவோட்டங்கள், பல்வேறு அன்றாட வாழ்க்கைக் குறிப்புகள் என பல விஷயங்கள் உள்ளன. ஒரு சமகால எழுத்தாளனின் அக்கறைகள் எந்த அளவுக்கு விரிய வேண்டுமென்பதற்கான சான்றுகளாக உள்ளன இக்கட்டுரைகள். கணிப்பொறி முதல் சமையல் வரை இவற்றின் கைகள் நீண்டு தொடுகின்றன.

இந்நூலுடன் ஒப்பிடத்தக்க இன்னொரு நூல் சுஜாதா எழுதி கணையாழியின் கடைசிப்பக்கமாக வெளிவந்துள்ள 'கணையாழியின் கடைசிப்பக்கங்கள்'. சுஜாதாவின் அக்கறைகளும் ஆண்டாள் முதல் அணுகுண்டு வரை நீள்கின்றன. ஓயாது தன் சமகாலத்தை எதிர்கொண்ட படியே இருப்பதன் பதிவுகள் இவை. அந்த கனத்த நூலையும் நாம் மிக சுவாரஸியமாக புன்னகையுடன் வாசித்துச் செல்ல முடியும்.

ஆனால் ஏற்கனவே சொன்னதுபோல அ.முத்துலிங்கத்தின் ரசனையும் தெரிவும் ஆழமானவையும் கறாரானவையும் ஆகும். தீபா மேத்தாவின் வாட்டர் படத்தையோ அல்லது கிரண் தேசாயின் நாவலையோ அவர் மதிப்பிடும்போது வெளிப்படும் கறார்த்தன்மை தமிழின் மிக ஆக்ரோஷமான விமரிசகர்களுக்கு நிகரானது, ஆனால் மென்மையான நகைச்சுவையுடன் சொல்லப்படுகிறது. தீபா மேத்தாவின் காலைத் தொட்டு சீமா பிஸ்வாஸ் கும்பிடும்போது 'என்ன தொலைத்தார்கள்?' என்று கேட்கும் கனடாக்கிழவியின் சித்திரம் 'தண்ணீரின் ஓட்டம் பலவந்தமாக திசைதிருப்பப்பட்டிருக்கிறது, தண்ணீரை தண்ணீராகவே ஓடவிட்டிருக்கவேண்டும்' என்ற கடும் விமரிசனத்துடன் கலக்கப் பட்டிருக்கிறது.

இந்த நூல் ஒரு சமகால கலை இலக்கியப் பயணத்துக்கு நம்மை இட்டுச்செல்கிறது. வெளிநாடுகளில் மிகுந்த பயிற்சியுடன் நகைச் சுவையும் தகவல் திறனும் கலந்து பேசி கொண்டுசெல்லும் வழிகாட்டி களைக் கண்டிருக்கிறோம். அத்தகைய ஒரு தேர்ச்சிமிக்க வழிகாட்டியாக அ.முத்துலிங்கத்தின் குரல் நம்முடன் வருகிறது.

(11-08-07 அன்று மதுரை புத்தகக் கண்காட்சியில்
உயிர்மை வெளியீடான அ.முத்துலிங்கத்தின்
'பூமியின் பாதி வயது' என்ற நூலை வெளியிட்டு ஆற்றிய உரை.)

என்றும் வற்றாத ஜீவ நதி : இந்திய இலக்கியத்தின் சாரம் என்ன?

நண்பர்களே,

பொதுவாக நான் கல்லூரிகளுக்குச் செல்ல ஒத்துக் கொள்வதில்லை. என் அனுபவத்தில் ஓர் எழுத்தாளனாக என்னுடைய முக்கியத்துவம் சற்றும் உணரப்படாத இடங்கள் கல்லூரி தமிழ்த்துறைகள்தான். அவர்களில் வாசகர்கள் மிகக்குறைவு. ஆகவே எந்த எழுத்தாளனையும் மதிப்பிடத் தெரியாது. ஆகவே அங்கே நுண்மையான அவமதிப்புகளுக்கு நாம் ஆளாகவேண்டியிருக்கும். இங்கு என்னை அழைத்த நண்பருக்காக ஒத்துக்கொண்டேன். அவருக்காகவும் என் பேச்சை சிலராவது எதிர்பார்க்கக் கூடும் என்பதற்காகவும் வந்தேன். என் மனநிலை சரியாக இல்லை என்பதனால் உரை சிறப்பாக அமையாவிட்டால் மன்னிக்கவும்.

•

பல வருடங்களுக்கு முன் ஊட்டியில் என் ஆசிரியர் நித்ய சைதன்ய யதியின் அலுவலகத்தில் வைத்து ஆரோன் என்னும் ஆஸ்திரேலிய நாட்டு இளைஞர் ஒருவரை அறிமுகம் செய்துகொண்டேன். அவர் இந்திய குடிசைப்பகுதிகளில் சேவை செய்யும்பொருட்டு வந்திருந்தார். அழுத்தமான கிறித்தவ உணர்ச்சியில் இருந்து உருவான சேவை மனநிலை அவருடையது. ஆஸ்திரேலியாவில் நித்யா பல்கலைகழக ஆசிரியராக

இருந்தபோது இவர் நித்யாவின் மாணவராக இருந்தாராம். எர்ணாகுளத்தில் ஒரு சேரியில் அவருக்கு நிகழ்ந்த ஓர் அனுபவத்தைச் சொன்னார்.

அந்தச் சேரி எங்கும் ஏராளமான தெருச்சிறுவர்கள் அலைந்தனர். சில்லறை வேலைகள் செய்பவர்கள், துறைமுகத்தில் சிறிய இரும்பு போன்ற பொருட்களை திருடி விற்பவர்கள், குப்பை பொறுக்கு பவர்கள், பிச்சை எடுப்பவர்கள். அவர்கள் சிறுகச்சிறுக எங்கிருந்தோ வந்து சேர்ந்து வானமே கூரையாக சேரியே தாய்தந்தையாக வாழும் ஒரு தனிச்சமூகம்.

ஆரோன் அவர்கள் மத்தியில் ஏதாவது செய்ய விரும்பினார். ஒரு நாள் உள்ளூர் உதவியாளர் ஒருவருடன் ஒரு ஒலிப்பதிவுக் கருவியை எடுத்துக் கொண்டு அவர் தெருக்களுக்குச் சென்றார்.கருவியை ஓடச் செய்துவிட்டு தெருப்பையன்களைக் கூப்பிட்டு அவர்கள் விரும்பியதை பேசச்செய்து பதிவு செய்வது அவரது நோக்கம். அவற்றிலிருந்து அவர்களைப்பற்றி ஒரு பொதுவான புரிதலை அடைய இயலுமென்பது திட்டம்.

முதலில் அவர்கள் தெருவில் சந்தித்த சிறுவர்கள் அவர்கள் அழைத்ததுமே சிதறி ஓடினார்கள். அதேசமயம் ஆர்வத்துடன் பின்னாலேயே வந்தார்கள். நக்கலாக கூச்சலிட்டார்கள். கூடவந்த உதவியாளர் ஆஸ்திரேலியரிடம் 'இவர்கள் மனிதப்பண்பு குறைந்தவர்கள். ஒருவகை மிருகங்கள். இவர்கள் நெஞ்சில் கருணை அன்பு ஈரம் என்பதற்கெல்லாம் இடமே இல்லை. இவர்கள் வாழும் சூழலும் வாழ்க்கையும் இவர்களை அப்படி ஆக்கியுள்ளன' என்று சொல்லியபடியே இருந்தார்.

ஆரோன் ஒரு சாக்லேட்டை நீட்டியபடி மீண்டும் மீண்டும் சிறுவர்களை அழைத்தார். கடைசியில் ஒரு சிறுவன் தயங்கியபடி வந்து சாக்லேட்டைப் பெற்றுக் கொண்டான். மைக்கை நீட்டியபோது தயங்கி ஓரக்கண்ணால் அவரை பார்த்த பின் சரசரவென ஏழெட்டு உக்கிரமான கெட்டவார்த்தைகளை கொட்டிவிட்டு ஓடிப்போனான். உதவியாளர் 'பார்த்தீர்களா சார்? நன்றியே இல்லை. இவன்கள் இப்படித்தான்... இவர்கள் மனம் முழுக்க வன்முறையும் வக்கிரமும்தான்' என்றார்.

ஆரோன் புன்னகையுடன் அவனைப்பார்த்து பரவாயில்லை என்பது போல தலையை அசைத்தார். சிரித்தபடி மீண்டும் வந்து பேசும்படி அழைத்து சாக்லேட்டைக் காட்டினார். அவன் அருகே மிகமிகத் தயங்கியபடி வந்தான். ஓடத்தயாராக நின்றபடி சாக்லேட்டை வாங்கிவிட்டு மைக்கருகே குனிந்து மீண்டும் ஒரு மிகப்பெரிய கெட்டவார்த்தை சொல்லிவிட்டு ஓடினான்.

ஆனால் அவர் துரத்தவில்லை என்பதை அவன் கண்டான். மறுமுறை அழைத்தபோது அதிக தயக்கமில்லாமல் வந்தான். சாக்லேட்டை அவநம்பிக்கையுடன் வாங்கினான். மைக்கில் 'போடா!' என்று மட்டும் சொல்லிவிட்டு அருகே சற்று தள்ளி நின்றான். ஆரோன் மீண்டும் அதே அன்பான புன்னகையுடன் மைக்கை கொடுத்து பேசச்சொன்னபோது அவன் கனத்த கால்களை நீட்டி வைத்து மைக்கருகே வந்தான். தலைகுனிபவன் போல அதன் முன் நின்றான். சொற்கள் வரவில்லை. குனிந்த தலை மட்டும் ஆடியது. சட்டென்று நெஞ்சு பிளப்பதுபோல் ஓர் அழுகை. ஆரோன் அவன் தோள்களைப் பற்றிக்கொண்டார். நிறுத்தாமல் அழுகை. அவனை அழவிட்டார் அவர்.

ஒலிப்பதிவுக்கருவி ஓட அந்த அழுகை நிசப்தமான குருகுல அறையில் ஒலித்தது. வெளியே பைன்மரங்களில் காற்றின் நெடுந்தொலைவு ஓலம். அது ஏதோ அருவமான ஆத்மா ஒன்றின் அழுகை போல கேட்டது.

வெகுநேரம் கழித்து நித்யா பேசினார் 'ஏன் அவன் அழுகிறான்? குற்ற உணர்வாலா? இல்லை. அதைவிட நுட்பமான ஓர் உணர்வு. சிந்தனைகளின் உச்சியை அடையவும், பெரும் வல்லமையுடன் இயற்கையை வெல்லவும் பொருட்டு படைக்கப்பட்ட ஒரு மானுட ஆத்மாவான அவன் வெறுமொரு தெருவாழ் மிருகமாக வாழ நேரிட்டமை குறித்தே அவன் அழுதான். சற்றுமுன் கோபமாக வெளிப்பட்டதும் அந்த அழுகைதான்.'

நித்யா தொடர்ந்தார். 'இந்த அழுகை மானுடனைப்பற்றி நான் என்றென்றும் கொண்டிருந்த அழுத்தமான நம்பிக்கையை மீண்டும் ஒருமுறை உறுதிசெய்கிறது. மனிதன் இயற்கையின் சாராம்சமான ஒரு வல்லமையை தன்னுள் கொண்டிருக்கிறான். இயற்கையின் உள்ளுறை யாக ஒரு பெரும் கருணை, ஒரு மாபெரும் நன்மை உறைகிறது என நான் எப்போதுமே உணர்ந்துவருகிறேன். அதுவே நாம் காணும் இவையனைத்தையும் ஆக்கி நம் முன் விரித்துள்ளது. அந்த சாரம் மானுடனின் உள்ளும் உறைகிறது.'

'ஜெர்மனியில் ஆஸ்டர்விட்ஸ் நினைவிடத்தில் நான் என்னை இழந்து நின்றிருக்கிறேன். நாகஸாகி அணுகுண்டு நினைவகத்தில் நின்று அழுதிருக்கிறேன். மனிதகுரூரத்தின் உச்சம். அதற்கு முடிவேயில்லை. ஒருமுறை வட இந்தியாவில் ஒரு கிராமத்தில் தங்கியிருந்தேன். ஏதோ கொள்ளை நோயால் குழந்தைகளும் பெண்களும் செத்துக்கொண்டே இருந்தனர். கங்கைக்கரையெங்கும் பிணங்கள். மனம் கலங்கி பேதலித்து இரவைக் கழித்தேன். காலையில் கங்கைமீது அற்புதமான சூரிய உதயத்தைப் பார்த்தேன். ஒளியுடன் எழுகின்ற பொற்கோபுரம்!

அதன் ஒளியை உண்ட சருகுகள் கூட அமரத்துவம் பெற்றன. ஒரு கணத்தில் என் கவலைகளும் ஐயங்களும் பறந்தன. ஆம், அனைத்துக்குள்ளும் அளவிட முடியாத ஆனந்தமே உறைகிறது என சொல்லிக் கொண்டேன்.'

'இங்கு நோயும் மரணமும் உள்ளது. இங்கு கொடுமையும் சீரழிவும் உள்ளது. ஆயினும் இதன் சாரம் அளவிலா கருணையும் ஆனந்தமும் தான். மானுட மனமெங்கும் காமகுரோத மோகங்களே கொந்தளிக்கின்றன. ஆயினும் சாராம்சத்தில் உறைவது உண்மையும் நன்மையும் அழகுமே. அதை நான் 'சத்யம் – சிவம் – சுந்தரம்' என்பேன்.'

ஆனால் இன்றைய வாசகன் ஒருவன் சென்ற ஐம்பதாண்டுக்கால மேலை நாட்டு இலக்கியங்களைப் படித்தானென்றால் மீண்டும் மீண்டும் மானுட இருளை காட்டும் கதைகளையே வாசிப்பான். சாமர்செட் மாம் முதல் பீட்டர் ஷாஃபர் வரை, மார்சேல் புரூஸ்ட் முதல் அல்பேர் காம்யூ வரை, ஹெர்மன் மெல்வில் முதல் ஹெமிங்வே வரை, ஆல்பர்ட்டோ மொராவியோ முதல் லூகி பிராண்டலோ வரை மீண்டும் மீண்டும் அவன் காண்பது இதைத்தான்.

'மனிதன் அவனை ஆக்கிய சக்திகளினால் கைவிடப்பட்ட மிருகம்' என்றார் சார்த்தர். 'நான் மனிதர்கள் மீது நம்பிக்கை இல்லாதவன், ஆனால் நம்பிக்கை உள்ளவன் என்று என்னை சொல்லிக் கொள்வேன்' என்றார் காம்யூ. மனிதனின் அன்பு கருணை பாசம் தியாகம் அனைத்தையும் திரை விலக்கி நோக்கினால் மனித அகத்தில் நிறைந்திருப்பது அடிப்படை விலங்கியல்புகளே (இட்) என்ற நம்பிக்கை. மனிதன் சுயநலத்தால், காமத்தால், வன்முறையால், அகங்காரத்தால் ஆனவன் என்ற நம்பிக்கை.

இந்த நம்பிக்கையை கோட்பாடாக மாற்றியது ஃப்ராய்டிய உளவியல். அதற்கு அறிவியலின் வண்ணத்தை அளித்தது. மனிதன் உளச்சிக்கல்களின் பெருந்தொகுப்பு என்று சொன்னது ஃப்ராய்டியம். அந்தச் சிக்கல்களை வெற்றிகரமாக சித்தரித்துக் காட்டுவது பெரும் படைப்பு என்று கொள்ளப்பட்டது. இக்காலக் கதைகளுக்கெல்லாம் ஒரு எளிய பொதுச் சூத்திரம் உள்ளது. ஒரு மனிதனைச் சித்தரிப்பது. அவனுடைய நல்லியல்புகள் வழியாக கதை நகர்ந்து சென்று ஓர் உச்சத்தில் அவனுள் உறையும் 'உண்மையான' சுயம் வெளிப்படும். வாசகன் அதிர்ச்சி அடைகிறான். அந்த அதிர்ச்சிதரும் உச்சமே அக்கதையின் மையம்!

உளச்சிக்கல்களில் மீட்பின்றி மாட்டிக்கொண்டுள்ள இந்த எளிய மிருகம் மனிதன், அவனுடைய பண்பாடு என்பது அந்த உளச்சிக்கல் களினால் உருவானது, அவ்வுளச்சிக்கல்களை மறைத்துக் கொள்ள அவனுக்கு உதவுவது என்றார் ஃப்ராய்ட். மானுடம் பற்றிய சோர்வு

நிறைந்த இந்த தரிசனம் ஏறத்தாழ ஐம்பதாண்டுக்காலம் மேலைச் சிந்தனையின் பெரும்பகுதியை ஆண்டது. இரு உலகப்போர்களும் அவற்றின் பின்விளைவுகளான சோர்வும் அவநம்பிக்கையும் இதற்குக் காரணமாகியிருக்கலாம்.

தன் மீதான அவநம்பிக்கையிலிருந்து இது தொடங்குகிறது. தன் நல்லியல்பு மேல் நம்பிக்கை இல்லாதவனுக்கு சகமனிதன் மேலான அவநம்பிக்கை இயல்பான ஒன்று. 'இரு மனிதர்களுக்கு இடையே உள்ள உறவின் சாரம் மோதலில் உள்ளது' என்றார் சார்த்தர். 'நரகம் என்பது சக மனிதனே' என்றார். அதன் விளைவாக வாழ்க்கை என்பது மாபெரும் அபத்த நாடகம் என்ற சித்திரம் உருவாயிற்று.

சார்த்தர் எழுதிய 'சுவர்' என்ற சிறுகதையை நினைவுகூர்கிறேன். லத்தீன் அமெரிக்க நாடு ஒன்றில் சர்வாதிகார ஆட்சிக்கு எதிராகப் போராடு கிறார்கள் புரட்சிக்குழுக்கள். அக்குழு ஒன்றின் அதிதீவிர உறுப்பினராகிய கதாநாயகன் தற்செயலாக கைதுசெய்யப்படுகிறான். அவனை சித்திரவதைக் கூடத்துக்குக் கொண்டு வருகிறார்கள். தலைவர் எங்கே ஒளிந்திருக்கிறார் என்று கேட்டு அவனையும் மேலும் பத்துப்பேரையும் கடுமையாக சித்திரவதை செய்கிறார்கள்.

அந்த கூட்டத்தில் அவன் ஒருவனுக்கு மட்டுமே தலைவனைப்பற்றி தெரியும். அவர் மலைமீது பழங்குடிக் குடியிருப்பில் இருக்கிறார். அவனுடன் உள்ள ஒவ்வொருவராக கொல்லப்படுகிறார்கள். கடுமை யான சித்திரவதையிலும் மரண பயத்திலும் அவன் தன்நிலையை இழக்கவில்லை. மெல்ல ஆட்சியாளர்களுக்கு தெரிகிறது, அவனுக்கு தெரியும் என.

சித்திரவதைக் குழுத்தலைவன் மேஜர் வருகிறான். அவனிடம் சொல்கிறான், 'உன் தலைவனை காட்டிக்கொடுத்தால் உனக்கு விடுதலை. நான் தனிப்பட்ட முறையில் உறுதி அளிக்கிறேன்.' வரிசையாக நிற்கவைத்து ஒவ்வொருவராக கொலைத்தண்டனைக்கு இட்டுச்செல்லப்படுகிறார்கள். அவன் முன் நின்றவன் தன்னிச்சை யாகவே கால்சட்டையில் சிறுநீர் பெய்கிறான். பித்தன் போல் புலம்பி அழுகிறான். தன்னை விடுவிக்கும் பொருட்டு உத்தரவு பிறப்பிக்கப் பட்டிருப்பதாகவும் அது இன்னமும் வந்துசேரவில்லை என்றும் சொல்லி அழுகிறான்.

சட்டென்று அவனுக்கு ஓர் எண்ணம் உதிக்கிறது. கொலைத் தண்டனையை சற்று தாமதிக்க வைத்தால் ஒருவேளை அக்கைதி தப்பக்கூடும். ஒரு திட்டம் வகுக்கிறான். மேஜரை அழைத்து தன் தலைவன் கீழே நகரத்துச் சேரியில் ஏதோ ஒரு வீட்டில் இருப்பதாகச்

சொல்கிறான். நகரச்சேரி மிகப்பெரிது. அதை அவர்கள் தேடி முடிக்க இரவும் பகலும் ஆகிவிடும். அதற்குள் ஒருவேளை ஒருவன் மரணத்திலிருந்து தப்ப உத்தரவு வரமுடியும்.

அவனை ஓர் அறையில் போட்டு மூடுகிறார்கள். 'உனக்கு இது ஒரு வாய்ப்பு. உன் தலைவன் பிடிபட்டால் உனக்கு விடுதலை. நீ ஏமாற்றினாயென்றால் கடுமையான சித்திரவதை காத்திருக்கிறது' என்று சொல்கிறார்கள். அவன் தனக்குள் சிரிக்கிறான்.

ஆனால் மறுநாள் காலையிலேயே அவனது அறைக்கதவு திறக்கப்படுகிறது. மேஜர் கசப்புடன் சிரித்தபடி சொல்கிறான் 'நீ தைரியசாலி என்றும் விசுவாசமானவன் என்றும் நினைத்தேன். ஆகவே நீ என்னை ஏமாற்றுகிறாய் என்று தோன்றியது. இருந்தாலும் தேடிச்சென்றோம். உன் தலைவன் பிடிபட்டுவிட்டான். உனக்கு விடுதலை.'

ஆம், தலைவர் ரகசியமாக அன்று முன்னிரவில்தான் சேரிக்கு வந்திருக்கிறார்! அவன் அதிர்ந்து வாயடைத்து நிற்கிறான். அவனை அவர்கள் விடுதலைசெய்கிறார்கள். மேஜர் வெறுப்புடன் சொல்கிறான் 'நீ ஒரு கோழை! துரோகி! நான் உன்னை வெறுக்கிறேன். ஓடிப்போ.'

அவன் சட்டென்று சிரிக்க ஆரம்பிக்கிறான். சிரித்தபடியே இருக்கிறான். விலா வலிக்க சிரிக்கிறான். கண்ணீர் கொட்டி சீறி அழ ஆரம்பிப்பதுவரை சிரிக்கிறான்.

நண்பர்களே இந்தச்சிரிப்பை நாம் முன்னரே சொன்ன அழுகையுடன் ஒப்பிடவேண்டும். அந்த அழுகைக்கு நேர் எதிரானதல்லவா இந்தச் சிரிப்பு? மானுட வாழ்க்கை என்ற வெங்காயத்தை தோல் உரித்து பார்த்து சாராம்சமாக ஒன்றுமே இல்லை என்றறிந்தபின் வரும் சிரிப்பு இது. அத்தனை லட்சியங்கள், மன மயக்கங்கள் அனைத்துக்குள் உள்ளே உறையும் அபத்தத்தை கண்டடைந்தபின் வரும் சிரிப்பு இது. அவன் செய்த தியாகம் அவனது வீரம் அவனது அர்ப்பணிப்பு எதற்குமே பொருள் இல்லை. இனி அவன் எங்கும் எப்போதும் துரோகிதான்!

ஐம்பது வருடம் இச்சிரிப்பே ஐரோப்பிய இலக்கியத்தை ஆட்சி செய்தது. வாழ்வின் பெட்டகத்தை திறந்து வெறுமையை பெயர்த்து எடுத்து நம் முன் போடும் படைப்புகள் வந்தபடியே இருந்தன. இந்த நோக்கை நவீனத்துவம் (மாடர்னிஸம்) என்றார்கள்.

நவீனத்துவத்தின் அடிப்படை கருத்துநிலையை தர்க்க நோக்கு, தனிமனிதவாதம், ஒருங்கிணைவுள்ள வடிவம் என்று மூன்றாக வகுத்துச் சொல்லலாம். இவை மூன்றும் ஒன்றோடொன்று தொடர்புள்ளவை.

வரலாற்றையும் மனித வாழ்க்கையையும் உணர்ச்சிபூர்வமாக அணுகாமல் அறிவியல் சார்ந்த தர்க்கபூர்வமாக அணுகுவது நவீனத்துவம். பிரித்து பகுத்து பின்னர் தொகுத்து பொதுமுடிவுகளுக்கு வருவது அது. தர்க்கம் என்னும்போது யாருடைய தர்க்கம் என்ற கேள்வி எழுகிறது. யார் வாழ்க்கையையும் வரலாற்றையும் ஆராய்கிறானோ அவனுடைய தர்க்கம். அதாவது தனிமனிதனின் தர்க்கம். இவ்வாறாக காலத்தின்முன் தனிமனிதனாக நின்று அதை நோக்கும் நிலைப்பாடு உருவானது. தர்க்கபூர்வமாக விஷயங்களை கண்டு சொல்லும்போது கச்சிதமான ஒருங்கிணைவுள்ள வடிவம் உருவாகிறது. தர்க்கமே அந்த வடிவத்தை ஒருங்கிணைக்கும் சக்தி. இவ்வாறு நவீனத்துவம் மேற்கே உருக்கொண்டது.

தனிமனிதன் அவன் எவ்வளவு மகத்தானவனாக இருந்தாலும் காலத்தின் முன் ஒரு துளி. வாழ்க்கையின் ஒரு தெறிப்பு. வரலாற்றின் ஒரு கணம். அவனை பிரம்மாண்டமான அதன் விரிவு அச்சுறுத்துகிறது. அதன் முன் நிற்கையில் தன் இருப்பு அர்த்தமில்லாதது சாரமில்லாதது என்று அவன் நினைக்கிறான். தனிமையும் சோர்வும் கொள்கிறான். அச்சிந்தனையின் தத்துவ வடிவமே இருத்தலியம் (எக்ஸிஸ்டென்ஷியலிசம்). இருத்தலியமே நவீனத்துவத்தின் தத்துவதரிசனம் எனலாம்.

சார்த்தரும் காம்யூவும் இருத்தலியத்தின் பிதாமகர்கள். முன்னர் நான் சொன்ன சொற்றொடர்கள் இருத்தலியத்தின் மூலவரிகள் போன்றவை. முன்னர் நான் சொன்ன படைப்பாளிகளின் வரிசையை ஒட்டு மொத்தமாக நவீனத்துவர்கள் என்று அடையாளம் காட்டலாம்.

நான் வாசிக்க வந்த காலத்தில் நவீனத்துவத்தின் கொடி பறந்தது. இருத்தலியமே எங்கும் முழங்கும் தத்துவமாக இருந்தது. இந்திய மொழிகளில் நம் உடனடி முன்னோர்கள் அனைவருமே நவீனத்துவர் களாக இருந்தனர். அசோகமித்திரன், சுந்தர ராமசாமி, சா. கந்தசாமி, இந்திரா பார்த்த சாரதி... மலையாளத்தில் ஓ.வி.விஜயன், எம் டி வாசுதேவன் நாயர், எம்.முகுந்தன், புனத்தில் குஞ்ஞப்துல்லா, கன்னடத்தில் யு.ஆர்.அனந்தமூர்த்தி, பி.லங்கேஷ், வங்காளத்தில் சுனில் கங்கோபாத்யாய, அதீன் பந்த்யோபாத்யாய...

ஆனால் நம்முடைய நவீனத்துவம் அப்படி உள்ளார்ந்த பெரும் வெறுமையைச் சென்றடைந்ததா? சார்த்தரின் கதாநாயகனின் அந்த சிரிப்பு இங்கே ஒலித்ததா?

ஓ.வி.விஜயனின் புகழ்பெற்ற சிறுகதை நினைவுக்கு வருகிறது. 'கடல்கரையில்' என்ற அக்கதையை நான் மஞ்சரி இதழில் முன்பு மொழியாக்கம் செய்திருக்கிறேன்.

வெள்ளாயியப்பன் தன் சிற்றூரிலிருந்து அதிகாலையிலேயே கால்நடையாகக் கிளம்புகிறான். கையில் வழியில் சாப்பிட ஒரு பொட்டலம் சோறு அவன் மனைவியால் கட்டி கொடுக்கப்படுகிறது.

கண்ணீர் கனத்த முகத்துடன் நிற்கும் மனைவியிடம் அவன் விடை பெறுகிறான். நடக்கிறான். வழியில் எதிர்பட்ட ஊரார் அவனிடம் துயரத்துடன் நகரத்திற்கா செல்கிறாய் என்கிறார்கள். ஆமாம் கூட்டாளிகளே நான் சென்றுவருகிறேன். எனக்கு விடை கொடுங்கள் என்கிறான்.

ஊரின் மரங்களும் பாறைகளும் சிற்றோடைகளும் அவனிடம் துயரமாக கேட்கின்றன. 'நகரத்திற்கா செல்கிறாய்?' ஆமாம் எனக்கு விடைகொடுங்கள் என்று அவன் சொல்கிறான்.

நீண்ட செம்மண் பாதை வழியாக அவன் நடக்கிறான். கால்களில் புழுதிபடிகிறது. உடல் வியர்த்து களைக்கிறது. அந்த சோற்றுப் பொட்டலம் கனக்கிறது. வெயிலில் தும்பிகளும் சிறுபறவைகளும் நீந்திக் களிக்கின்றன. கவலையே அறியாத வானம் ஒளியுடன் கண்நிறைத்து விரிந்திருக்கிறது. வெள்ளாயியப்பன் அதைக் கண்டு மனம் உருகிக் கண்ணீர் விடுகிறான்.

மாலை வெள்ளாயியப்பன் நகரத்தை அடைகிறான். நகர் நடுவே ஒரு கோட்டை. அதற்குள் ஒரு சிறை. சிறை வாசலில் பொட்டலத்துடன் அவன் காத்து நிற்கிறான். காவலர் அவனை அனுதாபமாகப் பார்க்கிறார்கள். அவன் மேலும் மேலும் பல வாசல்களில் நிற்கவேண்டியுள்ளது.

கடைசியில் அவன் தன் ஒரே மகனை இரும்புக்கம்பிகளுக்கு அப்பால் காண்கிறான். அவன் வெளுத்துப்போய் நடுங்கிக்கொண்டே இருக்கிறான். 'அப்பா நீ வந்தாயா?' என்கிறான். 'மகனே நான் வரவேண்டுமல்லவா?' என்கிறான் வெள்ளாயியப்பன்.

'இனி நான் இருக்கமாட்டேனே அப்பா... அம்மாவை இனி என்னால் பார்க்க முடியாதே' என்கிறான் மகன். 'மகனே நீ தவறு செய்தாய் என்றல்லவா அவர்கள் சொல்கிறார்கள்?' என்கிறான் வெள்ளாயியப்பன்.

'நான் எந்த தவறும் செய்யவில்லை அப்பா' மகன் சொன்னான். 'அதை அவர்கள்தானே தீர்மானிக்கிறார்கள்?' என்கிறான் வெள்ளாயியப்பன். அந்த சோற்றை மகனுக்குக் கொடுக்கிறான். அவன் வேண்டாம் என மறுத்துவிடுகிறான்.

அன்றிரவு முழுக்க வெள்ளாயியப்பன் தூங்காமல் சிறை வாசலில் அமர்ந்திருந்தான். வானம் இருண்டது. நட்சத்திரங்கள் ஆழம் காணமுடியாத இருளில் மின்னிக் கொண்டிருந்தன.

மறுநாள் அதிகாலையில் அவன் மகன் தூக்கில் இடப்பட்டான். அதை அவன் பார்க்கவில்லை. 'உன் மகனின் சடலத்தை நீ பெற்றுக் கொள்ளலாம்' என்கிறார் சிறையதிகாரி. 'இல்லை எஜமானே. ஊருக்கு கொண்டுபோக எனக்கு வசதி இல்லை' என்கிறான் வெள்ளாயியப்பன் 'நீங்களே அடக்கம் செய்யுங்கள்.'

விடிய ஆரம்பிக்கிறது. சோற்றுப்பொட்டலத்துடன் வெள்ளாயியப்பன் கடற்கரைக்குச் செல்கிறான். வெண்நீலப்பட்டு விதானம் போல வானம் காலை ஒளிகொண்டிருக்கிறது. அலை ஓயாத அமைதியில்லாத கடல் தொலைவில்.

வெள்ளாயியப்பன் மகனை எண்ணினான். அவனுக்குக் கண்ணீர் வரவில்லை. என் மூதாதையருடன் நலமாக இரு மகனே என்று எண்ணிக் கொண்டான். அந்த சோற்றுப்பொட்டலத்தை கடற்கரையில் வீசினான். ஒளிமிக்க வானிலிருந்து காக்கைகள் வடிவில் மூதாதையர் கூட்டம் கூட்டமாக இறங்கிவந்தனர் அந்த பலிச்சோற்றை உண்ண.

நண்பர்களே, இந்தக்கதை ஒரு இந்திய இருத்தலியல் கதை. அரசு, தர்மநியாயங்கள் எல்லாமே தனிமனிதனை மீறி அவனை பந்தாடுவதை இது காட்டுகிறது. இக்கதையிலும் தனிமனிதன் தன் விதியுடன் அகண்ட காலத்தின் முன் தன்னந்தனியாக நிற்கிறான். அந்தக்கடல்தான் அலைபுரளும் முடிவிலியாகிய காலம், இல்லையா?

ஆனால் எந்த மேலைநாட்டு இருத்தலியல் கதையிலும் இல்லாத ஒரு கனிவு இதில் உள்ளது. அதை நான் மேலும் விளக்க விரும்பவில்லை. வெள்ளாயியப்பன் எதிர்கொள்ளும் காலம் இரக்கமற்ற விரிவு கொண்டதுதான். ஆனால் அவன் தன் மூதாதையர் வரிசை மூலம், தன் வாரிசுவரிசை மூலம் அந்த முடிவிலியை எதிர்கொள்கிறான். அவன் முன் வாழ்க்கையின் பொருளாக அது விரிந்து கிடக்கிறது. தன் தந்தையும் தானும் தன் மகனும் கொள்ளும் அறுபடாத அன்பின் சங்கிலி அது. அவனைப்பொறுத்தவரை அது உண்மை. அதுவே சாரம். அதுவே மையம். அது அவனுக்கு நிறைவை அளிக்கிறது.

உக்கிரமான வெறுமையின் சாரத்திலும் கனிவைக் காணும் இக்கதையை இந்திய நவீனத்துவத்தின் உச்சம் என்று நான் எண்ணுகிறேன்.

ஆம் மனித மனத்தை அதன் திரைகளை விலக்கிப் பார்த்தால் தெரிவது காமம் வன்முறை அகங்காரம் ஆகியவைதான். நம் மரபு இதை

‘காமகுரோதமோகம்’ என்றது. திரைவிலக்கி அதை காட்டுவதுடன் திருப்தியடைகிறது ஃப்ராய்டியம். ஆனால் அதுவும் ஒரு திரை. அதையும் நாம் விலக்க முடியும். அதற்கும் அப்பால் தெரிவது என்ன?

ஏன் மனிதன் காமகுரோதமோகம் கொள்கிறான்? இன்பத்திற்காக. ஓயாது ஒழியாது இன்பத்திற்காக தவித்தபடியே இருக்கிறது மனிதமனம். அழியாத இந்த ஆனந்த வேட்கையே மனதின் இயல்பான நிலை. ஏன் மனம் ஆனந்தத்தை நாடுகிறது? ஏனெனில் மனித மனம் ஆனந்தத்தால் ஆனது. ஆனந்தமே அதன் சகஜ நிலை. எதனாலும் தீண்டப்படாதபோது அது ஆனந்தமாகவே இருக்கிறது. தன் இயல்புநிலைக்குச் செல்ல அது எப்போதும் ஏங்கியபடியே உள்ளது.

எப்படி தன் ஆனந்தநிலையை மனித மனம் இழக்கிறது? தன்னை தனித்துணரும்போது. தான் வேறு என உணரும்போது. இப்பிரபஞ்சம் முழுக்க உயிராக உடல்களாக பொருட்களாக நிறைந்திருப்பதில் இருந்து எப்போது வேறுபட்டு உணர்கிறதோ அப்போது மனிதமனம் துயரம் கொள்கிறது.

மனிதமனம் ஆனந்தம் கொள்ளும் கணங்களை எண்ணிப்பாருங்கள். உணவின் ருசியில், உடலுறவில், இயற்கைக்காட்சிகளை பார்க்கையில், கலைகளில் ஈடுபடுகையில் மனிதமனம் ஆனந்தம் கொள்கிறது. இவ்வாவனந்தத்தின் உச்சநிலைகளில் எல்லாம் அது ‘தன்னை இழந்து’ விடுகிறது. மெய்மறக்கிறது. தான் இல்லாத நிலையையே அது பேரின்பமாக உணர்கிறது. கரைந்து அழிதலையே அது இருத்தலின் உச்சமாக உணர்கிறது.’

ஆயிரம் ஆயிரம் ஆண்டுகளாக நாம் கலை இலக்கியத்தின் சாரமாகக் கண்டது இதுதான். கலை என்பது ஆனந்தத்தின் வெளிப்பாடு. ஆனந்தத்தை நிகழ்த்துவது. எழுதுபவனும் வாசிப்பவனும் தன் அகங்காரத்தை இழந்து கரைந்து ஒன்றாகும் பெருநிலை அது. கலையின் பணியே அதுதான். தன் அகங்காரத்தால் சுயநலத்தால் தன்னை வேறிட்டு உணர்ந்து துயருறும் மனிதமனத்துக்கு தன்னை உதறி விரிந்து எழும் பேரனுபவத்தை அளிப்பதே அதன் நோக்கம்.

மனிதனுக்கு இந்திய பேரிலக்கியங்கள் விடுக்கும் செய்தி என்று இதையே சொல்லமுடியும். உன் அகங்காரத்தின் எல்லைக்கோடுகள் அழியும்போது நீ உணரும் எல்லையற்ற தன்மையே உன் இருப்பின் சாரம். அப்போது நீ உன்னையே மானுட இனமாக, வரலாறாக, முடிவிலாத காலமாக உணர்வாய். வெள்ளாயியப்பன் கடற்கரையில் காலத்தின் முடிவிலாத அலைவெளிமுன் நின்று உணர்ந்த சாரம் அதுதான்.

நண்பர்களே இந்திய இலக்கியம் அதன் செவ்வியல் தளத்தில் உணர்ந்ததும் இதையே. நவீன இலக்கியமாக மாறியபோது அதன்

பெரும்படைப்புகள் வழியாக அது அறிந்ததும் இதையே. மீண்டும் மீண்டும் அது சொல்லிக்கொண்டிருப்பதும் இதையே.

பிரேம்சந்தின் ஒரு இந்திக் கதை. 'லட்டு' என்று பெயர். கதாநாயகிக்கு தொண்ணூறு வயது. திரும்பவும் குழந்தை ஆகிவிட்டாள். நடக்க முடியாது, தவழ்வாள். பொக்கைவாயில் மழலைச்சொல்தான் பேசுவாள். காது சரியாகக் கேட்காது. பெரும்பாலும் சிரிப்புதான் அவள் மொழி.

வீட்டில் அவள் மகனும் மருமகளும் பேரப்பிள்ளைகளும் உள்ளனர். மருமகளுக்கு இந்தக்குழந்தையை பராமரித்து அலுத்துவிட்டது. கண்ணும்கருத்துமாக பார்த்துக்கொள்ளவேண்டும். சாப்பாடு ஊட்டி விடவேணும். மலஜலம் கழிக்க கொண்டுபோகவேண்டும். படுக்க வைத்து போர்த்திவிடவேண்டும். கொஞ்சம் கண்ணசந்தால் எங்காவது போய்விடும். விழுந்து அடிபட்டு வந்துசேரும். எதையாவது எடுத்து வாயில் போட்டுக்கொள்ளும். இது செத்து ஒழிந்தால்தான் எனக்கு வாழ்க்கை என்று வைகிறாள் மருமகள்.

பேத்திக்குக் கல்யாணப்பேச்சு அடிபடுகிறது. கல்யாணம் என்ற சொல் எப்படியோ காதில் விழுந்ததும் கிழத்துக்கு லட்டு நினைவு வந்து விட்டது. அதன் கல்யாணத்தன்றைக்கு தேங்காயளவுக்கு லட்டு செய்தார்கள். லட்டு வேண்டும் லட்டு என்று கிழவி முனக ஆரம்பித்தாள். 'எப்போது கல்யாணம், கல்யாணத்துக்கு லட்டு உண்டா?' என்று வாய் ஓயாமல் நச்சரிக்க ஆரம்பித்தாள்.

சும்மாகிட. உனக்கு இந்தவயசில் லட்டு ஒரு கேடா என்றாள் மருமகள். திட்டெல்லாம் கிழத்துக்கு பொருட்டே அல்ல. லட்டு லட்டு என ஒரே ஜபம். வேறு நினைப்பே இல்லை. 'கல்யாணத்துக்கு லட்டு செய்வேன். உனக்கு ஒரு கூடை லட்டு தருவேன் தின்றுவிட்டு செத்துத்தொலை என்ன?' என்கிறாள் மருமகள்.

கல்யாணம் நெருங்குகிறது. ஊரையே அழைத்துவிட்டார்கள். ஆயிரம் லட்டு தேவை. கொல்லைப்பக்கம் அடுப்புமூட்டி லட்டு செய்கிறாள் மருமகள். கைவலிக்க லட்டு உருட்டுகிறாள். மூன்றுநாள் லட்டு செய்யும் வேலை. நடுவே கிழவி லட்டு வெறியேறி அலைகிறாள். எங்காவது அடுப்பில் விழுந்துவிடப்போகிறது என்று மருமகள் அவளை அறையிலேயே வைத்திருக்கிறாள். கல்யாணம் முடிந்தபின் உனக்கு லட்டு தருவேன் என்கிறாள்.

கல்யாணம். விருந்தினர்கள் வந்தபடியே இருக்கிறார்கள். கிழவி நடுவே லட்டு லட்டு என்று தவழ்கிறாள். யாரோ சிரிக்கிறார்கள். மருமகளுக்கு அவமானமாக இருக்கிறது. கிழவியை இழுத்துச்சென்று ஒரு அறையில்போட்டு பெரிய பூட்டால் பூட்டிவிடுகிறாள். லட்டு

லட்டு என்கிறாள் கிழவி. கல்யாணம் முடிந்தபின் உனக்கு லட்டுமலையே இருக்கிறது, சும்மா கிட என்கிறாள் மருமகள்.

கல்யாணத்தில் பயங்கரமான கூட்டம். சாப்பாடும் பலகாரங்களும் போதவில்லை. உபசரித்து முதுகு ஒடிகிறது. களைத்து சோர்ந்து எழ முடியாமல் மருமகள் உட்கார்ந்துவிடுகிறாள். வந்தவர்கள் எல்லாரும் போய்விடுகிறார்கள். மிச்சபேர் தூங்கிவிட்டார்கள். வீடே சூனியமாக கிடக்கிறது. எங்காவது அப்படியே விழுந்து தூங்கினால்போதும் என்றிருக்கிறது.

யாரோ கதவைத்திறந்துவிட்டார்கள். கிழவி ஆவேசமாக தவழ்ந்து சென்று பந்தி போட்ட இடத்தில் சிதறிக்கிடந்த லட்டுத்துளிகளை பொறுக்கிச்சேர்க்கிறாள். 'லட்டு லட்டு' என மகிழ்ச்சிப் பரவசத்துடன் சொல்லியபடியே தின்கிறாள். மருமகள் தற்செயலாக அப்படி வந்தவள் அதைக் காண்கிறாள். கிழவியின் முகத்தில் குழந்தையின் தூய சிரிப்பு. 'லட்டு பார்த்தாயா? நிறைய இருக்கிறது.'

அப்படியே அலறியபடி கிழவி காலில் விழுகிறாள் மருமகள். 'என் தாயே உனக்கு ஒரு லட்டு கொடுக்கத் தோன்றவில்லையே!' என்று கதறுகிறாள். நள்ளிரவில் அடுப்பு மூட்டி லட்டுசெய்ய ஆரம்பிக்கிறாள்.

நண்பர்களே, மகத்தான ஏதோ ஒன்று பேரிலக்கியங்களில் உள்ளது. அது மனிதாபிமானமா அன்பா என்ன என்று நான் சொல்ல விரும்பவில்லை. மனிதன் தன் வாழ்க்கையின் சாரமாக மீண்டும் மீண்டும் கண்டடையும் ஒன்று. நம்மை கண்ணீர் விடவைக்கும் ஒன்று. அதைக் காணும்போது மனிதமனம் ஆனந்தம் நிறைந்து ததும்புகிறது. அந்த ஆனந்தமே இலக்கியத்தின் மையம்.

பல்லாயிரமாண்டுகளுக்கு முன் நம் பேரிலக்கியங்கள் அந்த சாரத்தைக் கண்டுகொண்டன. மீண்டும் மீண்டும் நம் இலக்கியங்கள் அந்த சன்னிதிமுன்னர் சென்று தலைவணங்கி நிற்கின்றன. லட்சியவாதமோ நவீனத்துவமோ பின் நவீனத்துவமோ எதுவானாலும்.

நன்றி.

(16–1–07 அன்று பாளையங்கோட்டை தூய சவேரியார் கல்லூரி தமிழ்துறை சார்பில் ஆற்றிய நினைவுச்சொற்பொழிவு.)

நீதியும் நாட்டார் விவேகமும் : பழமொழி நாநூறும்

ஒன்று

இந்திய சமூகத்தில் நீதி என்ற கருத்தாக்கம் எப்போது உருவாயிற்று என்று சொல்ல முடியுமா?

மிகமிக அரசியல் சார்ந்த ஒரு வினாவாக பலதளங்களிலும் விரியக்கூடியது இது. காரணம் நாம் நீதி என்பது நம் முன்னோர்களால் நமக்கு அளிக்கப்பட்ட ஒரு பாரம்பரியச் சொத்து என்று எண்ணும்படி பயிற்றுவிக்கப்பட்டிருக் கிறோம். நீதி என்பது நம் முன்னோர் அவர்களின் இயல் பான விவேகத்தால் அடைந்த ஒரு மெய்ஞானம் என்று கருதுகிறோம். நீதி என்பது எந்நிலையிலும் மாறாத ஒரு கருதுகோள் என்ற எண்ணம் நம்மிடையே உள்ளது. நம்மில் பெரும்பாலானவர்கள் உண்மையில் நாம் நீதி என்று எதைச் சொல்கிறோம், நேற்றும் முன்தினமும் வரலாற்றில் அதுதான் உத்தேசிக்கப்பட்டதா என்றெல்லாம் சிந்தித்திருப்பதில்லை. சொல்லப்போனால் நீதி என்பதே நம்மிடையே ஒரு புகைமூட்டமான இலட்சியக்கனவு போலத்தான் உள்ளது.

‘இன்று நீதியுணர்வு மங்கிவருகிறது, இன்று இலட்சியங் களுக்கு இடமில்லை, இது சீரழிவின் காலகட்டம்’ என்பது போன்ற வரிகளை நம்மில் பெரும்பாலானவர்கள் சொல்லிக் கேட்கிறோம். எழுத்தாளர்கள் கூட அதை மீண்டும் மீண்டும் சொல்வதை வாசிக்கிறோம். உண்மையிலேயே நமது

இறந்தகாலம் நீதியுள்ளதாகத்தான் இருந்ததா? இம்மண்ணில் வாழும் மக்களில் நேர் பாதிப்பங்கினர் இல்லை என்றே பதில் சொல்லக்கூடும். அவர்கள் ஒடுக்கப்பட்டிருந்தார்கள். சுரண்டப்பட்டிருந்தார்கள். இழிவு படுத்தப்பட்டிருந்தார்கள். இன்றைய காலகட்டமே வரலாற்றின் மிக அதிகமான நீதி கொண்ட காலகட்டமென அவர்கள் சொல்லக்கூடும்.

அப்படியென்றால் நீதி என்பதை எப்படி வரையறுத்துக் கொள்வது? நீதி என்பது ஒரு இலட்சியக் கனவு அல்ல. அது ஒரு சமூக அமைப்பு. அவ்வமைப்பு மெல்லமெல்ல ஆழ்படிமங்களாக ஆகி சமூக ஆழ்மனத்திற்குள் உறைகிறது.

எந்த ஒரு சமூக அமைப்பைப்போலவும் அதுவும் மெல்லமெல்ல பரிணாமம் கொண்டு உருவாகும் ஒன்றுதான். எந்த ஒரு சமூகத்திலும் நீதி என்ற கருத்தாக்கம் ஏதேனும் ஒரு வகையில் இருந்தே தீரும். வேட்டைக்குடிகள் சிலர் திரண்டு ஒரு பழங்குடிச்சமூகமாக மாறும் போது அவர்கள் தங்களுக்குள் ஒரு பொதுப்புரிதலை உருவாக்கிக் கொண்டாகவேண்டியுள்ளது. ஒரு குழுவாக அவர்கள் இயங்கும் பொருட்டு சில நெறிகள் தேவையாகின்றன. அந்த பொதுநெறிகளே நீதியின் தொடக்கம்.

பழங்குடிச் சமூகங்கள் வளர்ந்து ஒன்றுடன் ஒன்று இணைந்து மாபெரும் இனக்குழுத்தொகுப்பாக ஆகிறது. சமூகம் என்ற சொல் இங்குதான் உருவாகிறது. அந்நிலையில் பல்வேறு இனக்குழுக்கள் ஒன்றாகத் திரள்வதற்கான பொது நெறிமுறைகள் தேவையாகின்றன. இனக்குழுக்களுக்குள் தனியாக நெறிகள் புழங்கலாம். ஒட்டுமொத்த சமூகத்திற்காக அவற்றில் சில நெறிகள் விரிவாக்கம் செய்யப் படுகின்றன.

பண்டைச்சமூகங்களில் நாம் காணும் 'நீதி' என்பது மேற்குறிப்பிட்ட இரண்டுவகை நீதிகளில் ஒன்றாக இருக்கும் என்று தோராயமாக வகுக்கலாம். ஒன்று 'பழங்குடிச்சமூகநீதி'. இன்னொன்று 'இனக்குழுச் சமூகநீதி'. பழங்குடிச் சமூகத்தின் நீதி என்பது அச்சிறுகுழு சீராக செயல்படுவதற்கு அவசியமான விதிகள் மற்றும் நம்பிக்கைகள் அடங்கியது, அச்சமூக உறுப்பினர்களுக்குள் செயல்படுவது. இனக்குழுச்சமூக நீதி என்பது பல்வேறு பழங்குடிச்சமூக நீதிகள் ஒரு பொதுவான அமைப்பில் இணைந்திருப்பது. அனைத்துக் குலங் களுக்கும் பொதுவான சிலநீதிநெறிகள் உருவாகி வந்திருக்கும் காலம்.

இனக்குழுச் சமூகம் மேலும் விரிவான அடித்தளம் கொண்ட பெரும்சமூகமாக இரு காரணிகளால் உருவாக்கப்படுகிறது. ஒன்று பேரரசு. இன்னொன்று பெரு வணிகம். ஆகவே மேலும் விரிவான நீதி என்ற கருத்தாக்கமும் பேரரசுகளாலும் வணிகத்தாலுமே உருவாக்கப்

படுகிறது. சொல்லப்போனால் மிக அதிகமான மக்களை உள்ளே கொள்ளும்தோறும் நீதி என்ற கருத்தாக்கம் விரிவு பெறுகிறது.

ஒரு நிலப்பகுதியின் இனக்குழுச் சமூகங்களை ஒன்றாகத்திரட்டி ஒரு அமைப்புக்குள் கொண்டுவரும்போது அரசு உருவாகிறது. அவ்வரசு வலிமை பெறும்தோறும் அது பேரரசாகிறது. நமது மன்னர்கள் அனைவருமே 'குலசேகரன்' – குலங்களை தொகுப்பவன் - என்ற பட்டப்பெயருடன் விளங்கினார்கள். பிற்காலச் சோழர்களின் காலம் வரை தமிழக மன்னர்கள் தங்கள் அரசுக்குள் அடங்கிய பல்வேறு வேளிர்கள், கடற்சேர்ப்பர்கள், மலைக்குறத்தலைவர்கள் ஆகியோரை திரட்டி அவர்களின் பொதுச்சம்மதம் மூலமே தங்கள் பதவியை அடைந்திருக்கிறார்கள். அவர்களால் கட்டுப்படுத்தப்பட்டிருக்கிறார்கள். வரம்பில்லா முடியாட்சி தமிழ்நாட்டில் மிகவும் பிற்காலத்தில் உருவான ஒன்றேயாகும்.

இவ்வாறு குலங்கள் திரண்டு பேரரசு உருவாகும்போது பேரரசு முழுக்க செல்லுபடியாகக்கூடிய பொது நீதி உருவாகவேண்டியுள்ளது. அது அச்சமூகத்தில் இருந்து நீதிநூல்கள் மூலம் திரட்டி முன்வைக்கப்பட்டு சட்டமாக செயல்முறைப்படுத்தப்படுகிறது.

இரண்டாவது வகை பொதுநீதி வணிகம் மூலம் உருவாவது. இனக்குழுச் சமூகங்கள் ஒன்றுடன் ஒன்று வணிகத்தில் ஏற்படுகையில் அவர்கள் நடுவே பொதுவான நெறிகள் ஏற்கப்பட்டாகவேண்டிய தேவை உள்ளது. வணிகம் பெருகி பற்பல சமூகங்களை உள்ளடக்கி மேலும் மேலும் விரிகையில் அந்நெறிகள் பொதுவான நீதியாக ஏற்கப்படுகின்றன.

இச்சூழலில் நாம் இந்திய மண்ணில் நீதி எவ்வாறு பரிணாமம் கொண்டது என்று தோராயமாகப் பார்க்கலாம். மாபெரும் இதிகாசமான மகாபாரதம் பல்வேறு நீதிகள் விவாதிக்கப்படும் ஒரு பெரும் களம். மகாபாரதம் பழங்குடி நீதியில் இருந்து படிப்படியாக பரிணாமம் பெற்று பேரரசநீதி உருவாகிவரும் பரிணாமத்தின் சித்திரத்தை அளிக்கிறது. பீஷ்மநீதி, விதுர நீதி போன்ற நூல்கள் பேரரசு சார்ந்த நீதியையே முன்வைக்கின்றன. 'ராஜநீதி' என்றே அவை குறிப்பிடவும் படுகின்றன.

ஸ்மிருதிகள் என்று சொல்லப்படும் புராதன நீதி நூல்கள் தொடக்கத்தில் பழங்குடிநீதியின் விளிம்பில் நின்றிருக்க வேண்டும். மெல்ல மெல்ல அவை பேரரசு சார்ந்த நீதியை உருவாக்கிக் கொண்டன. யம ஸ்மிருதி போன்ற நூல்கள் காலப்போக்கில் இல்லாமலானது இதனாலேயே. அதன் இறுதிப்படியே மனு ஸ்மிருதி. அது அரசமையத்தை நிறுவுவதையே நோக்கமாகக் கொண்ட நீதிநூல். தர்ம சாஸ்திரங்களை

விரிவாக ஆராயும் பி.வி.காணே அவை அரசமைவுக்குரிய அடிப்படை களாகச் செயல்பட்டமையை விளக்குகிறார்.

பேரரசுக்குரிய கனகச்சிதமான நீதி நூல் என கௌடில்யரின் அர்த்த சாஸ்திரத்தையே சொல்லவேண்டும். அது ஒரு பேரரசரின் அமைச்சரால் தன் காலத்து தர்ம சாஸ்திரங்களில் இருந்து எடுத்தாளப் பட்டு உருவாக்கப்படுகிறது.

பழந்தமிழகத்தை எடுத்துக் கொண்டால் புறநானூறின் 'பொருண் மொழிக்காஞ்சி' பகுதியில் நாம் நீதிவிளக்கங்களைக் காண்கிறோம். அவற்றை பழங்குடிநீதியும் இனக்குழு நீதியும் சார்ந்தவை என்றே வகுக்க வேண்டியுள்ளது. விதிவிலக்காக மானுடம் சார்ந்த குரலாக ஒலிக்கும் கணியன் பூங்குன்றனின் வரிகளை காலத்தால் பிற்பட்ட சமண-ஆஜீவக மரபின் குரலாகவே நான் காண்கிறேன்.

தமிழகத்தில் சரியான பொருளில் பேரரசுகள் உருவாவது பிற்காலச் சோழர் காலத்திலேயே. அப்போது பேரரசுக்குரிய நீதிநூலாகிய மனுஸ்மிருதியே இங்கே செயல்படுத்தப்பட்டது என்பது வெளிப் படையாகத் தெரிகிறது. பேரரசுக்குரிய நீதி எப்போதும் தண்டனை களால் அடிக்குறிப்பிடப்பட்டது. வாளால் பரப்பப்படுவது, ரத்தத்தால் நிறுவப்படுவது.

வணிகநீதி இந்திய நிலப்பகுதியில் இரு பெரும் மதங்களின் குரலாக ஒலித்தது. பௌத்தம் சமணம் இரண்டுமே அடிப்படையில் வைசியர்களின் மதங்கள். பின்னர் தொழில்செய்யும் சூத்திரர்களின் மதங்களாக அவை வளர்ந்தன. பௌத்தமும் சமணமும் வணிகத்திற்கு இன்றியமையாத அடிப்படை நெறிகளை இந்திய நிலப்பகுதி முழுக்கக் கொண்டு சென்றன. ஆகவே அம்மதங்கள் பரவுவதற்கு வைசியர்கள் பொருளுதவிசெய்தனர்.

இவ்விரு மதங்களுமே பொய்யாமை, கொல்லாமை, கள்ளுண்ணாமை, திருடாமை, பாலியல் ஒழுக்கம் என்னும் ஐந்து நெறிகளையே அடிப்படைகளாக இந்தியாவெங்கும் பரப்பின. அரசியல் கோட்பாட்டு ரீதியாக இம்மதங்கள் இரண்டு கொள்கைகளை முன்வைத்தன என்று ஆய்வாளரான ஆர்.எஸ்.சர்மா குறிப்பிடுகிறார். ஒன்று, வன்முறை இல்லாமல் சமரசம் மூலமே முரண்பாடுகளை நீக்கிக் கொண்டு வணிக உறவுகளைப் பேணி அரசு நடத்துதல். இரண்டு, மக்களின் நலம் நாடும் அரசு. (Benevolent nepotism)

இதன் விளைவாக இம்மதங்கள் கி.மு. மூன்றாம் நூற்றாண்டு முதல் கி.பி. ஐந்தாம் நூற்றாண்டு வரையிலான காலகட்டத்தில் இந்தியா வெங்கும் ஒரு பொது நீதியுணர்வை உருவாக்கி நிலைநிறுத்தின. முரண்பாடுகள் மண்டிய இந்திய நிலப்பகுதியில் சீரான வணிக

பரிமாற்றத்தை இவை உருவாக்கி இந்தியவளர்ச்சிக்கு அளப்பரிய பங்கை ஆற்றின. பல்வேறு இந்திய மொழிகளில் முக்கியமான நீதிநூல்கள் இக்காலகட்டத்தில் பௌத்தர்களாலும் சமணர்களாலும் உருவாக்கப்பட்டன. இவற்றில் உச்சம் திருவள்ளுவர் என்றும் சமண மரபில் ஆச்சாரிய குந்தகுந்தர் சாரியார் என்றும் குறிப்பிடப்படும் சமண முனிவரால் எழுதப்பட்டது 'திருக்குறள்'.

இவர்களில் சமணர்களின் கொடையே மிக மிக முக்கியமானதும் போற்றத்தக்கதுமாகும். சமணர்கள் சமஸ்கிருத, பிராகிருத மொழிகளில் அடிப்படையான நீதி நூல்களை உருவாக்கினர். அந்நூல் களை ஒட்டி அவர்கள் இந்திய வட்டார மொழிகளில் ஏராளமான நீதிநூல்களை உருவாக்கினார்கள்.

தமிழ் நாட்டில் சமணர்கள் ஆண்டகாலகட்டம் களப்பிரர் காலம் என்று சொல்லப்படுகிறது. தமிழக வரலாற்றை ஆரம்பத்தில் எழுதிய சைவர்கள் காழ்ப்புணர்வால் இக்காலகட்டத்தை 'இருண்ட காலம்' என்று சொன்னார்கள். இக்காலகட்டத்தில்தான் தமிழின் நீதிநூல்களின் முன்னோடித்தொகுதியான பதினெண்கீழ்க்கணக்கு நூல்கள் உருவாக்கப்பட்டன.

சமணர்களின் மதச்செயல்பாட்டை பொதுவாக நோக்கினால் இந்நூல் களுக்கான தேவையை நாம் உணர முடியும். சமண முனிவர்கள் தங்குமிடம் பள்ளி எனப்பட்டது. பள்ளி கொள்ளுதல் என்பதில் இருந்து வந்த சொல். அங்கே கல்வி கற்றுக் கொடுக்கப்பட்டது. அவை பள்ளிக் கூடங்கள் ஆயின. மருத்துவமும் செய்யப்பட்டது. ஆகவே கல்விக்கும் மருத்துவத்திற்கும் அவர்கள் நூல்களை உருவாக்க வேண்டிய தேவை ஏற்பட்டது. பதினெண்கீழ்க்கணக்கு நூல்கள் இவ்வாறு பள்ளிக் கூடங்களில் கற்பிக்கும் பொருட்டு இயற்றப்பட்ட நூல்கள் என்று சொல்லலாம்.

சமணர்களால் உருவாக்கப்பட்ட நீதி அதுவரை இந்திய சமூகத்தில் இல்லாதிருந்த பல முக்கியமான அம்சங்களைக் கொண்டிருந்தது. ஒன்று அதற்கு மானுடமளாவிய ஒரு நோக்கு இருந்தது. அடிப்படை விழுமியங்களையாவது அனைத்துமானுடருக்கும் சமமாக வைக்க அதனால் இயன்றது. இரண்டு, வன்முறை சாராமல் மனிதனின் கருணையையும் அகச்சான்றையும் நம்பியே பேசும் நீதியை அவை முன்வைத்தன.

இந்த அடிப்படைகள் மேல் நூலில் மணிகளைக் கோர்ப்பதுபோல அந்தந்த பகுதியின் நெறிகளையும் விவேகங்களையும் இணைத்துக் கொண்டு தன் நீதி அடிப்படையை உருவாக்கிக்கொண்டது சமண நீதி மரபு.

தமிழ்நாட்டில் களப்பிரர் காலத்துக்குப் பிறகு பேரரசுகள் உருவாயின. அதற்குரிய பெருமதங்களையும் பேரரசு நீதிகளையும் அவை உருவாக்கிக்கொண்டன. அவற்றை வாளால் நிலைநாட்டின. ஆனாலும் சமணர்கள் உருவாக்கிய அடிப்படை நீதி போதம் தமிழர் வாழ்க்கையில் உள்ளுறையாக நீடித்தது. 'கொன்றைவேந்தன்' 'ஆத்திச்சூடி' முதலிய பிற்காலத்து நீதி நூல்களிலும் நாம் காண்பது சமணநீதியின் எதிரொலிகளையே.

இரண்டு

பதினெண் கீழ்க்கணக்கு நூல்களில் ஒன்றாகிய 'பழமொழி நாநூறு' முன்றுறையனார் என்ற சமண முனிவரால் பாடப்பட்டது. பல சமணமுனிவர்களுக்கும் அவர்கள் இருந்து பின் அடங்கிய இடமே பெயராக அமைதல் போல இவருக்கும் அமைந்திருக்கலாம். இந்நூல் பதிப்பிக்கப்பட்ட வரலாற்றைப் பற்றி பேசும்போது ஆய்வாளர் பொ.வேல்சாமி ஆரம்பகாலம் முதலே இந்நூல் பல்வேறு பாடபேதங் களுடன் பாடல்கள் முன்னுக்குப் பின் முரணாக அமைந்துதான் வெளிவந்துள்ளது என்று குறிப்பிட்டார். இந்நூலுக்கு எழுதிய முன்னுரையில் எஸ்.வையாபுரிப்பிள்ளையும் இந்நூலின் பதிப்பு வரலாற்றில் உள்ள பல சிக்கல்களை சுட்டிக்காட்டுகிறார். இந்நூலுக்கு மூலச்சுவடிகள் கிடைத்ததில்லை. ஆகவே சரியான பாடபேதமும் இல்லை.

நீதிநூல் என்ற முறையில் இது மிக எளியதுதான். பொதுவாக சமணநீதி நூல்களில் காணப்படும் பொதுநீதிகளே இதிலும் காணப்படுகின்றன. சமணசமயத்திற்குரிய மதநெறிகள் இதில் பேசப்படவில்லை. பொதுவாக இல்லறத்தாருக்குரியனவாக சமணம் வகுத்த நெறிகளைப் பற்றியே பேசப்படுகின்றது. சமணம் 12 நெறிகளைப்பற்றிப் பேசுகிறது. முதல் ஐந்தும் அனுவிரதங்கள். அவை அனைவருக்கும் உரியவை. மூன்று குணவிரதங்களும் நான்கு சிக்ஷா விரதங்களும் உள்ளன. அவை துறவிகளுக்குரியவை. பொறுமை, வாய்மை, ஈகை, ஆன்றோரை வழிபட்டு அவர் வழி நடத்தல் போன்றவையே பழமொழி நூல் முன்வைக்கும் நீதிகள்.

பழமொழியின் இயல்பில் ஒரு சிறப்பு உள்ளது. இந்நூல் ஏற்கெனவே வழங்கிவந்த ஒரு பழமொழியை தன் ஈற்றடியாகக் கொண்டு அமைந்த வெண்பா வடிவில் உள்ளது. இவற்றில் பல வரிகள் பழமொழிகள் அல்ல. 'நாய் பெற்ற தெங்கம்பழம்' 'தூங்கும் புலியை இடறியவாறு' போன்ற பழமொழிகளும், 'குலவித்தை கல்லாமல் பாகம் படும்' 'கற்றலில் கேட்டலே நன்று' போன்ற மூதுரைகள், அல்லது வழக்காறுகளும் இவற்றில் ஈரடியாக அமைந்துள்ளன. இந்நூலை திருக்குறளுடன் ஒப்பிட்டுப்பார்க்கலாம். பொதுவாக பதினெண்

கீழ்க்கணக்குநூல்களை குறளுடன் ஒப்பிட்டுப்பார்ப்பது விரிவாகவே நடந்துள்ளது. குறளில் உள்ள நீதிகளே இந்நூலிலும் பெரும்பாலும் பயின்று வந்துள்ளன எனலாம். அது இயல்பே. இந்நூல்களில் உள்ள சமண நீதி நோக்கின் உச்சம் குறளில் வெளிப்படுவதுதான்.

ஒரு சமணக்கருத்து மூல சமண சூத்திரத்தில் இவ்வாறு சொல்லப் பட்டிருக்கும் இவ்வுலகில் தீயதை உணர்ந்து அகற்றி ஒழுகுபவன் விண்ணவர்க்குரியவனாகிய முனிவன் ஆவான் (He who, in the world, comprehends and renounces these causes of sin, is called a reward -knowing sage (muni). இதை குறளில் 'வையத்துள் வாழ்வாங்கு வாழ்பவன் வானுறையும் தெய்வத்துள் வைக்கப்படும்' என்பது போல காணலாம். சமண சூத்திரங்களுக்கும் குறளுக்கும் உள்ள வியப்பூட்டும் நெருக்க மான உறவை விரிவாகவே நாம் ஆராய வேண்டியிருக்கிறது.

'கறுத்தாற்றி நம்மை கடிய செய்தாரை பொறுத்தாற்றி சேறல் புகழால்' என்று பழமொழி சொல்லும் வரியானது 'ஒறுத்தார்க்கு ஒருநாளை இன்பம் பொறுத்தார்க்கு பொன்றும் துணையும் புகழ்' என்ற குறள் வரியே. இக்கருத்து சமணநீதிநூல்களின் மைய ஊற்றான ஜைன சூத்திரங்களில் மீண்டும் மீண்டும் சொல்லப்பட்டிருப்பதுதான்.

சமண மதத்தின் நீதியின் இயல்பை இதில் நாம் காணலாம். போரே வாழ்க்கை நெறியாக, மறமே பேரறமாக விளங்கிய அன்றைய இந்தியச் சூழலை நோக்கி இந்த வரி பேசப்படுகிறது என்பதை நாம் கருத்தில் கொள்ள வேண்டும். சமணம் மீண்டும் மீண்டும் முன்வைத்த இரு அரசநீதிகளில் இது முதலாவது. பொறுமை மற்றும் கருணை மூலம் முரண்பாடுகளை முடிவுக்குக் கொண்டுவருதல். எளியோர்க்கு நன்மை செய்யும் நோக்கமுடைய வலிமையான அரசு என்பது அடுத்த கருத்து.

ஆயினும் குறள் ஆழமான கவித்துவத்துடன் இருக்கிறது. ஒரு நீதி நூலின் கவித்துவம் இரு வகையில் அனுபவப்படுகிறது. ஆழமான நீதிசார்ந்த உத்வேகம் நேரடியாகவே வெளிப்படும் இடம் கவித்துவ மாக அமைகிறது. 'இரந்தும் உயிர்வாழ்தல் வேண்டின் பரந்துகெடுக உலகியற்றியான்' என்பது போன்ற அறச்சீற்றமானாலும் சரி 'இன்னா செய்தாரை ஒறுத்தல் அவர்நாண நன்னயம் செய்துவிடல்' என்ற கருணையானாலும் சரி அந்த மனஎழுச்சி கவித்துவமாகிறது. அதேபோல அருமையான அணிகள் கவித்துவத்தை உருவாக்கு கின்றன. 'அறத்தாறிதுவென வேண்டா சிவிகை பொறுத்தானோடு ஊர்ந்தானிடை' போல. ஆம், குறள் கவிதையின் நீதி.

பழமொழியைப்பற்றி அப்படிக் கூறமுடிவதில்லை. அதன் வடிவமே அப்படி அமைந்துள்ளது. இறுதி வரியின் விளக்கமாக முதல் மூன்று வரிகள் அமைகின்றன. ஆகவே அம்மூன்று வரிகளும் சாதாரணமான

மனநிலையில் நின்று விளக்கிச் சொல்வனவாக உள்ளன. கடைசி வரி ஏற்கெனவே மரபில் இருந்துவந்துள்ள ஒன்றாகையால் அதன் கவித்துவம் இந்நூலுக்கு உரியதாகவும் இல்லை. ஆக இது ஒரு எளிய பாடநூலாகவே இருந்திருக்கிறது. குறிப்பிடத்தக்க மூலநூல் என இதை சொல்ல முடியாது. இதற்கு தெளிவான நடைமுறைப்பயன்பாடு இருந்திருக்க வேண்டும்.

எடுத்துச் சொல்லவேண்டிய ஒரு சிறப்பே இந்நூலுக்கு உள்ளது என்று படுகிறது. இது தமிழகத்தில் சமண நீதி வந்த பரிணாமத்தின் பாதையை தெளிவாகக் காட்டும் ஒரு நூல்.

நீதியை ஒரு படிப்படியான பரிணாம வளர்ச்சி என்றேன். நீதி ஒரு சமூகத்தில் எந்நிலையிலும் ஓயாது விவாதிக்கப்பட்டபடிதான் இருக்கும். இன்றைய நம் சமூகத்தில் ஒருநாளில் ஒரு கணத்தில் எத்தனை ஆயிரம் நீதிமன்ற அறைகளில் நீதி விவாதிக்கப்படுகிறது என்று பாருங்கள். அவ்விவாதங்கள் வழியாக நீதி ஒவ்வொரு கணமும் வளர்கிறது, உருமாறுகிறது. தராசின் முள்போல நீதி குறித்த சமூக உருவகம் எப்போதும் ஆடிக்கொண்டே இருக்கிறது.

சங்ககாலத்தைய பழங்குடி நீதி அப்படி பலநூறு விவாதங்கள் வழியாகவே இனக்குழு நீதியாக உருமாறியிருக்கவேண்டும். அவ்விவாதங்களில் புலவர்கள் ஆற்றிய பெரும் பங்கை நாம் புறநானூறில் காண்கிறோம். சகமன்னனைக் கொன்று அவன் பற்களை கோட்டைச்சுவரில் பதித்துவைப்பதற்கும் சிறைப்பிடிக்கப் பட்டவனுக்கு நீர் கொடுக்காமல் சாகவிட்டமைக்கும் எதிராக புலவர்கள் பாடிய பாடல்கள் கிடைக்கின்றன. அதேசமயம் சக சிற்றரசுகள் மீது படையெடுத்துச் சென்று அவர்களை அழிப்பதும் கொன்றுகுவிப்பதும் எரிபரந்தெடுத்தல் என்ற பேரில் அவர்கள் ஊர்களை எரிப்பதும் நீர்நிலைகளை யானைகளை விட்டு கலக்குவதும் புலவர்களால் வீரம் என அங்கீகரிக்கப்பட்டு புகழப்படுவதையும் காண்கிறோம். அதேசமயம் பெண்கொலை புரிந்தான் (நன்னன்) என ஒருவன் மீண்டும் மீண்டும் பழிக்கட்டுவதையும் காண்கிறோம்.

அதாவது நாம் சங்ககாலத்தில் காண்பது சிறிய குடிமைச்சமூக அரசுகளை அழித்துத் தின்று இன்னும்பெரிய அரசுகள் உருவாகி வரும் காட்சியையே. அதை நிகழ்த்துவதற்குரிய குறைந்தபட்ச நீதிகளையே 'பொருண்மொழிக்காஞ்சி' பாடல்களில் பலவாறாக காண்கிறோம். இதை பேரா.ராஜ்கௌதமனின் முக்கியமான ஆய்வுநூலான 'பாட்டும் தொகையும் தொல்காப்பியமும் தமிழ்ச்சமூக உருவாக்கமும்' என்ற நூலில் காண்கிறோம். அதை இனக்குழுச்சமன்பாட்டுக்கான போர் என்று இன்னொருவகையில் சொல்லலாம். அந்த நீதி இனக்குழுச்சமூக நீதியமைப்பு ஒன்றுக்கான போராட்டத்தின் ஒரு விளைவு.

அந்தச் சூழலில்தான் சமணம் வந்தது. தமிழ்ச் சமூக உருவாக்கத்தில் பேரரசுகள் உருவாக ஆரம்பித்து கடும் போர்கள் நடந்துகொண்டிருந்த காலகட்டத்தில் சமண மதம் இங்குவந்ததும் சமரசம் மற்றும் கொல்லாமை சார்ந்த ஒரு நீதியை நிலைநாட்டியதும் தமிழகத்தின் நல்லூழ் என்றே கொள்ளவேண்டும். அவ்வகையில் நோக்கினால் தமிழகத்தின் ஒளிமிக்க இறந்தகாலம் களப்பிரர் காலமே. அக்கால கட்டத்தின் அழிவில் உடனே பேரரசுகள் தோன்றி பெருமதங்களும் பெரும் சுரண்டலும் பெரும் வன்முறையும் நிலைநாட்டப்பட்டன.

சமணம் கொல்லாமையையும் கருணையையும் வலியுறுத்தியது. நலம்நாடும் சமரச அரசாங்கம் குறித்த கருத்தை முன்வைத்தது. சமணத்தின் அந்த தரப்புக்கும் ஏற்கெனவே இங்கிருந்த இனக்குழுச் சமூகத்து நீதிக்கும் இடையே நீண்ட, தீர்க்கமான விவாதங்கள் நிகழ்ந்திருக்கவேண்டும். அவ்விவாதங்களின் விளைகனிகளே நீதிநூல்கள். (சமணர்காலம் இருண்டகாலம் என வாதிடும் சைவர்கள் அக்காலத்தில் தமிழ்சமூகத்தில் ஏற்கெனவே இருந்துவந்த 'நீதி' அழிந்து அநீதி ஓங்கியதனால்தான் இந்நீதிநூல்கள் உருவாயின என்று வாதிடுகிறார்கள். மூடத்தனத்தின் எல்லை!) அவ்வாறு உருவான நீதிநூல்களில் எஞ்சியவை நீண்டகாலம் கழித்து பதினெண் கீழ்க்கணக்கு என்ற பேரில் தொகுக்கப்பட்டன.

இவ்விவாதங்களின் தடங்கள் நீதிநூல்களில் உள்ளன. அவற்றில் உள்ள நீதி ஒருபக்கம் சமண மெய்ஞானத்தில் வேரூன்றியிருக்கிறது. இன்னொருபக்கம் இங்கு ஏற்கெனவே புழங்கும் நீதிகள் பலவற்றை தனக்குள் உள்வாங்கிக் கொண்டதாக இருக்கிறது. திருக்குறளே சிறந்த உருவகம். பொருண்மொழிக்காஞ்சி திணையில் வரும் பல வரிகளை திருக்குறளில் காணமுடியும் என்பதை அறிஞர்கள் சொல்லி யிருக்கிறார்கள்.

அத்தகைய உரையாடல் அல்லது சமரசம் இன்னும் வெளிப்படையாகத் தெரியும் நூல் என்பதே பழமொழிநாநூறு நூலின் சிறப்பாகும். இதில் உள்ள பழமொழி என்பது தமிழகத்தில் விளங்கிய தொன்மையான விவேகத்தின் விளைவு. அதை தனது சமண நீதியுடன் கொண்டு சென்று இணைப்பதையே முன்றுறையார் செய்கிறார். விளைவாக ஒரு சமரசத்தை அல்லது முரணியக்கத்தை நிகழ்த்துகிறார். ஏற்கெனவே இங்கு வேரூன்றியிருந்த நீதியின் சிறந்த கூறுகளுடன் சமணநீதியைக் கலக்கிறார். நெறியால் உணராது நீர்மையும் இன்றி சிறியார் எளியாரால் என்று பெரியாரை தங்கள் நேர்வைத்து தகவு அல கூறுதல் திங்களை நாய்குரைத்தற்று.

நிலவை நாய் குரைப்பது போல என்ற பழமொழியானது உயர்ந்த விஷயங்களைக் கண்டு சிறியோர் கொள்ளும் சிறிய செயல்களைச்

சொல்ல சுட்டப்பட்டு வந்திருக்கலாம். பழந்தமிழ் மரபைவைத்து பார்த்தால் ஒரு பெருவீரனை அல்லது செல்வனை எளிய சிலர் அலர் சொல்வதைச் சுட்டும் வரியாகக் கூட இருக்கலாம். ஆனால் இந்தப் பாடலில் அதை நுட்பமாக அடுத்த கட்டத்துக்கு கொண்டுசெல்கிறார் ஆசிரியர். சமணர் காலகட்டம் முற்றும் துறந்த சமண முனிவரை மண்ணில் பெரியவர்களாக முன்வைத்தது என நாம் அறிவோம். செங்கோல் ஏந்திய மன்னர்களை விட பலமடங்கு மதிப்பை உடலெங்கும் தூசு மூடி நிர்வாணமாக அலைந்து தெருக்களிலும் காடுகளிலும் வாழ்ந்த பெரியோர்களுக்கு அளித்தது. அறத்தின் சக்கரத்தை அவர்களே உருட்டுகிறார்கள் என்ற கருத்தை முன்வைத்தது.

சென்றகாலத்தில் தமிழ்நாட்டில் முடிமன்னர்களுக்குமட்டுமே முதன்மை மதிப்பு இருந்தது. அவர்களை நயந்தும் பயந்தும் நன்னெறி சொல்பவர்களாகவே புலவர்கள் இருந்திருக்கிறார்கள். ஆனால் சமணமரபு அவர்களுக்கும் மேலாக 'நீத்தாரை' முன்வைத்தது. 'பெரியோரை' மதித்தல், அவர்சொல் கேட்டல் என்ற பொருளில் குறிப்பிடுவதெல்லாமே இந்த முனிவர்களுக்கு அளிக்கப்பட்ட முதன்மை மரியாதையைத்தான். சமண மத நூல்களில் இந்த கருத்து மிகமிக விரிவாக முன்வைக்கப்பட்டிருக்கக் காணலாம். சமணத்தின் அடிப்படையே இதுதான். பற்றும் சினமும் இல்லாத அறவோர் சமூகத்தை வழிநடத்துதல்.

இந்தப்பாடலில் மரபான தமிழ் விவேகத்தை சமணர்களின் பெரியோர் நெறிசேரும் அறத்துடன் இணைத்துவிடுகிறார் முன்றிறையார். பெரியோர் எளியோர் போலவே இருப்பார்கள். அவர்களை நெறியா லேயே உணர இயலும். ஒன்று நம் நெறியால். அதைவிட அவர்களின் நெறியால். சிறியோர் அவர்களை அறியும் நீர்மை இல்லாமல் அவர் களையும் தங்களுக்கு நிகராக வைத்து தகுதியற்ற சொற்களைச் சொல்லி விடுவார்கள் என்று எச்சரித்து அது நிலவை நாய்குரைப்பதுபோல என முடிக்கிறார் முன்றிறையார்.

'கற்றலில் கேட்டல் நன்று' என்பது தமிழ் மூதுரை. பொதுவாக நூல்கற்கும் அமைப்புகள் அதிகம் இல்லாதிருந்த இனக்குழுச் சமூகம் என பண்டைத்தமிழகத்தைச் சொல்லலாம். பள்ளிச்சாலைகள் போன்ற அமைப்புகளைப் பற்றி சங்கப் பாடல்களில் நாம் கேள்விப் படுவதில்லை. ஆகவே பெரும்பாலும் ஆசிரியரைச் சார்ந்து வாழ்ந்து அவர்வாயால் கல்விகற்கும் குருகுல முறையே அதிகம் இருந்திருக் கலாம். ஆகவே சான்றோர் வாயால் நல்லவற்றை கேட்பதை முக்கியப் படுத்தி உருவாக்கிக் கொண்ட சொற்றொடர் இது.

ஆனால் சமணர்கள் நூல்கல்வியை வலியுறுத்தி பரப்பியவர்கள். ஆகவே அதே பழமொழியை முன்றிறையார் முற்றிலும் தலைகீழாக

பொருள்கொண்டு பாடலில் பொருத்துகிறார். ‘உணற்குஇனிய இந்நீர்பிறிதுழி இல் என்னும் கிணற்றகத்து தேரைபோல் ஆகார் - கணக்கினை முற்றப் பகலும் முனியாது இனிது ஓதிக் கற்றலில் கேட்டல் நன்று’

ஒரேநூலை மட்டுமே பயின்று அதுவே சிறந்தது என்றிருப்பவர்கள் கிணற்றுத்தவளையைப்போன்றவர்கள். பலநூல்களைப்பற்றி பலர் சொல்லும் சொற்களைக் கேட்டு அந்நூல்களைக் கற்றல் நல்லது என்று முன்றிறையார் சொல்லும்போது நூல்கல்வியை மேலும் பரந்துபடச் செய்யவேண்டும், அதற்கு செவிவழிக்கல்வியை பயன்படுத்த வேண்டும் என்றே சொல்கிறார்.

தமிழ்மக்களின் வாழ்க்கையில் உள்ள சடங்குகள் ஆசாரங்கள் நம்பிக்கைகள் போன்றவற்றை சமணநீதியுடன் பொருத்துவதற்கு பழமொழி பலவகையிலும் முயல்வதைக் காணலாம். இந்நூலின் இலக்கே அதுதான். அத்துடன் தமிழ்நாட்டு வரலாற்று கதைகளையும் அது மறு ஆக்கம்செய்து முன்வைக்கிறது. குறிப்பாக கரிகால் பெருவளத்தான் குறித்த பழமொழி பாடல்கள் பெரும்புகழ்பெற்றவை. இந்நூல் சோழமண்ணில் உருவாகியிருக்கலாம் என்பது ஒரு காரணம். அதற்கு அப்பால் ஒரு காரணம் உண்டு.

சமணமதம் மக்களின் நலம் நாடும் அரசை முன்வைத்தது என்று சொன்னோம். பெரும் போர்க்கள வெற்றிகளை அடைந்த மன்னனை போற்றுதலுக்கு பதிலாக அறம்சார்ந்து செயல்பட்ட மன்னனை போற்றி முன்வைத்தல் அதன் இயல்பு. கரிகால் பெருவளத்தானின் நீதியுணர்வை போற்றும் பழமொழி பாடல்கள் சமண அரசநீதிக்கு தமிழின் தொல்மரபில் இருந்து ஓர் உதாரணத்தைக் கண்டுபிடித்து மக்கள் முன் நிறுத்துகின்றன.

உரைமுடிவு காணான் இளமையோன் என்று நரைமுது மக்கள் உவப்ப - நரைமுடித்து சொல்லால் முறைசெய்தான் சோழன் குலவித்தை கல்லாமல் பாகம் படும்.

இப்பாடலிலும் பழமொழி ஆசிரியரின் நுட்பமான மாற்றி அமைக்கும் திறன் தொழில் பட்டுள்ளது. குலங்களை அடிப்படையாகக் கொண்ட அச்சமூகத்தில் குலத்தொழில் கல்லாமலேயே வரும் என்ற எளிய பழங்குடி விவேகத்தை எடுத்துக் கொண்டு நலம்நாடும் அரசனைச் சித்தரிக்கும் ஒன்றாக மாற்றியமைத்திருக்கிறார் ஆசிரியர்.

பழமொழிநாநூறின் அடிப்படை இயல்பே இதுதான். மக்களிடையே வழங்கிவந்த எளிமையான நாட்டார் விவேகங்களை எடுத்துக் கொண்டு அவற்றின் மீது சமண நீதியை பொருத்திக் காட்டுதல். பெரும் பாலான நேரங்களில் அந்தச் சமணநீதிக்கும் அந்த அப்பழமொழிக்கும்

நேரடியான உறவேதும் இல்லை என்பதைக் காணலாம். இருந்தாலும் மக்களுக்கு 'இது ஒன்றும் புதிய விஷயமில்லை நம் முன்னோர் சொன்ன பழைய நீதியே' என்ற எண்ணத்தை இதன் மூலம் உருவாக்கி நீதியை மனத்தில் நிறுத்த உதவுகிறது இந்த உத்தி.

சமணநீதி என்பது ஒரு செவ்வியல் நீதி. பலகாலம் பல நூல்கள் வழியாக திரண்டுவந்தது அது. உலகளாவிய, மானுடமளாவிய கற்பனை கொண்டது. பழமொழிகள் அதிகமும் பழங்குடிச் சமூகங்கள் சார்ந்தவை. இனக்குழு எல்லைகளை மீறாதவை. ஆகவே அவை அடிப்படையில் நாட்டார் தன்மை கொண்டவை. இவ்விரு எல்லை களையும் இணைக்கிறது பழமொழி நாநூறு. இந்நூலின் சிறப்பே இதுதான். அக்காலகட்டத்தில் நடந்த மாபெரும் நீதிசார் உரையாடலின் இரு தரப்புகள் இவை. இருதரப்பினருமே இந்நூலுக்குள் ஒன்றாக இணைக்கப்பட்டிருக்கிறார்கள். இது ஒரு சாதனைதான் ஆர்.எஸ்.சர்மா, R.S.Sharma, Perspectives in Social and Economic History of Early India (பி.வி.காணே. P.V.Kane), History of Dharma Sastras ஹெர்மான் ஜெகோபியின் மொழியாக்கம். ஜைன சூத்திரங்கள் (Hermann Jacobi) முற்றிலும் இணையத்தில் கிடைக்கின்றன. பேரா.ராஜ்கௌதமன். 'பாட்டும் தொகையும் தொல்காப்பியமும் தமிழ்ச்சமூக உருவாக்கமும்'. தமிழினி பிரசுரம்.

(27-12-07 அன்று நாமக்கல் அரசு கலைக்கல்லூரியில் மைசூர் செம்மொழி உயராய்வு மையம் இணைந்து நடத்திய பதினெண் கீழ்கணக்கு நூல்கள் கருத்தரங்கில் பேசியது.)

விதை மரம்

வணக்கத்திற்குரிய அவையினரே,

நித்யாவின் நினைவுநாளான இன்று இங்கே அவரைப் பற்றிய நினைவுகளை பலர் பகிர்ந்து கொண்டார்கள். அவரை ஒரு குருவாக, உளவியலாளராக, வழிகாட்டும் மூத்தவராக அறிந்தவர்கள் இங்குள்ளவர்கள். அவரை ஒரு மெய் ஞானியாக அறிந்தவர்களும் பலர் இங்குண்டு. நான் அவரை முதன்மையாக ஓர் இலக்கியவாதியென்றே அறிந்திருக்கிறேன். இன்னும் குறிப்பாகச் சொல்ல வேண்டுமானால் இலக்கியத்தை தன்னுடைய ஞானத் தேடலுக்கான ஒரு களமாக அமைத்துக்கொண்டவர் என்ற வகையில்.

சமகாலத்தில் வாழும் பல ஆன்மிக வழிகாட்டிகளை விட என்னை நித்யாவை நோக்கி இழுத்த அம்சம் இதுதான். நித்யா மிகச்சிறு வயதிலேயே ஞாலப்பாட்டு நாராயணமேனன் மொழிபெயர்த்து லெமிஸரபிள்ஸ் நாவலை கண்ணீர் மல்க படித்திருக்கிறார். விக்தர்யூகோவைத் தன்னுடைய முதல் ஞானகுருவாகக் கொண்டிருக்கிறார். ஆதிசங்கரரும், நாராயண குருவும் அவருக்கு எப்படி முன்னோடிகளோ அப்படியே தாஸ்தோயும் குமாரன் ஆசானும் அவருடைய முன்னோடிகள். எந்த ஒரு உரையாடலிலும் நித்யா சாதாரணமாக இவ்விரு முன்னோடிகளின் சொற்களை எழுத்தாள்வதை கவனித்திருக்கிறேன்.

பொதுவாக ஞானத்தேடலின் பாதையில் இருப்பவர்கள் கூட இலக்கியத்தைப் பொருட்படுத்துவதில்லை.

இலக்கியம் மீது இரு வகையான குற்றச்சாட்டுகளை அவர்கள் முன்வைக்கிறார்கள். இலக்கியம் எப்போதும் மானுடனின் மேலோட்டமான உணர்வுகளான காம-குரோத-மோகங்களை பெரிது படுத்தி அவற்றைப் பற்றி பேசுகிறது என்பது முதல் குற்றச்சாட்டு. இரண்டாவதாக கலைஇலக்கியங்கள் உண்மைகளுக்கு எதிராக கற்பனையான உலகத்தை உருவாக்கிக்கொண்டு அவற்றைத் தொடர்ந்து முன்வைக்கிறார்கள் என்ற குற்றச்சாட்டு.

இருகுற்றச்சாட்டுகளையும் நித்யா பொருட்படுத்தியதில்லை. 'ஒரு வேதாந்தியைப் பொறுத்தவரை வெளியே நிகழும் வாழ்க்கையும்கூட மனிதனின் கற்பனையே. அப்படியிருக்கையில் அகத்தே நிகழும் வாழ்க்கையை குறைவுபட்டதாக ஏன் கூற வேண்டும்?' என்றார் நித்யா ஒருமுறை. ஜெ.கிருஷ்ணமூர்த்தி ஒரு விவாதத்தில் இலக்கியம் மாயையானது என்று கூறியிருப்பதைப் பற்றி நான் கூறியதற்கு எதிர்வினையாக நித்யா அதைச் சொன்னார். 'வாழ்க்கையும் மாயையானது என்றறிந்தவன் இலக்கியத்தை நிராகரிக்க முடியுமா?' என்றார் நித்யா. ஆம், வாழ்க்கை மட்டும் யதார்த்தமா என்ன? ஒரு நாற்பது வயதைக் கடந்த பிறகு திரும்பிப் பார்க்கையில் எத்தகைய பெரும் கனவாக அது தோற்றமளிக்கிறது.

மாபெரும் இலக்கியப்படைப்புகள் நமக்கு அளிக்கும் சித்திரம் வாழ்க்கையை தொகுத்துக்காட்டுதல்தான். வாழ்க்கையை அப்படி ஒட்டுமொத்தமாகத் தொகுத்து விடமுடியாது. அப்படி தொகுத்து விடுவதும் அவசியமற்றது. ஆகவே கலை மதிப்பீடுகள் சார்ந்து, விழுமியங்கள் சார்ந்து, வாழ்க்கையைத் தொகுத்துக் காட்ட முயல்கின்றன. அவ்வாறு மிக வெற்றிகரமான ஒட்டுமொத்த வாழ்வையும் தொகுத்துக் காட்டிவிட்டவனை நாம் காவியகர்த்தர்கள் என்கிறோம். வான்மீகியும் வியாசனும் கம்பனும் காளிதாசனும் இளங்கோவும் ஹோமரும் ஷேக்ஸ்பியரும் அப்படிப்பட்ட மகத்தான காவியகர்த்தர்கள். நித்யா தல்ஸ்தோயையும், விக்டர் யூகோவையும், ரோமென் ரோலந்தையும் அப்பட்டியலில் சேர்ப்பார்.

'வாழ்க்கை பெருங்காவியங்களை திரும்ப நடிக்கிறது' என்பார் நித்யா. ஆம், முதலில் வாழ்விலிருந்து இலக்கியம் பிறக்கிறது. பிற்பாடு இலக்கியத்திலிருந்து வாழ்க்கை பிறக்கிறது. நம் அனைவருடைய நெஞ்சிலும் ராமனும் ராவணனும் அர்ஜுனனும் பீமனும் இருக்கிறார்கள். சீதையும் கண்ணகியும் சூர்ப்பனகையும் உறைகிறார்கள். நம்முடைய வாழ்க்கையின் முக்கியமான தருணங்களில் நாம் அவர்களைப் போலவே இயல்பாக நடந்து கொள்கிறோம். கம்பன் இருபதாம் நூற்றாண்டுத் தமிழர்கள் எப்படி நடந்து கொள்வது என்பதைத் தீர்மானிக்கிறான் என்று நான் கூறினால் அது சற்று மிகையாக இருக்கக்கூடும், ஆனால் அதுவும் ஓர் உண்மையே.

குருநித்யாவும் அவரது குரு நடராஜகுருவும் இமயமலைக்குச் செல்கிறார்கள். மென்பனி மூடி மோனத்தில் ஆழ்ந்து கிடக்கும் பனிமுடிகளைக் கண்டு மெய்மறந்து நின்றபின் நடராஜகுரு கூறுகிறார். 'இந்தக் காட்சியை இப்படி நமக்குக் காட்டுவதில் காளிதாசனுக்கும் பங்குண்டு, அவனுடைய பார்வை இல்லாமல் நம்மால் இந்த மலைகளைப் பார்க்க முடிவதில்லை.' ஆம், நாம் இயற்கையழகைப் பார்க்கும் போது மாபெரும் கவிஞர்களின் படிமங்கள் நம் அந்தரங்கத்தில் இருந்தபடி நம்மை பார்க்கச் செய்கின்றன. மொழி வழியாகவே நாம் அவர்களைப் பெற்று நம் அகமனமாக மாற்றிக் கொண்டாயிற்று.

அப்படிப் பார்த்தோமென்றால் ஒட்டுமொத்த மானுட இலக்கியமும் ஒன்றாகச் சேர்ந்து செய்து கொண்டிருப்பது மனிதனின் அகமனதை உருவாக்குவதைத்தான் என்று கூறிவிடலாமா என்ன? ஒட்டுமொத்த மானுட இலக்கியமும் சேர்ந்து மனிதனின் புறஉலகை உருவாக்கிக் கொண்டிருக்கின்றன என்று கூறிவிடலாமா என்ன? அகமனதின் விரிவாக்கம், வெளி விளக்கம்தானே புற உலகம்? அப்படிப்பார்த்தால் ஒட்டுமொத்த மானுட இலக்கியமும் இணைந்து மனிதனின் உலகை உருவாக்கிக்கொண்டிருக்கின்றன.

நித்யாவின் புகழ்பெற்ற உவமையையே சொல்லவேண்டும். பூமி முழுக்க நிறைந்திருக்கும் பூக்களில் இருந்து துளித்துளியாக சேர்ந்த தேனைக் கொண்டுவந்து கூட்டில் சேர்கின்றன தேனிக்கள். அந்தத் தேனில் முட்டையிட்டு தங்கள் குஞ்சுகளைப் பொரிக்கின்றன. தேனில் பிறந்து தேனை உண்டு தேனில் வளர்கின்றன தேனிக் குஞ்சுகள். சிறகு முளைத்து புற உலகுக்குச் செல்லும்போது அவற்றுக்கு உலகமே தேன் மயமாக இருக்கிறது. உலகம் முழுக்க உள்ள தேன் அவற்றை அழைக்கிறது. அந்தத் தேன் துளிகளை அவை மீண்டும் கொண்டுவந்து சேர்க்கின்றன. நண்பர்களே தேன் தான் தேனீயை உருவாக்கியது என்று கூறினால் அது ஒரு உயர்ந்த விவேகமே ஆகும்.

பண்டு ஒரு காலத்தில் ஒரு சீனச் சக்கரவர்த்திக்கு அதி பிரம்மாண்டமான ஒரு நூலகம் இருந்தது. அதை அவரது முன்னோர்கள் உருவாக்கினார்கள். உலகில் உள்ள ஞானங்களை எல்லாம் அங்கே கொண்டுவந்து சேர்த்தார்கள். அந்த நூலகம் பெரிதாகியபடியே இருந்தது. ஒரு கட்டத்தில் ஒரு சிறிய நகரம் அளவுக்கு அந்த நூலகம் மாறியது. பலகோடி நூல்கள் அங்கே இருந்தன். ஞானத்தில் அந்தக் கடல் அலையடித்தபடியே இருந்தது. ஒவ்வொரு கணமும் அதில் ஞானத்தின் நதிகள் வந்து கொட்டின. ஒவ்வொரு கணமும் அது ஞானமழையாக மாறி பூமி மீது பெய்தது.

சீனச்சக்கரவர்த்தி ஒரு குதிரையில் ஏறி அந்த நூலகம் வழியாக விரைந்தார். பிரமித்துப் போய் நின்று விட்டார். இத்தனை

ஞானத்துக்கும் என்ன பயன்? இதை யார் கற்பார்கள்? யாராவது ஒருவர் இவை யனைத்தையும் கற்றால்தானே முழுமையான மானுட அறிவு சாத்தியம்? பிற அனைவருடைய ஞானமும் குறையுடையதுதானே?

ஆகவே ஒரு உபாயம் கைக்கொண்டார் அவர். தன் நாடெங்குமிருந்து மாணவர்களை வரவழைத்தார். அவர்கள் ஒவ்வொருவரும் அதில் ஒரு நூலைப் பயிலவேண்டும் என்று ஆணையிட்டார். அவர்களில் பத்துப்பேர் கூடியமர்ந்து அந்த பத்துநூல்களின் ஞானத்தையும் சுருக்கி புதிய ஒருவருக்குக் கற்றுத்தர வேண்டும். அந்தப் பதினொன்றாவது ஆள் தன்னைப்போன்ற வேறு பத்துப்பேருடன் இணைந்து அந்த ஞானத்தைச் சுருக்கி இன்னொருவருக்குக் கற்பிக்க வேண்டும். அந்தப் புதியவன் தன்னைப் போன்ற இன்னும் பத்துப்பேரை கண்டுபிடித்து ஞானத்தைச் சுருக்கி புதிய ஒருவருக்குக் கற்பிக்க வேண்டும்.

இவ்வாறு கடைசியில் ஒரு பத்துப் பேர் தேறினார்கள். அவர்களின் மெய்ஞானத்தைச் சுருக்கி ஒரு நூலாக ஆக்கி அதை ஒருவருக்குக் கற்பித்தார்கள். அந்த ஞானி அந்நூலை சக்கரவர்த்திக்கு கற்பிக்க வேண்டும். ஆனால், அவர் வரவில்லை. சக்கரவர்த்தி அவரைத் தேடிச் சென்றார். அவர் கூறினார். 'நான் கற்ற ஞானம் பத்து அத்தியாயங்கள் கொண்ட நூலாக இருக்கிறது. மிக நீளம் அது. ஒரே அத்தியாயமாக அதைச் சுருக்க முடியுமா என்று பார்க்கிறேன். ஆறுமாதம் தேவை.' ஆறுமாதம் கழித்து சீனச்சக்கரவர்த்தி அந்த ஞானியைத் தேடிச் சென்றார். 'என் ஞானம் ஆயிரம் சொற்றொடர்களாக இருக்கிறது. அதை ஒரு சொற்றொடராக ஆக்க முடியும். எனக்கு ஆறுமாதம் கொடு' என்றார் ஞானி.

ஆகவே சீனச்சக்கரவர்த்தி இன்னும் ஆறுமாதங்கள் கழித்துப் போனார். 'என் ஞானம் பத்து வார்த்தைகளாக இருக்கிறது. எனக்கு ஆறுமாதம் கொடுத்தால் அதை ஒரே சொல்லாக மாற்றிவிடுவேன்' என்றார் ஞானி. அதன்படி ஆறுமாதம் கழித்துப் போனார் சீனச்சக்கரவர்த்தி. ஞானி அந்த ஒரே சொல்லைச் சொன்னார் சீனச் சக்கரவர்த்தி ஞானியானார்.

அருமையான கதை நண்பர்களே அந்த ஞானி சீனச்சக்கரவர்த்திக்குப் புதிதாக எதையும் கூறவில்லை. சீனச்சக்கரவர்த்திக்கு ஏற்பனவே தெரிந்த ஒன்றை நினைவுபடுத்தினார் என்று நான் கூறுவேன். இலக்கியம் சொல்வது அதைத்தான். அது மீளமீள நினைவுபடுத்திக் கொண்டே இருக்கிறது.

(2002 டிசம்பரில் ஊட்டி நித்யா குருகுலத்தில் ஆற்றிய உரை.)

மாறுதலின் இக்காலகட்டத்தில்...

இலக்கிய விமரிசனம் செய்வது ஒரு படைப்பாளிக்கு ஆபத்தான விஷயம். ஏனெனில் இலக்கிய விமரிசனம் சார்ந்து சொல்லப்படும் ஒரு சொல் உடனடியாக ஒன்பது சொற்களை பதிலாக உருவாக்குகிறது. அதற்குபதில் சொல்ல நாம் தொண்ணூறு சொற்களை உருவாக்க வேண்டும். இது முடிவே இல்லாத செயல்பாடு. ஆகவே உலக அளவில்கூட பல முக்கியமான படைப்பாளிகள் காலப்போக்கில் விமரிசகர்கள் ஆகியிருக்கிறார்கள். சிறந்த உதாரணம் டி எச் எலியட். தமிழில் க.நா.சு. நான் அடிப்படையில் ஒரு நாவலாசிரியனாக இல்லாமலிருந்தும் கூட விமரிசகனாகச் செயல்படவேண்டிய தேவை உள்ளது. காரணம் இது ஒரு மாற்றம் நிகழும் சூழல். இச்சூழலுக்கு ஏற்ப நம் இலக்கிய எண்ணங்களை சற்று செம்மைப் படுத்திக் கொள்ளவேண்டியுள்ளது... ஆகவேதான் இவ்விமரிசனம்.

நேற்றுவரை நவீன இலக்கியச்செயல்பாடுகளுக்கு எவ்விதமான இலக்கிய முக்கியத்துவமும் இருந்தது இல்லை. அதற்குக் காரணம் அன்றைய முக்கியமான இரு கலாசாரசெயல்பாடுகள். ஒன்று நம் மரபின் இலக்கியச் செல்வங்களை மீட்டெடுத்து நவீன காலகட்டத்துக்கு ஏற்ப அமைப்பது. இரண்டு அப்போதுதான் வாசிக்க ஆரம்பித்த லட்சக்கணக்கான மக்களுக்கு சுவையூட்டக்கூடிய வெகுஜன இலக்கியங்களை உருவாக்குவது. ஆகவே நவீன இலக்கியம் புறக்கணிக்கப்பட்டது. இதனால் அன்றைய இலக்கிய முன்னோடிகள் நவீன இலக்கியத்தை மற்ற இரு போக்குகளுக்கும் எதிரானதாக நிறுத்த

முயன்றார்கள். அதை ஒரு சுடரை பொத்தி எடுத்துச் செல்பவர்கள் போல பாதுகாத்தார்கள்.

ஆனால் இப்போது ஒரு மாற்றம் நிகழ்ந்துள்ளது. இதற்கு நவீன ஊடகங்களின் வளர்ச்சி ஒரு காரணம். ஐராவதம் மகாதேவன், மாலன், கோமல் சுவாமிநாதன், வாசந்தி, பாவை சந்திரன் போன்ற இதழாளர்கள் நவீன இலக்கியத்தை வெகுஜன ஊடகங்களில் அறிமுகம் செய்தார்கள். திண்ணை.காம் போன்ற இணைய இதழ்கள் அதை உலகமெங்கும் கொண்டு செல்கின்றன. மிகப்பெரிய நாவல்களை எழுதினால் வாங்கி வாசிக்க ஆளிருக்கிறது. இத்தனை நூல்களை ஒரேசமயம் கொண்டுவர முடிகிறது. இப்போது சாதகமான காற்று அடிக்கிறது. சுடரை பற்றவைக்க வேண்டிய நேரம். கலைகளை எடுத்து இச்சுடரின் உண்மையான தீவிரம் என்ன என்று பார்க்க வேண்டியுள்ளது. அதற்குத்தான் இந்த விமரிசனம்.

நேற்றுவரை நம் விமரிசன மூதாதையர் நவீன இலக்கியத்தை ஒரு மாற்றுத்தரப்பாக ஒட்டுமொத்தமாக முன்வைத்தார்கள். இன்று அதில் உள்ள உள்ளோட்டங்களை நாம் பரிசீலித்து ஆய்வு செய்ய வேண்டும். நேற்று வரை நவீன இலக்கியவாதிகளைப்பற்றிய சில பிம்பங்களை உருவாக்கி அதை மற்ற இரு போக்குகளுக்கு எதிராக நிறுத்த சிற்றிதழாளர்கள் முயன்றார்கள். இன்று அப்பிம்பங்களை பொருட் படுத்தாமல் அவர்களை கறாராக ஆராய்ந்து பார்க்கவேண்டியுள்ளது. நவீன இலக்கியத்தின் உயிர்த்துடிப்பான பகுதிகள் எவை என்று பார்க்கவேண்டிய நேரம் நெருங்கியுள்ளது. ஆகவேதான் இந்த நூல்கள் எழுதப்பட்டுள்ளன.

மேலும் இலக்கியவிமரிசனம் என்றாலே சலிப்பூட்டும் ஆய்வுகள் என்ற நிலையை மாற்றி உத்வேகமும் சரளமும் உள்ள மொழியில் அவற்றை எழுதவேண்டிய அவசியம் இப்போது உள்ளது. இன்று எல்லாப் படைப்பாளிகளின் நூல்களும் கிடைக்கின்றன. புதுமைப்பித்தன், கு.அழகிரிசாமி, கி.ராஜநாராயணன் சுந்தர ராமசாமி, தி.ஜானகிராமன் என எல்லா முக்கிய படைப்பாளிகளுக்கும் முழுத்தொகுப்புகள் வருகின்றன. இவற்றை கவனத்துக்கு கொண்டுவர வேண்டியுள்ளது. இவற்றை வாசிக்க வாசகனை பயிற்றுவிக்க வேண்டியுள்ளது. அதற்கு அவனை கவரும் நடையில் எழுதப்பட்ட விமரிசனங்கள் தேவை. இவ்விமரிசனங்களின் சிறப்பம்சம் இதுதான்.

இலக்கிய முன்னோடிகளான 20 படைப்பாளர்கள் மீதான விரிவான விமரிசன ஆய்வுகள் 7 நூல்களிலாக தொகுக்கப்பட்டுள்ளன. இந்த இருபது படைப்பாளிகளும் பெரும்பாலும் கால அடிப்படையில் சில தற்செயல்களின் அடிப்படையில்தான் தேர்வு செய்யப்பட்டார்கள்.

இவர்களே இலக்கிய முன்னோடிகள் என்பதல்ல என் தரப்பு. இன்னும் 15 பேரைப்பற்றி அடுத்த வருடம் எழுதுவேன்.

இங்கே விமரிசனத்தின் எல்லைகளைப்பற்றி சொல்லவேண்டியுள்ளது. நான் இலக்கியப்படைப்பை படிக்கும்போது பெறுவது ஒரு தனி அனுபவம். அது சுதந்திரமானது. அப்படிப்பட்ட தனி அனுபவங் களுக்கு இடையே ஏராளமான முரண்பாடுகள் இருக்கும். அம்முரண் பாடுகளை களைந்துதான் சீரான பார்வையை முன்வைக்கமுடியும். அப்போதே அனுபவ உண்மை பங்கப்பட்டு விடுகிறது. விமரிசனத்துக்கு உரிய இயல்பான சிக்கல் இது. எந்த விமரிசனமும் காலகட்டம் சார்ந்ததுதான். விரைவிலேயே காலாவதியாகக் கூடியதுதான்.

இதில் முடிவுகள் இல்லை. என் வாசிப்புகள்தான் இவை. இவற்றை வாசகன் பரிசீலிக்கலாம். இந்த எழுநூறுபக்கங்களில் குறைந்தது இருநூறு முக்கியமான வாசக அவதானிப்புகள் உள்ளன. உதாரணமாக கயிற்றரவு (புதுமைப்பித்தன்) கதையின் ஒரு நீட்சியே பொய்த்தேவு (க நா சு) என்ற அவதானிப்பை சொல்லலாம். அவை வாசகனுக்கு அவனது வாசிப்பின் கோணங்களை பெருக்கிக் கொள்ள உதவலாம். அதுவே இந்த விமரிசனங்கள் அளிக்கும் முக்கியமான பயனாகும்.

இந்த மாறுதலின் காலகட்டத்தில்தான் நாம் மேலும் கவனமாக இருக்க வேண்டியுள்ளது. இப்போது புகழ் வருகிறது. நாளை ஒருவேளை பணமும் வரலாம். இன்று என் கூட்டத்துக்கு பலதரப்பட்டவர்கள் அடங்கிய பெரியகூட்டம் வந்திருக்கிறது. இதெல்லாம் ஒரு பெரிய மாற்றம். இம்முக்கியத்துவத்தை நாம் உடனடியாக சுய லாபத்துக்கு பயன்படுத்திக் கொள்ளலாகாது.

இந்தமேடைக்கு உரிய விஷயமா என்று தெரியவில்லை. ஆனால் இங்கே வந்துள்ள இந்த பெரும்கூட்டம் இதை இங்கே சொல்ல வேண்டும் என்ற எண்ணத்தை உருவாக்குகிறது. நேற்றுமுழுக்க இளம்நண்பர்கள் பலரிடமிருந்து இந்த விஷயம் பற்றிய மனக்கு முறல்களைக்கேட்டு மனம் வருந்தி அதன் பிறகே இதை சொல்கிறேன்.

சிறுபத்திரிகை என்பது ஒரு ஊடகம். அது இன்று போதாமலாகும் போது நாம் அடுத்த கட்டத்துக்கு போகிறோம். மின் ஊடகங்களுக்கு, பெரிய இதழ்களுக்கு. திரைப்படங்களுக்குக் கூட செல்லலாம். ஆனால் சிறுபத்திரிகைகள் எந்த விழுமியங்களை ஒழுக்கங்களை நேற்றுவரை கடைப்பிடித்தனவோ அவற்றின் பிரதிநிதியாகவே நாம் அங்கே செல்கிறோம். நம்மை முன்னிறுத்திக் கொள்ள சுயலாபங்களை அடைய அல்ல.

நவீன இலக்கியத்தின் முக்கியமான விழுமியம் என்ன? எப்போதும் நாம் எதை உண்மையிலேயே நம்புகிறோமோ அதை சார்ந்து நிற்பது அதற்காக வாழ்வது என்பதே. அந்த நம்பிக்கை மிதமிஞ்சிப்போய் நாம் ஒருவரை ஒருவர் கடுமையாக தாக்கிக் கொள்வது உண்டு. அத்து மீறுவதும் உண்டு. நமது நம்பிக்கைகளே நமக்கு பெரிதாக உள்ளன. நட்பு அல்ல. புகழ் அல்ல. வாழ்க்கையில் வெற்றி என்று கருதப்படும் எவையுமே அல்ல. நமது ஆதர்ச புருஷர்கள் எவருமே வெற்றி பெற்றவர்கள் அல்ல. மகத்தான தோல்விகளை அடைந்தவர்கள்தான். தல்ஸ்தோய், காஃப்கா, பாரதி, புதுமைப்பித்தன்...

ஆனால் நம்மில் சிலர் சில சந்தர்ப்பங்களிலாவது அதை மறந்து விடுகிறோமா என்ற ஐயம் ஏற்படுகிறது. 5.10.03 அன்று இளையபாரதி என்பவரது நூல்வெளியீட்டுக்கூட்டத்தில் நான் தற்செயலாக செல்ல நேர்ந்தது. அது எனக்கு ஆழமான அதிர்ச்சியை அளித்தது. அக்கூட்டத்தில் நான் மிக மதிக்கும் இலக்கியப்படைப்பாளியான வண்ணதாசன் அங்கு பேசிய பிற திராவிட இயக்க பேச்சாளர்களை விட தரம் தாழ்ந்த ஒரு உரை ஆற்றினார். மு.கருணாநிதி அவர்களை மிக மிக ஆர்ப்பாட்டமான வார்த்தைகளால் புகழ்ந்து, அவரை ஒரு இலக்கிய மேதையாக வர்ணித்தார். கவிஞர் கலாப்ரியா மு.கருணாநிதியை தன் ஆதர்ச எழுத்தாளராகவும் தன்னுடைய வழிகாட்டியாகவும் சொல்லி புகழ்மொழிகளை அடுக்கினார்.

அதைவிடக் கீழிறங்கி கவிஞர் ஞானக்கூத்தன் பிரதமர் வாஜ்பாய் மு.கருணாநிதி ஆகியோரை தொட்டபோது தன்னுடைய கரங்களில் ஒரு அதிர்வு ஏற்பட்டது என்று சொன்னார். கவிஞர் இன்குலாப் பற்றி சொல்லும்போது ஒருமுறை நான் சொன்னேன். எனக்கு அவரது ஒருவரி கூட கவிதையாகப் படவில்லை, ஆனால் அவர் தான் ஏற்ற இலட்சியங்களுக்காக வாழ்பவர் என்ற முறையில் அவர் என் பெருமதிப்புக்கு உரியவர் என்று. அம்மேடையில் இன்குலாப் பேசிய பேச்சு கீழ்த்தரமான துதிபாடலாக இருந்தது.

கருத்து மாறுபாடுகள் இருப்பினும் எனக்கு என்றுமே முற்போக்கு எழுத்தாளர்கள்மீது ஆழமான நம்பிக்கை உண்டு. ஆனால் அந்தமேடையில் முற்போக்கு எழுத்தாளர்களான பா.கிருஷ்ண குமார், வேல ராமமூர்த்தி ஆகியோர் பேசியசொற்கள் என்னை கூச வைத்தன. உண்மையில் அந்தமேடையில் அப்படி பேசவேண்டிய அவசியமே இல்லை என்ற எண்ணமே பிற தி.மு.க பேச்சாளர்கள் பேசியபோது ஏற்பட்டது. இவர்கள் தாங்களே சென்று காலில் விழுகிறார்கள்.

அந்தமேடையில் கவிஞர் அப்துல் ரகுமான் பேசியபேச்சுதான் என்னை எதிர்வினை செய்ய வைத்தது. அந்த மேடையிலேயே பண்பாட்டுடனும் நிதானத்துடனும் பேசிய இருவர் மு.கருணாநிதியும்

அப்துல் ரகுமானும்தான். அப்துல் ரகுமான் மிகுந்த நாசூக்குடன் அதைச் சொன்னாலும் அந்த குற்றச்சாட்டு முக்கியமானது. அவர் உள்பட திராவிட இயக்கம் உருவாக்கும் எழுத்து 97 சதவீதம் என்றும் சிற்றிதழ் எழுத்தாளர்களும் முற்போக்கு எழுத்தாளர்களும் சேர்ந்து எழுதும் எழுத்து 3 சதவீதம் என்றும் அவர் சொன்னார். அந்த 3 சதவீதம் மற்றவர்கள் இலக்கியவாதிகளே அல்ல என்று தங்களுக்குள் முணு முணுத்து வந்தார்கள். மு.கருணாநிதியின் இலக்கிய சாதனைகளை அவர்கள் அங்கீகரிக்கவில்லை. இப்போது இளையபாரதி ஒரு பெரிய படைப்பாளி என்று சொல்கிறார்கள். கருணாநிதியை இலக்கிய வழிகாட்டியாகவும் முன்னோடியாகவும் சொல்கிறார்கள். அந்த 3 சதவீதம் இறங்கி வந்திருக்கிறது. இப்போதாவது அவர்களுக்கு இது புரிந்தது நல்லதுதான் என்றார் ரகுமான்.

அப்பேச்சின் சாரமான வினா இதுதான். 'நேற்றுவரை நாங்கள் உங்களை எங்கள் மேடையில் உட்காரவைக்கவில்லை, எங்களை இலக்கியவாதிகள் அல்ல என்றீர்கள். இன்று இந்தமேடையின் ஓரத்தில் அமர இடமளித்ததுமே துதிபாட ஆரம்பிக்கிறீர்கள் அப்படியானால் உங்கள் பிரச்சினைதான் என்ன?'

அதற்கு மேலும் நாசூக்காக மு.கருணாநிதி பதில் சொன்னார். அவர்கள் நம் ஆதரவை அங்கீகாரத்தைக் கேட்டு வந்திருக்கிறார்கள். அவர்களை புண்படுத்தாமல் இருப்பதே முறை என்றார் அவர்.

அந்தமேடையில் நான்குபேர் போய் துதிபாடிவிட்டால் அது இலக்கிய அங்கீகாரம் ஆகிவிடுமா? நவீன இலக்கிய உலகம் என்பது சில மனிதர்களினாலானதல்ல. அது சில அடிப்படை நம்பிக்கைகள் ஒழுக்கங்கள் ஆகியவற்றால் ஆனது. எதை நாம் நம்புகிறோமோ அதற்காக வாழ்வது, அதைச் சார்ந்து நிற்பது அதற்காக வாழ்வது என்பதே.

அங்கே மேடைக்கு சென்று அமர்ந்திருந்தவர்கள் அல்ல அந்த மூன்று சதவீதம். அந்த விழுமியங்களை எவர் பேணுகிறார்களோ அவர்கள் தான். வாழையடிவாழையாக அவர்கள் வந்துகொண்டே இருப்பார்கள். இன்று நான் இதை சொல்கிறேன். நாளை நான் தவறு செய்தால் இன்னொருவர் சொல்லவேண்டும்.

இந்தப் படைப்பாளிகள் இப்படி சமரசம் செய்யும்போது தங்களைப் பின்தொடர்ந்து வந்துகொண்டு இருக்கும் அடுத்த தலைமுறையைப் பற்றி யோசிக்கவேண்டும் என்பது மட்டுமே என் கோரிக்கை. அவர்கள் முன் தங்களை இவர்கள் சிறுமைப்படுத்திக் கொள்கிறார்கள். அவர்கள் இவர்களை பின்பற்றுவார்கள் என்று நான் எண்ணவில்லை. இளமையில் எப்படியோ இலட்சியவாதம் சார்ந்த ஒரு வேகத்துக்கு

ஆளாகித்தான் எழுதவருகிறார்கள். அவர்களுக்கு சமரசங்கள் சலிப்பையே தரும். அவர்கள் கண்ணில் இவர்கள் சரிவடைவது பற்றித்தான் எனக்கு வருத்தம்.

அதை வெளிப்படுத்த காரணம் நாளை நான் சமரசம் செய்தால் அதை தட்டிக் கேட்க சிலராவது இருப்பார்கள் என்பதனால்தான். எழுதுவது மட்டுமல்ல எழுத்தாளனாக வாழ்வதும் முக்கியமே.

இந்தமேடையில் நின்று அந்த 3 சதவீத முணுமுணுப்பின் பிரதி நிதியாகச் சொல்கிறேன், திரு.மு.கருணாநிதி அவர்கள் எழுதும் எழுத்துக்கள் தீவிர இலக்கியத்தின் எப்பிரிவிலும் பொருட்படுத்தக் கூடியவை அல்ல.

இவ்விமரிசன நூல்களில் நான் என் ஆதர்ச பாத்திரங்களான எழுத்தாளர் களைப்பற்றித்தான் எழுதியிருக்கிறேன். ஆனால் கறாரான கூர்மையான விமரிசனத்தையே முன்வைத்துள்ளேன். அதே கூர்மையான விமரிசனம் என் படைப்புகள் மீதும் வரவேண்டும் என்பதே என் எண்ணம். நன்றி.

(10-12-2003 அன்று தமிழினியின் இலக்கிய முன்னோடிகள் வரிசை புத்தக வெளியீட்டு விழாவில் பேசிய ஏற்புரை.)

பகுதி

உ

நூலகம் என்னும் அன்னை

அருமனை அரசு நூலகத்தின் வருடவிழாவில் சிறப்புரை யாற்ற வாய்ப்புக்கிடைத்தமை எனக்கு மிகவும் மன நிறைவூட்டும் அனுபவமாக உள்ளது. அத்துடன் ஆழமான ஒரு ஏக்கமும் இப்போது என்னில் நிறைகிறது. காரணம் இது என் சொந்த ஊர்; இந்த நூலகத்தில்தான் நான் என் இளமைப்பருவத்தை செலவழித்தேன்.

என் அப்பா பாகுலேயன்பிள்ளை இங்கே உதவி பத்திரப்பதிவாளர் அலுவலகத்தில் கிட்டத்தட்ட முப்பது வருடம் பணியாற்றினார். நாங்கள் இங்கிருந்து நான்கு கி.மீ. தொலைவில் உள்ள முழுக்கோடு என்ற ஊரில் தங்கியிருந்தோம். அதன்பின் மறுபக்கம் ஐந்து கி.மீ. தூரத்தில் உள்ள திருவரம்புக்கு சொந்த வீடு கட்டி மாறினோம். நான் படித்ததெல்லாம் இங்குள்ள அரசு உயர்நிலைப்பள்ளியில்தான். எங்கள் சந்தை அருமனையில் இருந்தது. திரையரங்கு இங்கேதான் கிருஷ்ணப்பிரியா. ஓலைக்கொட்டகை. மளிகை வாங்குவது ராகவப்பணிக்கர் கடையில். என் இளமைப்பருவம் இந்த ஊரை மையப் படுத்தியது.

இளமையில் நான் உக்கிரமான வாசகனாக இருந்தேன். இப்போதும் தீவிர வாசகன்தான். ஆனால் இளமைப் பருவத்தில் வாசிப்பதும் ஊர்சுற்றுவதுமல்லாமல் நினைப்பே இல்லை. மண்ணில் கால்படாமல் வாழ்ந்த நாட்கள். மனம் ஜெட் எஞ்சினில் இயங்கிய நாட்கள். அப்போது எனக்கு மூன்று நூலகங்கள் இருந்தன. ஒன்று முழுக்கோடு ஒய்.எம்.சி.ஏ நூலகம். இன்னொன்று இந்த நூலகம். மூன்றாவது திருவட்டார் ஸ்ரீ சித்ரா நூலகம்.

இவற்றில் பிற இரண்டு நூலகங்களும் அழிந்துவிட்டன. குமரி மாவட்டத்தில் மகாராஜாவின் நிதியுதவி பெற்று இயங்கிய பல நல்ல நூலகங்கள் இருந்துள்ளன. திருப்பதிசாரம், பறக்கை, மருங்கூர், பூதப்பாண்டி பத்மநாபபுரம், திருவட்டார் நூலகங்கள் புகழ்பெற்றவை. இவையெல்லாமே கவனிப்பாரில்லாமல் அழிந்துவிட்டன. இந்த நூலகமும் அழிந்து மறைந்திருக்கிறது. முள்மண்டி சிறுநீர் கழிப்பிடமாகி கிடந்திருக்கிறது. அதை மீட்டு அரசு நூலகமாக ஆக்கி வாசகர் வட்டம் உருவாக்கி உயிர் கொடுத்துள்ள நண்பர்கள் அனைவருக்கும் நான் தலை வணங்கி நன்றி சொல்கிறேன். இன்று இந்த நூலகத்தில் ஆயிரம் உறுப்பினர்கள் இருக்கிறார்கள் என்றும் ஐம்பதுக்கும் மேல் புரவலர்கள் இருக்கிறார்கள் என்றும் குமரிமாவட்ட கிராமப்புற நூலகங்களில் பைங்குளம் நூலகத்துக்கு அடுத்தபடியாக இதுவே முன்னிலை வகிக்கிறது என்றும் சொன்னார்கள். கிராமப்புற நூலகங்கள் தமிழகத்தில் பொதுவாக குமரிமாவட்டத்தில்தான் மிகச் சிறப்பாக உள்ளன என்றார்கள். என் நெஞ்சு நிறைவால் விம்முகிறது.

அக்காலகட்டத்தில் நான் வாரம் இருமுறையாவது இங்கு வருவேன். நான்குமணிக்கு இங்குள்ள வயதான ஊழியர் வாசல் திறக்கும்வரை இங்கேயே அமர்ந்திருப்பேன். திருப்பிக்கொடுக்க கொண்டுவந்த நூல்களை மீண்டும் படிப்பேன். நூல் எடுத்தபிறகு வீடுபோக பொறுமையில்லாமல் இந்த பள்ளி மைதானத்துக்கு வந்து அமர்ந்து படிப்பேன். அருகில்தான் என் நண்பர் வர்கீஸின் வீடு. எங்கள் வீடுகள் போல அண்ணா தம்பி அக்கா தங்கைகள் எல்லாரும் மிகவும் பாசமாக இருப்பார்கள். அவன் வீட்டுக்குப் போவதை நான் அப்படி விரும்புவேன். அவன் அக்காக்களிடம் புத்தகங்களைப் பற்றி பேசுவேன்.

பதின்பருவத்தின் பசி போல பிறகு எப்போதுமே பசிப்பதில்லை. உடலின் பசி மட்டுமல்ல மனதின் பசி, ஆத்மாவின் பசி, அப்பசிக்கு அன்னமிட்ட தர்மசாலைகளில் ஒன்று இந்நூலகம்.

அன்று இங்கே ருஷ்ய மொழியாக்க நூல்கள் பல இருந்தன. ஷோலக்கோவின் 'டான் நதி அமைதியாக ஓடுகிறது' என்ற நாவல் 'வெற்றி முரசு' என்றபேரில் வெளிவந்திருந்தது. மக்ஸீம் கோர்க்கியின் 'தாய்', அலெக்ஸி டால்ஸ்டாயின் 'சக்ரவர்த்தி பீட்டர்' வெறியா வேசத்துடன் நான் வாசித்துத் தள்ளிய நாள்கள்.

நூலகம் என்பது வெறும் கட்டடம் அல்ல. ஓர் அமைப்பு அல்ல அது. பண்பாட்டின் மையம். அது பண்பாடு என்பது அருவமான ஒரு நிகழ்வு என்பதனால் நூலகமும் அருவமான ஒரு மையமே. இந்நூலகம் என் நினைவில் அகன்ற ஸ்டெப்பி புல்வெளியில் பனிப்பாளங்கள் நெரிபட்டு உறுமி ஓடும் டான் நதி. கிரெம்ளினில் ஒலிக்கும்

புரட்சியாளர்களின் கோஷம். பீரங்கிப்புகை. பனிப்பாலைகளின் வெண்மை. இன்னொருவருக்கு நான் அதை விளக்கிவிட முடியாது.

நம் அம்மா ரேஷன் கார்டில் வெறும் ஒரு பெண்தான். நமக்கு அப்படி அல்ல. நமக்கு அவள் முலைப்பாலின் ருசி, அணைப்பின் வெம்மை, காத்திருந்து ஊட்டும் பரிவு. வாசலில் வழிபார்த்திருக்கும் கனிவு. நூலகங்கள் அன்னையர்கள், பால் நினைந்தூட்டும் கருணைகள்.

இந்த ஊரைப்பற்றி நான் இருபது வருடங்களாக எழுதியிருக்கிறேன். என் வாசகர்களில் பலர் குமரி மாவட்டத்துக்கு வந்தபின் என்னைப் பார்த்துவிட்டு அருமனைக்கும் முழுக்கோடுக்கும் திருவரம்புக்கும் சென்று வந்ததை நான் அறிவேன். அந்த அளவுக்கு இந்த மண்ணை நான் எழுதியிருக்கிறேன். ஆனால் இங்கு நான் வந்து பதினாறு வருடங்கள் ஆகின்றன. என் குடும்ப சொத்தை விற்க பதிவலுவலகத்துக்கு வந்தேன் கடைசியாக.

சுந்தர ராமசாமிதான் சொன்னார். இந்த மண் என் நெஞ்சில் ஆழத்தில் உள்ளது என. அது முப்பதுவருடம் முந்தைய மண். அப்போதுள்ள மரங்கள், பறவைகள், மனிதர்கள், அப்போது பெய்தபடி இருக்கும் மழை. இங்கு நான் மீண்டும் மீண்டும் வந்தால் அந்தக் கனவு கலைந்து விடும் என்றார் ராமசாமி. அவர் எஸ்.எல்.பி. பள்ளிக்கு வந்து வந்து அதன் பழைய சித்திரம் மனதில் மங்கிவிட்டது. அது பெரிய இழப்பு என்றார். அறுபது வயதுக்குமேல் அவர் அதிகம் எழுதியது அந்த பள்ளியைப்பற்றித்தான்.

நான் இந்த மண்ணை என் ஆத்மாவில் நிறைத்துள்ளேன். கற்பனையின் மழை பொழியும்தோறும் அதில் உறங்கும் விதைகள் முளை விட்ட படியே காடாகியபடியே உள்ளன. இன்னும் பல நாவல்களுக்கு வாழ்க்கை என் கைவசம் உள்ளது.

இங்கே வாசகர்வட்ட தலைவர் கமல செல்வராஜ் சொன்னார், நான் பெரும் புகழ்பெற்ற எழுத்தாளன் என்றும், இருந்தும் என் ஊரில் அதிகம் பேருக்கு என்னைத் தெரியவில்லை என்றும். அது உண்மைதான். அப்படித்தான் அது நிகழ முடியும். எழுத்தாளன் ஒருபோதும் புகழ்வெள்ளத்தில் நீந்தும் பொதுமனிதன் அல்ல. ஆனால் ஒன்று உண்டு. இந்த மண்ணை இவ்வூருக்கு வெளியே யாராவது அறிந்துள்ளார்கள் என்றால் அது என் எழுத்துக்களின் வழியாகத்தான். அதுவே இலக்கியத்தின் வலிமை.

ஜெயந்தி சங்கர் என்ற சிங்கப்பூர் எழுத்தாளர் 'பெருஞ்சுவருக்குப் பின்னே' என்ற நூலை எழுதியிருக்கிறார். சீனப்பெண்களைப் பற்றிய நூல் இது. இதில் ஆர்வமூட்டும் ஒரு தகவல் வருகிறது. நூஷா என்ற மொழி ஒன்று சீனாவில் இருந்தது. இது பெண்கள் தங்களுக்குள்

பேசிக்கொள்வதற்காக மட்டும் உருவான மொழி, பெண்கள் அதை தங்கள் மகள்களுக்குச் சொல்லிக் கொடுத்தார்கள். ஆனால் ஒருபோதும் ஆண்களுடன் அதில் பேசவில்லை. தந்தை, சகோதரன், கணவன், மகன் எவரிடமும். அப்படி ஒரு மொழி இருப்பதையே ஆண்கள் அறிந்திருக்க வில்லை. நூஷூ மொழி சீன லிபியில்தான் எழுதப்பட்டது. ஆகவே ஒரு கடிதமோ கவிதையோ ஆண்கள் கையில் கிடைத்தாலும் ஒன்றும் புரிந்திருக்காது. அம்மொழியில் சீனப்பெண்கள் தங்கள் துயர்களை, எதிர்ப்பை, கனவை பதிவுசெய்தார்கள்.

எனக்குப்படுகிறது, இலக்கியமும் அப்படி மொழிக்குள் செயல்படும் ஒரு மொழிதான் என. அதை பிறர் படிக்கலாம், புரியாது. அது ஒரு சிறுவட்டத்துக்குள் புழங்குவது. அவ்வட்டம் நுண்ணுணர்வும் கவனமும் உடையவர்களால் ஆன ஒன்று. அவர்கள் மிகச்சிறு பான்மையினர். அவர்களே சிந்திக்கிறார்கள். சிந்தனையைப் பகிர்ந்து கொள்கிறார்கள். ஒரு சமூகத்தின் இறந்தகாலத்தை தொகுத்து உருவாக்குபவர்கள் இவர்களே, இவர்கள்தான் நிகழ்காலத்தை வடிவமைக்கிறார்கள். எதிர்காலக் கனவுகளை உருவாக்குகிறார்கள். இவர்களையே அண்டோனியோ கிராம்ஷி என்ற இத்தாலிய மார்க்ஸிய அறிஞர் உயிர்நிலை அறிவுஜீவிகள் என்கிறார். இவர்களே ஒரு சமூகத்தின் உயிர். இலக்கிய வாதியின் புகழ் என்பது இந்த உள்வட்டத்துக்கு உள்ளேதான் செல்லுபடியாகும். அதுதான் இயல்பு.

நூலகம் என்பது அப்படிப்பட்ட உயிர்நிலை அறிவுஜீவிகள் உருவாகும் மையம். சமூகத்தின் ஆற்றலின் ஊற்றுமுகம் அது. ஒரு கிராமத்தில் உரக்கிடங்கு எங்கே என்று கேட்டால் சொல்வார்கள். பஞ்சாயத்து அலுவகத்தைக் கேட்டால் யாரும் வழிகாட்டுவார்கள். நூலகத்தைக் கேட்டால் யாருக்கும் தெரிந்திருக்காது. ஆனால் அதுவே அப்பண் பாட்டின் மையம். அங்குதான் அச்சமூகம் சிந்திக்கிறது; கனவு காண்கிறது. மிக அபூர்வமான ஒரு விதைமையம் அது.

உங்களுக்குத்தெரியும், நகரங்களில் மாபெரும் நூலகங்கள் உள்ளன. கணிப்பொறி, இணைய வசதிகள் உள்ளன. ஆனால் கடந்த ஐம்பது வருடத் தமிழ் வரலாற்றில் முக்கியமான சிந்தனையாளர்கள், கலைஞர்கள் பெரும்பாலும் கிராமங்களில் இருந்து உருவாகி வந்தவர்கள். இத்தகைய சிறிய நூலகங்கள் அவர்களை உருவாக்கு கின்றன. ஓடு வேய்ந்த, சிறிய, மின்வசதிகூட இல்லாத, ஒற்றையறைக் கட்டடங்களில் நாளை தமிழகம் மெல்ல மெல்ல முளைத்து வந்துகொண்டிருக்கிறது.

து ஃபு என்ற சீனக்கவிஞர் மிக முக்கியமானவர். லட்சம் கவிதைகள் இவர் எழுதியிருப்பவையாக இன்று கிடைக்கின்றன. து ஃபுவை தேடி

ஒரு விழியிழந்தவர் வந்தார். அவர் கிளம்புகையில் து ஃபு சொன்னார். ‘இரவாகிவிட்டது இந்த விளக்கை எடுத்துக் கொள்ளுங்கள்.’

‘எனக்கு தான் கண்ணில்லையே’ என்றார் விழியிழந்தவர்.

‘ஆமாம், நீங்கள் பார்க்க முடியாது. ஆனால் பிறர் உங்களைப்பார்க்க விளக்கு வேண்டுமே’ என்றார் து ஃபு.

விழியிழந்தவர் விளக்குடன் கிளம்பினார். வழியிலேயே ஒருவர் அவர் மேல் முட்டிக்கொண்டார்.

‘மூடா, கண்ணில்லையா உனக்கு? கையில் விளக்கிருப்பது தெரிய வில்லையா?’ என்றார் விழியிழந்தவர்.

‘ஐயா மன்னிக்கவும். உங்கள் விளக்கு அணைந்துவிட்டிருக்கிறது’ என்றார் வழிப்போக்கர்.

விழியிழந்தவர் மனம் நிறைந்த துயரத்துடன் மறுநாள் து ஃபுவிடம் நடந்ததைச் சொன்னார். துஃபு அவரிடம் சொன்னார். ‘நீங்கள் உலகைப் பார்க்கவும் உலகம் உங்களைப் பார்க்கவும் உதவக்கூடிய ஒளி ஒன்று உள்ளது. ஒருபோதும் அணையாதது.’ அதை அவருக்கு து ஃபு கொடுத்தார். ஞானத்தை அழியாத ஒளியாகிய ஞானத்தை நிறைத்திருக்கும் சக்திமையங்கள் இந்நூலகங்கள். என் கிராம நூலகம் சீரிளமைத் திறத்துடன் நூறாண்டுகள் வாழ்க என வாழ்த்தி வணங்கி விடைபெறுகிறேன். நன்றி.

(24.11.2007 ல் அருமனை அரசு நூலகத்தின்
வருட விழாவில் ஆற்றிய சிறப்புரை.)

பண்பாட்டு மானுடவியலும் தமிழகமும்

ஒரு வருடத்துக்கும் மேலாகவே எனக்கு ஒரு சிக்கல். நள்ளிரவில் செல்போனில் அழைப்பு வரும். எடுத்தால் ஒரு கிராமத்துக்குரல், 'மொதலாளி லோடு வந்திருக்கு, சம்முகத்த வரச்சொல்லுங்க.' நான் பொறுமையாக அது தவறான எண் என்று சொல்லி விளக்குவேன். 'சரிங்க மொதலாளி, லோடை எறக்கிரலாமா? முந்நூத்தெட்டு பீஸ் இருக்குதுங்க.' ஒருநாள் என்று இல்லை, தொடர்ந்து இதுதான். விடியற்காலையில் ஆழ்ந்த தூக்கத்தில் எழுப்பி 'மொதலாளி, தென்காசி குடோன் சாவி யாரிட்ட இருக்கு? இங்க வாச்மேன் இல்லேன்னு சொல்லுதான்.'

அந்த டிரைவரிடம் நான் விரிவாக விளக்கினேன். என் எண்ணை அவர் தவறாக பதிவுசெய்து வைத்திருக்கிறார், அதை மாற்றி பதிவுசெய்யச் சொல்லி கெஞ்சி மன்றாடினேன். இப்படி நள்ளிரவில் எழுப்பி தொந்தரவு செய்வது நியாயமா என்று கல்லும் கரையும்படி கேட்டேன்.

அவரும் மனமுருகி 'சரிங்க சார். சாரி சார்...' என்றார். மறுநாளே இரவு இரண்டரை மணிக்கு அழைப்பு 'மொதலாளி அருப்புக்கோட்டையிலே இருக்கோமுங்க...'

நான்குமாதம் முன்னால் துணிந்துவிட்டேன். அந்த டிரைவர் அதிகாலையில் 'மொதலாளி கண்ணாடி லோடு வந்திருக்குங்க' என்றான். நான் 'சரி நேரா தென்காசி குடோனிலே எறக்கிரு' என்றேன்.

‘மொதலாளி இது வள்ளியூர் லோடுல்லா?’

‘சொன்னதை செய்டே’ என்றேன்.

‘சரிங்க மொதலாளி. குடோன்சாவி மத்தவண்ட்டே இருக்குமா?’

‘ஆ, இருக்கும்’ என்று செல்போனை அணைத்துவிட்டு தூங்கி விட்டேன்.

பிறகு நான்குமாதம் அழைப்பே இல்லை. போனவாரம் மீண்டும் அழைப்பு. ‘மொதலாளி சிமெண்டு லோடு வந்திருக்கு...’

‘சரி, நேரா நான்குநேரிக்கு கொண்டு போயிரு.’

ஆழ்ந்த அமைதி. பின்னர் ஒரு மெல்லிய கேள்வி ‘சார் நீங்களா?’

நான் ‘ஆமாம்’ என்றேன் சிரித்தபடி.

‘ஏன்சார் இப்பிடி செய்றீங்க? பாருங்க, போனவாட்டி கண்ணாடி லோடை தென்காசியிலே எறக்கின பஞ்சாயத்தே இன்னும் தீரலை. மொதலாளி ரெண்டாயிரம் ரூபா கேக்கிறார்...’

‘ஏன்யா, நாந்தான் உங்காலைப்பிடிச்சு கேட்டேன்ல விட்டுருன்னு. உனக்கு பணம் போச்சுன்னா எனக்கு எத்தனை நாள் தூக்கம் போச்சு? அதை யோசிச்சியா?’

‘சாரி சார். மாத்திடறேன் சார்.’

நேற்று நான் சென்னை வருகையில் ரயிலில் விடிகாலை மூன்று மணிக்கு செல் அடித்தது ‘மொதலாளி மதுரைக்கு வந்திட்டோம், சம்முகம் கூட இருக்கான்...’

•

நேற்று நினைத்துக் கொண்டேன். நம் பண்பாட்டிலும் இப்படி பல விஷயங்கள் தவறாக பதிவுசெய்யப்பட்டுள்ளன என்று. அவற்றை மாற்றவே முடியாது. அவற்றை வைத்துக்கொண்டு எந்த வண்டியையும் எங்கும் திசைதிருப்பி விட்டுவிடலாம்.

சமீபத்தில் மதுரை நாயக்கர் வரலாற்றை படித்துவருகிறேன். மதுரையை ஆண்ட மங்கம்மாள் தமிழ் வரலாற்றில் மறக்கமுடியாத பேரரசி. சாலைகள் அமைத்து தமிழ்நாட்டின் பெரும்பகுதியை இணைத்தவள். இன்றும் நீடிக்கும் பல சந்தைகளை உருவாக்கி பொருளாதார மறுமலர்ச்சியை உண்டுபண்ணியவள். இன்றுள்ள தென்னாட்டு நகரங்கள் பல உருவாகக் காரணமாக அமைந்தவள். பல்வேறு சாதிகளுக்கு இடையே சமரசத்தை உருவாக்கியவள்.

ஆனால் அவளை பதவி நீக்கம் செய்ய திட்டமிட்ட சிலர் அவள் மீது அவதூறை கிளப்பி விட்டனர். பெண்ணை வீழ்த்தவேண்டுமென்றால் அன்றும் இன்றும் ஒழுக்கம் சம்பந்தமான அவதூறுதானே கிளப்ப வேண்டும்?

ஒரு சோட்டா தெலுங்குக் கவிஞனைப்பிடித்தார்கள். அவர் பெயர் விகடகவி கோபால ராயர். பிராமணர். அவர் சென்ன வெங்கண்ணா என்ற பேரில் 'மதுரா மங்க பும்ஸ்சலீ லீலா விலாசமு' என்று ஒரு நூலை இயற்றினார். அது ஒரு ஆபாச நூல். மங்கம்மாவின் காதல் லீலைகளை கீழ்த்தரமாக வர்ணிப்பது. அந்த நூல் பிரபலமடைந்தது. வதந்தி தீ போல பரவுமே.

மங்கம்மாளை சிறையில் அடைத்து அவள் பேரன் விஜயரங்க சொக்கநாத நாயக்கனை மன்னனாக்கினார்கள். மங்கம்மாள் சிறையில் பட்டினி போட்டு கொல்லப்பட்டதாக சொல்லப்படுகிறது. அதற்கு மக்களிடையே எதிர்ப்பே எழவில்லை. காரணம் அவளை மக்கள் வெறுக்க ஆரம்பித்தார்கள்.

இது நடந்தது ஏறத்தாழ முந்நூறு வருடம் ஆகிவிட்டது. இன்றும் நாகர்கோயில் மதுரை தேசிய நெடுஞ்சாலையை மங்கம்மா சாலை என்றுதான் சொல்கிறார்கள். சமீபத்தில் நான் ஒரு கிழவரை சந்தித்தேன். அவர் சொன்னார், மங்கம்மா அன்னிய புருஷர்களை புணர்ந்த பாவத்தைப்போக்க அந்தச்சாலையை போட்டாள் என்று.

இதற்கெல்லாம் ஒரு ஆதாரம் இல்லை. மங்கம்மாள் கால நிகழ்வுகளை துல்லியமாக ஜெசூட் பாதிரிகள் எழுதியிருக்கிறார்கள். அவர்கள் எவரும் இப்படியெல்லாம் சொல்லவில்லை. மேலும் இப்படி அவதூறு கிளப்பப்பட்டபோது மங்கம்மாளுக்கு வயது ஐம்பத்தைந்துக்குமேல். ஆனால் அது பண்பாட்டில் பதிந்துவிட்டது. இனி மாற்ற முடியாது. அவ்வளவுதான்.

நம் பண்பாடு என்பது அனிச்சையான நம்பிக்கைகளாலும் செயற்கை யான கட்டுக்கதைகளையும் அடிப்படையாகக் கொண்டது என ஒருவர் சொன்னால் நம்மால் எளிதில் மறுத்துவிடமுடியாது.

•

இத்தகைய சூழலில்தான் பண்பாட்டு மானுடவியல் போன்ற ஓர் அறிவுத்துறையின் முக்கியத்துவம் நமக்கு புரிகிறது. நமது பண்பாடு புறவயமான ஆய்வுக்கு உட்படுத்தப்படவேயில்லை என்றுதான் தோன்றுகிறது. உள்நோக்கம் கொண்ட தர்க்கங்களையே நாம் ஆய்வு என்ற பேரில் சொல்லிக் கொண்டிருக்கிறோம் – எல்லா தரப்பிலும்.

பண்பாட்டு மானுடவியல் என்பது மிகவிரிவாக தகவல்களை திரட்டிக் கொண்டு அவற்றை ஒழுங்குபடுத்தி கலாசாரப் புதிர்களை அவிழ்க்க முயல்வதாகும். ஒரு பண்பாட்டு அம்சம் எப்படி உருவாகிறது, எப்படிச் செயல்படுகிறது, அதனுடன் ஒட்டிய மனநிலைகள் என்ன என்பதெல்லாம் அதன் வினாக்கள் ஆகின்றன.

மெர்வின் ஹாரீஸின் 'பசுக்கள் பன்றிகள் சூனியக்காரிகள் மற்றும் கலாசாரப்புதிர்கள்' என்ற நூல் பண்பாட்டு மானுடவியலை நமக்கு அறிமுகம் செய்கிறது. ஒரு பாடமாக தகவல்களை அளிக்கவில்லை. பண்பாட்டு மானுடவியல் எப்படிச் செயல்படும், என்னென்ன முறைகளில் அது தகவல்களை ஆராயும் என்று செய்து காட்டுகிறது.

நமக்கு மிக ஆர்வமூட்டும் ஒன்றாக இதில் உள்ள பசுக்கொலை பற்றிய கட்டுரை அமையலாம். ஏன் இந்தியாவெங்கும் பசுக்கொலை தடை செய்யப்பட்டுள்ளது? நீண்ட காலமாக இருந்துவரும் இந்த தடை நம்பிக்கையாகவும் மத கோட்பாடாகவும் மாறி வேரூன்றி விட்டிருக்கிறது.

பசுக்கொலைத்தடையை ஒரு வகை மூடநம்பிக்கை என்று எளிதில் முத்திரை குத்திவிடுவதே நாம் இங்கே செய்யும் பண்பாட்டு ஆராய்ச்சி யாக இருக்கும். அல்லது அதை தாழ்ந்த சாதியினரை ஒடுக்க உயர்சாதியினர் செய்யும் ஒரு வகை சதி என்று முத்திரை குத்தி விடுவோம்.

மெர்வின் ஹாரீஸ் இந்தியச்சூழலில் இந்த தடைக்கு ஏதேனும் பொருளியல் அடிப்படை இருக்க வாய்ப்புண்டா என ஆராய்கிறார். இத்தகைய ஒரு விஷயம் நூற்றாண்டுகளாக நீடித்தது என்பதே இதற்கு பொருளியல் அடிப்படை இருந்திருக்கிறது என்பதற்கான ஆதாரமாகும் என்கிறார்.

இது ஒரு செவ்வியல் மார்க்ஸிய நோக்கு என்பதை நாம் அறிவோம். செவ்வியல் மார்க்ஸியத்தின் இயல்பே இத்தகைய பண்பாட்டு, அரசியல் செயல்பாடுகளுக்குள் ஒளிந்திருக்கும் பொருளியல் உள்ளுறையை வெளிக்கொணர்வதுதான்.

ஆனால் தமிழக மார்க்ஸியர்களிடம் நாம் இதை எதிர்பார்க்க இயலாது. அவர்கள் மார்க்ஸியம் என்ற மகத்தான ஆய்வுக்கருவியை தூக்கி வீசிவிட்டு எந்தவிதமான ஆய்வு முறைமையும் இல்லாத மட்டையடி யான பெரியாரியத்தை சுமக்க ஆரம்பித்து நெடுநாட்களாகின்றன. காரணம் உழைப்பு தேவையில்லை, ஜனங்களுக்கும் சொல்வது புரியும். மெனக்கெட வேண்டாம்.

பசுவதை தடை பற்றி ஆராயும் மெர்வின் ஹாரீஸ் எப்படி படிப்படியாக அந்த ஆய்வை விரித்துச் செல்கிறார் என்பதை பார்க்கும் ஒரு வாசகன்

பண்பாட்டு மானுடவியலின் செயல்முறையை எளிதாக புரிந்து கொள்ள முடியும். இந்தியாவின் வறட்சியும் அடிக்கடி வரும் பஞ்சங் களுமே பசுக்கொலைக்கான தடைக்குக் காரணம் என்ற முடிவுக்கு வருகிறார் மெர்வின் ஹாரீஸ். பசுக்கொலை அனுமதிக்கப் பட்டிருந்தால் ஒரு பஞ்சத்துக்குப் பின் கால்நடைகளே இருக்காது.

மேலும் பசுவுக்கான உணவே மனித உணவாக இருக்கிறது இந்தியாவில். கம்பு, சோளம், தினை போன்ற 'ஏழைகளின் உணவு'கள் பெரும்பாலும் புல்லில் விளைபவை. பசுக்களை மேய்க்க புல்வெளி களை வைத்திருப்பது இந்ததானிய விளைச்சலை பாதிக்கும். அதாவது பசுவுக்கு உணவிட்டு வளர்த்து அப்பசுவை தின்பதை விட அந்த பசுவின் உணவைத் தின்பது லாபகரமானது.

பசுக்கொலை பற்றி ஒட்டியும் வெட்டியும் தமிழ்நாட்டில் எப்படிப் பார்த்தாலும் பத்தாயிரம் பக்கம் எழுதப்பட்டிருக்கும். இப்படி ஒரு கோணம் நம்மில் எவருக்கேனும் உருவானதா என்று நாம் யோசிக்க வேண்டும். இதை சிந்தித்திருக்க வாய்ப்புள்ளவர்கள் மார்க்ஸியர்களே. டி.டி.கோஸாம்பி தவிர எவருமே அந்த வகையான உழைப்புக்கு தயாராக இல்லை. அவ்வப்போது உருவாகும் கட்சி கோஷங்களுக்கு ஆய்வு வேடம் போடுவதற்கே அவர்கள் முயன்றார்கள்.

இதேபோலத்தான் பன்றிகளுக்கான இஸ்லாமிய தடையையும் மெர்வின் ஹாரீஸ் ஆராய்கிறார். பன்றி மனிதனின் அதே உணவை உண்பது. உணவு அரிதான பாலைநிலப் பொருளியலில் பன்றியை உண்பதென்பது ஏராளமான மனிதர்களை பட்டினி போட்டு நாம் உண்பது போல. இன்றுகூட அதுதான் நிலை. அமெரிக்கப் பன்றிகள் உண்ணும் மக்காச்சோளம் பல ஆப்ரிக்க நாட்டு குழந்தைகளை வாழவைக்கக் கூடும்.

இத்துடன் ஒட்டி ஒரு விஷயம் நினைவுக்கு வருகிறது. நண்பர் பெருமாள் முருகனின் மாணவரான மு.நடராசன் பெரியார் பல்கலைக் காக நடத்திய முனைவர் பட்ட ஆய்வேடு 'தொட்டியர் நாயக்கர் குலதெய்வ வழிபாடி'ல் ஒரு தகவல் வருகிறது. தமிழ்நாட்டில் பகடைகள் என்று சொல்லப்படும் சாதியினர் தோல்வேலைகள் செய்கின்றனர். தமிழகச் சாதிப்படிநிலையில் மிகத்தாழ்ந்த நிலையில் உள்ள இவர்கள் எந்த அரசியலமைப்பாலும் கவனிக்கப்படாதவர்கள். பிற தாழ்த்தப்பட்டவர்களாலேயே தீண்டாமையுடன் இன்றும் நடத்தப்படுகிறவர்கள். பழைய விஜயநகரமான ஆந்திர மாநிலம் கடப்பா பகுதியிலிருந்து தமிழ்நாட்டில் குடியேறிய இவர்களுக்கு அங்கே 'கொல்லவார் மாதாரியர்' என்று பெயர். இவர்களுடைய பெயரின் பொருளை வைத்துப் பார்த்தால் இவர்கள் இடையர்கள்.

தொட்டியர் குலத்தில் ஒன்பது சாதி. அதில் முதலாவது சாதி இது என்றும் புராணம் சொல்கிறது.

ஆனால் ஒன்பது தொட்டியர் சாதியினரும் சேர்ந்து தங்கள் தந்தையரான நவநாயகர்களை கும்பிடச் சென்றபோது அவர்கள் இவர்களுக்கு ஆளுக்கொரு பசுவைக் கொடுத்தார்களாம். வரும் வழியில் மாதாரியினர் பசி தாங்காமல் பசுவை தின்றுவிட்டனர். ஆகவே அவர்கள் சபிக்கப்பட்டார்கள். பிற எட்டு குலங்களுக்கும் சேவகம் செய்து வாழ வேண்டிய நிலை ஏற்பட்டது. தீண்டத்தகாத சாதியினராக இவர்கள் உருமாறினார்கள். இது தொட்டியர்களில் வழங்கும் கதை.

தொட்டிய நாயக்கர்கள் தமிழகத்தின் ஆதிக்கசாதிகளில் ஒன்று. முந்நூறு வருடம் தமிழகத்தை ஆண்டவர்கள். பல ஜமீந்தார்கள் தொட்டி யர்களே. ஆனால் அவர்களில் ஒரு பிரிவினர் தமிழக சாதியடுக்கில் ஆகக் கடைசியில் நிற்கிறார்கள். காரணம் பசு.

இங்கே பசு ஒரு குறியீடாக இருக்கிறது. அக்குறியீட்டின் பண்பாட்டு உள்ளுறைகள் என்ன என்று நாம் யோசித்திருக்கிறோமா? ஒருவேளை இஸ்லாமிய மதத்துக்குள் சென்று மீண்டவர்களை இவ்வாறு குறிப்பிடு கிறார்களா? அவர்கள் சாதிப்படிநிலையில் கீழே தள்ளப்பட்டார்களா?

சமானமான உதாரணம் உள்ளது. திப்புசுல்தான் மலபார் பகுதியைக் கைப்பற்றியபோது வலுக்கட்டாயமாக மதமாற்றம் செய்யப்பட்ட நம்பூதிரிகள் பின்னர் தப்பி திருவிதாங்கூருக்கு ஓடிவந்தார்கள். அவர்கள் திரும்பி இந்துவாக ஆனாலும் நம்பூதிரிகளாக ஆக முடியவில்லை. அவர்கள் 'இளையது' என்று சொல்லப்படுகிறார்கள். அவர்கள் ஒருவகை சவண்டிகள். நீத்தார்கடன்களை செய்விப்பதும் சிற்சில சிறுதெய்வக் கோயில்களில் பூசை செய்வதும் அவர்களின் வேலை.

பௌத்த மதத்தில் இருந்து திரும்பிவந்தமையால் நிலமிழந்து தாழ்த்தப் பட்டவர்கள் ஆனவர்களே பறையர்கள் என்று அயோத்தி தாச பண்டிதர் சொல்கிறார்.

ஆனால் இப்படியெல்லாம் புதுவழி தேடி யோசிக்க நமக்கு இங்கே அபாரமான துணிவு தேவை. இங்குள்ள பண்பாட்டுச் சிந்தனை என்பது ஒரு குறிப்பிட்ட முறையில் உருவாக்கப்பட்ட 'சாஃப்ட் வேர்' அது அதற்குரிய முறையில் எல்லாவற்றையும் மாற்றிக் கொள்ளும். மீறிச்சிந்திக்க அனுமதிக்காது. பின் நவீனத்துவம், கட்டவிழ்ப்பு எதுவானாலும் அது தனக்கேற்ப மாற்றிக்கொள்ளும்.

ஒரு நிகழ்ச்சி. குமரிமாவட்டத்து கடற்கரைகளில் பங்கிராஸ் என்ற பெயர் உண்டு. ஒருவர் அலுவலகத்தில் ஒரு சேவைக்காக பெயர் பதிவு

செய்திருந்தார். மைக்ரோ சாஃப்ட் வேர்ட் பக்கத்தில் அதை அடித்தபோது அது சிவப்புக் கோடு போட்டு காண்பித்தது. பெயர் தப்பு.

என்ன சரி என்று குமாஸ்தா பார்த்திருக்கிறார். Pancreas என்று காட்டியிருக்கிறது. சரி என்று சொல்லிவிட்டார்.

பங்கிராஸ் ஒருநாள் காலையில் வந்து கேட்டார். 'சார் இனிமே இப்பிடியே கிட்னி, ஹார்ட், லிவர்னு தனித்தனியா பதிவு செய்வேளா?'

இதுதான் இங்குள்ள பண்பாட்டுச் சூழல். எதையும் இங்கு ஏற்கெனவே உள்ளதாக ஆக்கிக் கொள்ளும். இங்கே சிந்திப்பது என்றாலே இந்த கருத்துவன்முறையை மீறி சிரமப்பட்டுச் செய்யவேண்டிய ஒன்று. இந்த 'சாஃப்ட் வேருடன்' போர் புரிவதிலேயே சோர்ந்து போய்விடுவோம்.

உண்மையில் இன்று இங்கே உள்ளது இரண்டே இரண்டு பண்பாட்டு வாய்ப்பாடுகள்தான்.

ஒன்று எல்லா சமூக, பண்பாட்டு அமைப்பும் உயர்சாதிச் சதியால் தாழ்ந்த சாதிகளை ஒடுக்கும்பொருட்டு உருவானவை. அதிலும் மேலே உள்ள இரண்டுமூன்று சாதிகளால். மற்ற சாதிகள் அவர்களுக்கும் கீழே உள்ளவர்களை ஒடுக்குவதற்கும் இவர்களே காரணம்.

இரண்டு, எல்லாமே ஆரிய இனம் என்ற வடவர் திராவிட இனம் என்ற தென்னவரை ஒடுக்கும் பொருட்டு உருவான சதி.

ஆகமொத்தம் பண்பாட்டில் உள்ள எல்லா அம்சங்களும் ஏதேனும் ஒரு 'சதி' மூலம் உருவாக்கப்பட்டவையே. தானாக எதுவும் உருவாகாது. எதற்கும் வேறு காரணமும் இருக்காது. எல்லா சமூக அமைப்புகளும், பண்பாட்டு முறைகளும் யாரோ சிலர் கூடி உட்கார்ந்து பேசி உருவாக்குவது. வடிவேலு பாஷையில் சொல்லப்போனால் 'ரூம்பு போட்டு யோசிச்சு' அமலாக்கம் செய்வது. நான் வேடிக்கையாகச் சொல்லவில்லை, சென்ற அரை நூற்றாண்டில் இங்கே பேசப்பட்ட விஷயங்களை கவனித்துப் பாருங்கள் தெரியும்.

என்னைப் பொறுத்தவரை மதம், இனம், மொழி, சாதி சார்ந்து 'அன்னியர்களை' கட்டமைப்பதும் அவர்களின் சதியே எல்லா வற்றுக்கும் காரணம் என்று வரலாறுகளை உருவாக்குவதும்தான் வரலாற்றில் பேரழிவுகளை உருவாக்குகிறது. அறிவுஜீவி என்பவன் அவற்றுக்கு எதிரானவனாகவே எப்போதும் இருப்பான்.

அத்தகைய நிலைப்பாடு கொண்ட ஒருவருக்கு ஆயுதமாகும் நூல் இது. இதன் பாரபட்சமற்ற புறவயமான ஆய்வுமுறையில் இருந்து நாம் கற்றுக்கொள்ள ஏராளமாக இருக்கிறது.

இந்நூலில் சரக்குப்பெட்டி மதம் (கார்கோ கல்ட்) பற்றியுள்ள பகுதிகளை மீண்டும் மீண்டும் படித்தேன். நம்முடைய மதச் சூழலைப் புரிந்துகொள்ள மிகவும் உதவியாகக் கூடிய ஒரு பகுதி இது. ஒரு நடைமுறைச் செயல்பாடு எப்படி படிப்படியாக மூடநம்பிக்கையாகி குறியீடாக மாறி பண்பாட்டை தீர்மானிக்கிறது என்பதை இதில் வியப்பூட்டுமளவு விரிவாகக் காண்கிறோம்.

உலகப்போரின்போது கப்பலில் இருந்து வந்து இறங்கிய வெள்ளையர் தீவுகளில் இருந்த ஆதிவாசிகளுக்கு பொருட்களை அளித்தார்கள். கப்பல்கள் கரைசேர அடையாளம் காட்டும்பொருட்டு அவர்கள் சில அமைப்புகளை உருவாக்க வேண்டியிருந்தது. போர் நின்று வெள்ளையர் கப்பல்கள் வராமலான போதும் அதே அமைப்புகளை உருவாக்கி வைத்து தெய்வங்கள் வந்து சரக்குப்பெட்டிகளை அளிக்கும் என்று எண்ணுகிறார்கள். பிறகு அந்த அமைப்பு ஒரு தெய்வ வடிவமாக ஆகிறது. அதை உருவாக்குவது சடங்காகவும் வழிபாடாகவும் மாறுகிறது.

இதை வாசித்து நாம் சிரிப்போம். ஆனால் நம் மதங்களிலும் இதே தான் நடக்கிறது. இதற்கு நிகரான ஒன்றைச் சொல்லி முடிக்கிறேன்.

பதஞ்சலி யோக சூத்திரம் புராதனமான ஒரு நூல். தெய்வவழி பாட்டுடன் நேரடியாகச் சம்பந்தமில்லாத ஒரு உளப்பயிற்சி நூல் இது. மனித மனதை பலவகையாகப் பகுத்து ஆராய்கிறது. மேல்மனதின் அலைகளை தவிர்த்து ஆழ்மனதை அறிவதை பல பயிற்சிகள் வழியாக முன்வைக்கிறது. யோகம் என்றால் என்ன என்பதை இவ்வாறு சுருக்கமாகச் சொல்கிறது 'யோக சித்தவிருத்தி நிரோதக:' (யோகம் என்பது உளச்செயல் ஒறுத்தல்).

இந்த யோக மார்க்கம் பல வகைகளில் வளர்ந்தது. அத்துடன் உள்ளூர் கற்பனைகளையும் கலந்துகொண்டே இருந்தார்கள். இது மிக அகவயமான விஷயமாதலால் பெரும்பாலும் உருவகமாகவே சொல்ல முற்பட்டார்கள் யோகிகள்.

அப்படி அவர்கள் உருவகித்த ஒன்றுதான் ஒன்பது சக்தி மையங்கள். இவை உடலில் நுண்வடிவில் உள்ளன என்றார்கள். அதாவது முதலில் உள்ளது மூலாதாரம். இது குறிக்கு பின்னால் உள்ளது. அதாவது காமத்தின் சக்திதான் இவ்வாறு குறிப்பிடப்படுகிறது. அடுத்தது வயிற்றில் உள்ள பசி என்ற சக்தி. இது மணிபூரம். இவ்வாறு மூச்சு சக்தி,

இதய சக்தி, பேச்சு சக்தி என சென்று நெற்றிமையத்தில் உள்ள சிந்தனை என்ற சக்தியை அடையும். அது சகஸ்ரம் எனப்பட்டது. இங்கெல்லாம் மனித ஆற்றலின் ஊற்றுமுகங்கள் உள்ளன என்பது யோக நம்பிக்கை. இவற்றை ஒன்பது தாமரைகளாக உருவகித்தார்கள்.

தியானம் செய்தால் அடிப்படைசக்தியான காமத்தில் உள்ள உயிராற்றல் எழுந்து பிற சக்திகளில் உள்ள உயிராற்றலை வளர்த்து சிந்தனை சக்தியாக மாறி அதை மீறிய பிரபஞ்ச சக்தியை கண்டடையும் என்பது யோகநூல்கள் சொல்வது. இப்படி உயிராற்றல் எழுவதை தன் வாலை தானேகவ்வி விழுங்கி கிடக்கும் ஒரு பாம்பு சுருளவிழ்ந்து மரத்தின் மேல் ஏறுவது போன்றது என்று உருவகமாகச் சொன்னார்கள்.

இந்த உருவகங்களை எல்லாம் 'அப்படியே' எடுத்துக்கொண்டு இங்கே ஏகப்பட்ட யோகப்பள்ளிகள் இன்று செயல்பட்டு வருகின்றன. சொன்னால் நம்ப மாட்டீர்கள், ஒரு யோகப்பள்ளியில் தியானம் செய்பவர்களுக்கு பின்னணி இசையாக மகுடி இசைக்கப்படுகிறது. பாம்பை எழுப்புகிறார்களாம். ஒரு தியானகுரு பிருஷ்டத்தில் கையை வைத்து பாம்பை நோண்டி எழுப்பி விடுவாராம்.

ஒரு மூத்த பள்ளி ஆசிரியர் என்னிடம் சொன்னார், அவர் தியானம் செய்து தாமரைகளைப் பார்த்தாராம். மூலாதார தாமரையில் ஒரு இதழ்மட்டும் விரிந்து இருந்ததாம். 'நல்ல அழகு சார். சூப்பர் மணம் பாத்துக்கிடுங்கோ.'

சரக்குப்பெட்டி மதம் எல்லா மதங்களிலும் உள்ளடங்கியிருக்கிறது. நமது பண்பாடு என்பதே இப்படி ஆயிரக்கணக்கான தற்செயல்களும் முட்டாள்தனங்களும் அபத்தங்களும் கலந்த ஒன்று. அந்த நுண்ணிய தளங்களை அறுவை சிகிச்சைக் கத்தியின் துல்லியத்துடன் பிரித்து ஆராய நம்மிடம் உண்மையான பண்பாட்டு மானுடவியல் வளர வேண்டும். அதற்கு வழிகாட்டும் நூல் இது.

பண்பாட்டு மானுடவியலை கையாளும்போது மிகவும் கவனமாக இருக்க வேண்டும் என்பதையும் இந்நூலே காட்டுகிறது. ஜெர்மனிய ஃபாசிய மானுடவியலாளர்கள் செய்தது போல இனவாதத்தை கட்டி எழுப்ப அதை கையாள முடியும். இன்று இந்தியாவில் சாதிமேன்மை களை உருவாக்க பண்பாட்டு ஆய்வுகள் செய்யப்படுகின்றன. அதற்கான கருவியாக பண்பாட்டு மானுடவியல் அமையக்கூடும்.

இன்று மேலை நாட்டு பண்பாட்டு ஆய்வுகள் ஆசியாவையும் அரேபியாவையும் பண்பாட்டுரீதியாக சிதைப்பதையே நோக்கமாகக் கொண்டு செய்யப்படுகின்றன. சமீபத்தில் நண்பர் நீலகண்டன் அரவிந்தன் என் கவனத்துக்கு கொண்டுவந்த விஷயம் இது. இந்து தெய்வ உருவகங்களை எல்லாமே காமம் சார்ந்த குறியீடுகளாக

விளக்கும் ஒரு வகை ஆய்வுகள் இன்று மேலை நாடுகளில் பிரபலமடைந்து வருகின்றன.

பால் கோர்ட்ரைட் (Paul Courtright) எழுதிய த.கணேசா 'லார்ட் ஆஃப் அப்ஸ்டாகிள்ஸ்' (Ganesa the Lord of Obstacles) என்ற நூலில் பிள்ளையார் ஓர் அலி என்றும் ஆகவே சிவனின் அந்தப்புரத்தில் அவர் வாசல்காவலுக்கு அமர்த்தப்பட்டார் என்றும் எழுதியிருக்கிறார். பிள்ளையாரின் துதிக்கை தளர்ந்த ஆண்குறி, அவரது உடைந்த கொம்பு அவர் விதைநீக்கம் செய்யப்பட்டார் என்பதற்கான ஆதாரம், அவரது கையில் உள்ள மோதகம் அவர் ஒருபாலுறவை நாடுகிறார் என்பதற்கு குறியீடு.

அமெரிக்காவில் அட்லாண்டா மியூசியத்தில் பிள்ளையாரின் சிலை வைக்கப்பட்டு இந்த தகவல்கள் எழுதியும் வைக்கப்பட்டுள்ளன. இந்நூல் ஆக்ஸ்போர்ட் பல்கலையால் வெளியிடப்பட்டு, மிகச்சிறந்த இந்தியவியல் ஆய்வுக்கான விருது பெற்றது.

இருபது நூற்றாண்டுக்கால இந்து படிம மரபில் இதற்கென எந்த ஆதாரத்தையும் நாம் காண முடியாது என்பது இந்த ஆய்வாளர்களுக்கு பொருட்டே அல்ல. அவர்கள் வெள்ளையர்கள் அல்லவா? அவர்களுக்குத் தெரியாதா?

அவர்களின் பணத்தை வாங்கிக்கொண்டு இங்கே பண்பாட்டு ஆய்வு செய்யும் 'அறிஞர்கள்' அவற்றை இங்கே மேற்கோள் காட்டி பரப்புவார்கள். நமது சமூகப்பணியாளர்கள் அவர்களிடமிருந்து பெற்றுக்கொண்டு மக்களிடையே கொண்டுசெல்வார்கள்.

விசால் அகர்வால், அண்டோனியோ டி நிகோலஸ், கலவை வெங்கட் சேர்ந்து எழுதிய Invading the sacred என்ற நூலில் இந்த பண்பாட்டு மோசடி ஆய்வுகளைப்பற்றி விரிவாக ஆராய்ந்துள்ளனர். http://www.invadingthesacred.com என்ற இணையதளத்தில் இதை வாசிக்கலாம். (Invading The Sacred: An Analysis of Hinduism Studies in America, Editors: Krishnan Ramaswamy, Antonio de Nicolas and Aditi Banerjee, Publisher: Rupa & Co., Delhi, Number of Pages: 558, Price (India): Rs. *595)*

தெளிவாகவே அரசியலாதிக்க உள்நோக்கம் கொண்ட, மதக்காழ்ப்பு கொண்ட இத்தகைய ஆய்வுகளையே நாம் மேலை நாட்டில் நம்மைப் பற்றி அதிகமாக நடத்தியிருக்கக் காண்கிறோம்.

மெர்வின் ஹாரீஸ் மானுட சமத்துவத்திலும் மானுட நேயத்திலும் அழுத்தமான நம்பிக்கை கொண்டிருக்கிறார். அந்த மையத்திலிருந்தே அவரது ஆய்வுகள் பிறக்கின்றன. தான் சார்ந்த சமூகத்தின் குறைகளைக்

கண்டடைவதில் அவற்றை பகுப்பாய்வு செய்வதில் அவரில் எந்தவித மான தயக்கமும் இல்லை. அந்த துணிவும் நேர்மையும் இருந்தால் மட்டுமே நாம் இத்துறைக்குள் நுழைய முடியும்.

துகாராம் கோபால்ராவ் தெளிவான மொழியில் சிறந்த வாசிப்பனுபவம் அளிக்கும்படியாக இதை மொழியாக்கம் செய்துள்ளார். வாழ்த்துகள்.

(25-8-07ல் சென்னை தக்கர்பாபா பள்ளி வளாகத்தில் எனி இண்டியன் பதிப்பகம் சார்பில் நடைபெற்ற கருத்தரங்கில் ஆற்றிய உரை.)

தன்னை விலக்கி அறியும் கலை

வணக்கத்திற்குரிய குருநாதர்களே, நண்பர்களே,

குரு நித்யாவின் நினைவுநாளான இன்று அவரைப்பற்றிப் பேசுவதற்காக பதினாறு மணிநேரம் பேருந்தில் அமர்ந்து வந்து இறங்கி நேராக மேடையேறியிருக்கிறேன். அவரைப்பற்றி இக்குருகுல நிகழ்ச்சியில் பொதுவான பேச்சுகள் அவரை ஒரு ஞானியாக, தத்துவ சிந்தனை யாளராக, ஆன்மிக வழிகாட்டியாகக் கண்டு விளக்குபவை யாகவே இருப்பது வழக்கம். அதுவே இயல்பும் கூட.

ஆனால் அவர் ஓர் இலக்கியவாதியும்கூட. கேரளத்தில் ஓர் இலக்கியவாதியாக அவருக்கு அழியா இடம் ஒன்று உண்டு. அவருடன் உரையாடி அதன்மூலம் தன்னை உருவாக்கிக் கொண்ட படைப்பாளிகள் பலர் உண்டு. அவர்களில் ஒருவனாகவே நான் இங்கு பேச வந்துள்ளேன். என் பணி நித்யாவை ஒரு குருவாக மட்டு மில்லாமல் ஓர் இலக்கியப் படைப்பாளியாகவும் நினைவு கூர்வதேயாகும்.

சென்றசில நாட்களுக்குமுன்னர் நான் இகோர் கூஸெங்கோ என்ற எழுத்தாளர் எழுதிய The Fall of a Titan என்ற நாவலின் தமிழாக்கத்தைப் படிக்க நேர்ந்தது. 1954ல் மூலநூல் வெளிவந்த மறுவருடமே வாணி சரணன் என்பவரால் தமிழாக்கம் செய்யப்பட்டும்கூட இங்கே அதை எவரும் கவனித்ததாக தெரியவில்லை. மிக முக்கிய மான நாவல் இது.

கூஸெங்கோ ருஷ்ய உளவமைப்பில் குறியீடுகளை பகுப்பாய்வுசெய்யும் நிபுணராக கனடாவில்

வேலைபார்த்தார். அப்போது அவருக்கு ஒரு தகவல் கிடைக்கிறது, அவரை ருஷ்யாவுக்கே திருப்பி அனுப்பப் போகிறார்கள். அவ்வளவு விஷயங்கள் தெரிந்தவரை கண்டிப்பாக அங்கே கொலைசெய்து விடுவார்கள். ஆகவே இகோர் கூஸெங்கோ தன்னிடமிருந்த 109 முக்கியமான ஆவணங்களுடன் கனடா அரசிடம் சரணடைகிறார். அந்த ஆவணங்கள் மூலம் அமெரிக்கா, கனடா, பிரிட்டன் நாடுகளில் பரவியிருந்த ருஷ்ய உளவாளிகள் பலர் பிடிபட்டனர்.

கூஸெங்கோ ஒரு சுயசரிதையும் இந்த நாவலையும் எழுதியிருக்கிறார். இந்நாவல் மக்ஸீம் கோர்க்கியைப்பற்றியது. இதில் கோரின் என்ற பேரில் கோர்க்கி மையக்கதாபாத்திரமாக வருகிறார். கோரின் ருஷ்யப் புரட்சியின்போது வெளிநாட்டில் இருக்கிறார். ஸ்டாலினின் அழைப்பின்பேரில் அவர் ருஷ்யா திரும்புகிறார். ஸ்டாலினின் சர்வாதிகாரக் கொடுங்கோலாட்சி மீது பரவலாக ஐயங்கள் ஏற்பட்ட காலம் அது. ஆகவே கோரினின் வருகை ஸ்டாலினுக்கு தேவைப் பட்டது.

தொடக்கத்தில் ஸ்டாலின் காட்டிய சித்திரங்களை நம்பி கோரின் ஸ்டாலினின் சீர்திருத்தங்களை புகழ்ந்து எழுதுகிறார். பின்னர் உண்மை தெரிகிறது. அவருக்கு அதிர்ச்சி ஏற்படுகிறது. ஆனால் அதை எதிர் கொள்ளும் துணிவு இல்லை. ஆகவே சொந்த ஊரான ராஸ்டோவுக்கு கோரின் திரும்பி வருகிறார். அங்கே ஸ்டாலினின் உளவமைப்பு அவரை வற்புறுத்தியமையால் பயங்கர இவான் என்ற பழைய ருஷ்ய சக்கரவர்த்தியை புகழ்ந்து அதன் மூலம் கொடுங்கோலாட்சியை நியாயப்படுத்தி ஒரு நாடகத்தை எழுதுகிறார் கோரின்.

அந்நாடகத்தை பெரிய அளவில் தேசம் முழுக்க கொண்டு செல்கிறார்கள். உலகமெல்லாம் மொழிபெயர்க்கிறார்கள். கோரின் ஆதரவளித்தது உறுதிப்படுத்தப்பட்டபின்னர் கோரினை கொல்ல முடிவெடுக்கிறார்கள். ஸ்டாலினின் உளவுத்துறையால் தன் மகன் கொல்லப்பட்டதை அறிந்த கோரின் மனமுடைந்து செயலிழந்து இருக்கிறார். அவரும் கொல்லப்படுகிறார். அவரை இயற்கையாக மரணமடைந்தவர் என அறிவித்து கம்யூனிசத்தின் மாபெரும் படைப் பாளியாக புகழ்ந்து நினைவுச்சின்னம் உருவாக்குகிறார்கள். இதுதான் நாவலின் கதை.

இந்நாவலில் கொலையாளி நோவிக்கோவ் என்பவன் கோரினைக் கொல்வதற்கு முன் அவருடன் பேசும் ஆழமான உரையாடல் மிக அழுத்தமாக உள்ளது. ‘நீதான் எங்கள் மனதில் கனவுகளை எழுப்பினாய். இன்றைய அனைத்து சரிவுகளுக்கும் காரணம் உங்கள் தலைமுறையே. கொலைக்கு அஞ்சாத என்னைப்போன்றவர்களின் தலைமுறை நீங்கள் படைத்ததே’ என்கிறான்.

பல வருடங்களுக்கு முன் நித்யா கோர்க்கிபற்றிய ஒரு முழு நூலை மலையாளத்தில் எழுதினார். புகழ்பெற்ற அந்நூல் எழுதப்படுகையில் நான் அடிக்கடி வந்து நித்யா சொல்வதையும் பிறர் எழுதுவதையும் கேட்டிருப்பேன். நித்யாவுக்கு மிகவும் பிடித்தமான ருஷ்யப் படைப்பாளி தல்ஸ்தோய்தான். எனக்கு அப்போது தஸ்தயேவ்ஸ்கி. அதைப்பற்றி நாங்கள் விவாதித்திருக்கிறோம்.

நித்யா இருவரையுமே மேதைகள் என்பார். ஆனால் தல்ஸ்தோய் ஒருபடி மேல் என்று சொல்வார். தஸ்தயேவ்ஸ்கியால் மனிதப் பிரச்சினைகளை மட்டுமே பார்க்க முடிந்தது, வரலாற்றையும் அதில் மிகச்சாதாரண உயிர்கள் கூட பங்காற்றுவதையும் அவரால் பார்க்க முடியவில்லை. ஆன்மிகமான தெளிவு ஒருவிதமான நிதானத்தை உருவாக்கும். அதற்கு முந்தையநிலையே ஆன்மிகமான கொந்தளிப்பு நிலை. தல்ஸ்தோய் தஸ்தயேவ்ஸ்கியைவிட நிதானமானவர் என்பது நித்யாவின் கருத்து. பிற்பாடு இதை நானே ஏற்றுக்கொண்டேன். என்னுடைய 'பின் தொடரும் நிழலின் குரல்' நாவலில் இவ்விரு படைப்பாளிகளையும் ஒப்பிடும் ஒருபகுதி உள்ளது.

அப்படியானால் நித்யா ஏன் கோர்க்கிபற்றி எழுதினார்? நான் அதைக் கேட்டேன். நித்யா சொன்னார், ஒருபெரும் கனவு கலைந்து மனிதன் நிதரிசனத்தின் வெட்ட வெளியில் வெயிலில் தகித்து நிற்கும் காலம் இது. அக்கனவினை உருவாக்கியவர்களில் ஒருவர் கார்க்கி. அக்கனவின் சிருஷ்டிகளில் அவரே மாபெரும் கனவு ஜீவி. அவரை பற்றி மேலும் ஆராய விரும்பினேன். இலட்சியவாதத்தின் எழுச்சி வீழ்ச்சி பற்றி எனக்கு எப்போதும் ஆர்வம் உண்டு, என் வாழ்நாளெல்லாம் நான் ஒரு லட்சியவாதியாக, கனவாளியாகவே இருந்திருக்கிறேன்.

அப்போதுதான் நான் என் நாவலுக்கான வாசிப்பை நிகழ்த்திக் கொண்டிருந்த காலம். கோர்க்கியைப்பற்றி படித்தேன். எனக்கு ஆழமான மனச்சோர்வை அளித்தது கோர்க்கியின் வாழ்க்கை. திரும்பி ருஷ்யாவுக்குவந்த கோர்க்கி உடனடியாக தன் கனவுகள் குரூரமாக கலைந்துவிட்டதை உணர்ந்திருப்பார். கலைஞன் அப்படி உணராமலிருப்பான் என நான் நினைக்கவில்லை. அவனுக்கு ஒரு துளி தகவலே போதும். சொந்த சகோதரர்கள் லட்சக்கணக்கில் கொல்லப் படுவதை கோர்க்கி அறிந்திருப்பார். சக எழுத்தாளர்கள் கட்டாய உழைப்பு முகாம்களில் மட்கி அழிவதைக் கண்டிருப்பார். ஆனால் ஸ்டாலினை ஆதரித்து எழுதினார். ஒரு கட்டத்துக்குப் பின்னர் அவர் மௌனம் சாதித்தார்.

ஏன்? மனசாட்சியை ஏன் கோர்க்கி மூடிவைத்தார்? என்ன ஆயிற்று அவருக்கு? ஷோல்ஷெனிட்ஸினுக்கும் பாஸ்டர்நாக்குக்கும் இருந்த

தைரியமும் தியாக உணர்வும்கூட இல்லாதவரா அவர்? இல்லை, அப்படி நினைக்க இடமில்லை. கோர்க்கி ஒரு மேதை, ஐயமே இல்லை. அப்படியானால் ஏன்?

கோர்க்கி உண்மையை தனக்குத்தானே ஒப்புக்கொள்ள மறுத்தார். அதை என்னால் நுட்பமாக உணர முடிகிறது. அவரே உருவாக்கிய கனவு. அதன் சரிவை இல்லை என கற்பனைசெய்ய அவர் விரும்பினார். சரியாகிவிடும், இதெல்லாம் சிறு பிசிறுகள் மட்டுமே என சமாதானம் செய்துகொள்ள முயன்றார். உண்மையைக் காண்பதை அவர் கடைசி நிமிடம் வரை ஒத்திப்போட்டார்.

காரணம் உண்மை அவ்வளவு கொடூரமானது. அவரது உடலை கூறுபோடும் வாள் போன்றது அவ்வுண்மை. அவரது அதுநாள் வரையிலான வாழ்க்கையே ஒரு பெரிய பிழை என்று சொல்லக்கூடியது அவ்வுண்மை. அவர் தன் மொத்த வாழ்க்கையை தன் படைப்புகளை மொத்தமாக நிராகரிக்கவேண்டியிருக்கும். அவ்வேதனையை அவர் அஞ்சினார். அவ்வெறுமையை அவர் தவிர்க்க முயன்றார்.

ஆனால் அவர் வெடித்திருக்கக் கூடும். அதை உணர்ந்தமையால்தான் அவர் கொல்லப்பட்டார். கோர்க்கியின் மரணம் இயற்கையானது என சொல்லிய அரசே சில வருடம் கழித்து அவரையும் மகனையும் கொன்றமைக்காக உளவுத்தலைவர் யகோதாவைக் குற்றம் சாட்டி கொலைசெய்தது. யகோதா ஸ்டாலின் உத்தரவில்லாமல் அதைச் செய்திருக்கமாட்டார் என சின்னக்குழந்தையும் அறியும்.

ஒருநாள் நான் நித்யாவிடம் நா தழுதழுக்க கண்ணீருடன் கோர்க்கியின் இந்த வீழ்ச்சி குறித்து பேசியதை நினைவுகூர்கிறேன். அது என்னுடைய சொந்த வீழ்ச்சி. நான் சிறுவயதில் படித்து உள்ளம் பொங்கிய நாவல் 'தாய்'. நான் முன்னுதாரணமாகக் கொண்ட படைப்பாளி கோர்க்கி. அவரது சரிவு என் நெஞ்சில் உள்ள எழுத்தாளன் என்ற பிம்பத்தின் சரிவே.

நித்யா சொன்னார், பாவம் கோர்க்கி. அவர் உண்மையான மரணத்தை அஞ்சவில்லை, 'பிம்ப மரணத்தை' அஞ்சினார். எல்லா எழுத்தாளர்களும் அஞ்சுவது அதையே. எழுத்தாளன் தான் இறந்தபின்னும் தன் ஆக்கங்கள் மூலம் வாழவேண்டுமென்ற பெரும் கனவு கொண்டவன். அதற்காக தன் சொந்தவாழ்க்கையையே பலிகொடுக்க தயங்காதவன். அந்த பிம்பம் தன் கண்முன் இறப்பதை அவன் மரணத்தைவிடமேலானதாகக் கருதுவான். அப்பிம்பம் அவனுடைய ஆக்கம், அவன் மகன் போல. தான் இறப்பதைவிட தன் மக்கள் இறப்பதையே மனிதர்கள் மிக அஞ்சுவார்கள். அதன் பொருட்டே சமரசம் செய்துகொள்வார்கள்.

ஆனால் கோர்க்கி உண்மையை எதிர்கொண்டிருந்தால் மேலும் வீரியம் மிக்க பிம்பத்துடன் காலத்தில் வாழ்ந்திருப்பார். ஏனெனில் உண்மையே அழிவற்றது. அத்துடன் பிணைத்துக் கொள்ளும்போதே மனிதர்களும் அழிவில்லாதவர்கள் ஆகிறார்கள். எழுத்தாளனை அமரனாக்குவது அவனுள் இருந்து வரும் உண்மையே.

கோர்க்கியின் பிழை என்ன? 'நான் ஆக்கினேன், இது எனது ஆக்கம்' என்றெல்லாம் அவர் எண்ணிக் கொண்டதே. அதுவே பெரும் பற்றாக மாறி அவரைக் கட்டிப்போட்டது. ஒரு பெரும் விளையாட்டில் வெறும் கருவி அவரென அவர் உணரவில்லை. சரி, அவருக்கு கடவுள் என்றோ பிரம்மம் என்றோ தர்மம் என்றோ எண்ண முடியாவிட்டால் 'சரித்திரம்' என்று வைத்துக் கொண்டிருக்கலாம். சரித்திரத்தின் லீலையில் தானும் ஒரு துளி என அவர் உணரவில்லை. தன்னை சரித்திரத்தின் சிற்பி என்று எண்ணிக் கொண்டார். அந்த சுமையே அவரை கூன்விழ வைத்தது.

கோர்க்கியின் கடைசி நாட்கள். எவ்வளவு பெரிய நரகம் அது? அவரே உருவாக்கிக் கொண்ட சொந்த நரகம். அந்தப் பெரிய துயரத்தில் இருந்து அவரை பகவத் கீதையின் நான்கு சுலோகங்கள் விடுவித்திருக்கும்.

கோர்க்கி கர்மவீரர். என் நூலில் அவரை நான் அப்படியே காட்டப் போகிறேன். எதிர்மறை விமரிசனங்களை சொல்லப்போவதில்லை. ஆனால் எல்லா கர்ம வீரர்களுக்கும், அவர்கள் எந்தத் துறையில் எப்படிப்பட்ட சேவை செய்தாலும் சரி, வாழ்க்கையின் இறுதியில் மிகப்பெரிய வெறுமையும் தனிமையுமே காத்திருக்கிறது. அது வாழ்வின் நியதி. குரூரமாக இருக்கலாம், ஆனால் இது உண்மை.

ஆகவேதான் பார்த்தசாரதி கர்மயோகியாக இரு என்கிறார். 'யோகாத்ம சிந்தனை' என்றால் என்ன என்று நடராஜ குரு விளக்கியிருக்கிறார். அது டைலடிக்ஸ் என்று மேலைச் சிந்தனையில் சொல்லப்படும் முரணியக்கமே.

பிரபஞ்சமென்ற மாபெரும் முரணியக்கத்தை ஒவ்வொரு காலக் கணத்திலும் பார்ப்பவனே யோகி. அம்முரணியக்கத்தின் ஒரு துளியே தான் என அவன் உணர்வான். ஆகவே அவன் தன் கடமையைச் செய்வான், அதற்கு ஒரு பலனை தானே கற்பிதம் செய்துகொண்டு அதை எதிர்பார்க்கமாட்டான். அது நினைப்புக்கு எட்டாத மாபெரும் முரணியக்கத்தின் ஊகிக்கமுடியாத விளைவாக இருக்கும் என்று அறிந்து தன்னில் தான் நிறைவு கொள்வான்.

நித்யாவின் சொற்களை இத்தருணத்தில் நினைவுகூர்கிறேன். உண்மையே எழுத்தாளனின் தேடல் என்றார் நித்யா. படைக்கும் கணத்தில்

தன்னகங்காரம் அழியும்போதே பெரும் படைப்பு உருவாகிறது. தன்னைவிட பெரிய விஷயங்களுக்கு படைப்பாளி தன்னை ஒப்புக் கொடுக்கிறான். ஒவ்வொரு கணத்திலும் தன்னில் இருந்து தானை விலக்கி உண்மையை தரிசிப்பதே அவன் தவம்.

அச்சொற்களை மீண்டும் சொல்லி இவ்வுரையை நிறைவு செய்கிறேன். குருபாதங்களுக்கு என் அஞ்சலி.

(25-3- 2007 ல் ஊட்டி ஃபெர்ன் ஹில், நாராயணகுருகுலத்தில் நடந்த நித்ய சைதன்ய யதி நினைவுக் கூட்டத்தில் ஆற்றிய மலையாள உரை.)

சுவர்களில்லா உலகம்

நண்பர்களே,

சில வருடங்களுக்கு முன்னர் ஈராக் அதிபர் சதாம் உசேன் குவைத்தை ஆக்ரமித்தது உங்களுக்கு தெரிந்திருக்கும். அப்போது குவைத்துக்கு உதவிசெய்வதற்காக அமெரிக்கப் படைகள் சவூதி அரேபியா நாட்டில் வந்திறங்கின. அமெரிக்க வீரர்களுக்கு பிடித்தமான உணவாகிய பன்றிகள் கப்பல் கப்பலாக கொண்டுவந்து இறக்கப் பட்டன. புனிதமான இஸ்லாமிய மண்ணில் எப்படி பன்றிகள் வரலாம் என மதகுருக்கள் கொதித்து எழுந்தார்கள். அப்போதைய அமெரிக்க தளபதி ஷ்வார்ஸ்காஃப் வேடிக்கையாக 'அவை பன்றிகளல்ல நச்சுப்புகை முகமூடி களிட்ட ஆடுகள் தான்' என்று சொன்னதாகக் கேள்வி.

இருவகை மனநிலைகளை இது காட்டுகின்றது. அராபிய இஸ்லாமியர்களுக்கு பன்றி இழிவான அருவருப்பான மிருகம். அதை தீண்டுவதும் பாவம். அதைப்பற்றி நினைப்பதே ஹராம். கேரளத்தில் சென்ற காலங்களில் தொடங்கப்பட்ட இஸ்லாமிய தொடக்கப்பள்ளிகளில் பாடநூல்களில் பன்றி என்ற சொல்லே இருக்காது. இந்த மனநிலை கிறிஸ்தவ அமெரிக்கர்களுக்கு வேடிக்கையாக இருக்கிறது. இதே அமெரிக்கர்கள் 13 என்ற எண்ணைக் கண்டால் பயந்து சாவார்கள்.

நாம் இருவரையும் பார்த்து சிரிக்கிறோம். ஆனால் நமக்கு பசு புனிதமானது. பசு அன்னையைப்போல. அன்னைக்கு மேல். 1930களில் இருதேசம் என்ற கருத்தை முன்வைத்த

முகமது அலி ஜின்னா சொன்னார், 'நாங்கள் பசுவை தின்பவர்கள், அவர்கள் பசுவை கும்பிடுபவர்கள், எப்படி நாங்கள் ஒருதேசமாக இருக்க இயலும்?' என. தேசமே பசு தின்பதன் அடிப்படையில் பிளவுபடுவதை எண்ணி ஆங்கிலேயர் சிரித்திருப்பார்கள்.

இந்நம்பிக்கைகள் நம்மை இனங்களாக குழுக்களாக பிரிக்கின்றன. ஒரு முறை நான் டெல்லியில் ரயில்வே தலைமையகத்துக்குச் சென்றிருந்தேன். ஒரு மாபெரும் கூடம். அங்கே ஏராளமானவர்கள் வேலை செய்துகொண்டிருந்தார்கள். ஆனால் ஒலியே இல்லை. காரணம் அவர்கள் சிறுசிறு கண்ணாடி சதுர அறைகளுக்குள்தான் இருந்தார்கள் என ஒருசில கணங்கள் கழித்துத்தான் புரிந்தது. இந்திய சமூகத்தில் நாம் அப்படித்தான் வாழ்கிறோம்.

சிறுவயதில் இந்துவாகிய நான் இஸ்லாமியர் தூய்மையற்றவர்கள் என்று சொல்லி வளர்க்கப்பட்டேன். நெருக்கமாக இஸ்லாமியரைக் கண்டதில்லை. எங்களூரில் இஸ்லாமியரே இல்லை. 1985ல் நான் கேரளத்தில் இஸ்லாமியர் நிறைந்த காஸர்கோட்டில் இருந்த நாட்களில் அப்துல் ரசாக் (ரசாக் குற்றிக்ககம் என்ற பேரில் கதைகள் எழுதுவார்) என்ற நண்பருடன் நெருக்கமாக இருந்தேன். அவரது இல்லத்துக்குச் சென்றிருந்தபோது அவரது முதிர்ந்த பாட்டி என்னிடம் 'நீ காஃபிராக இருந்தாலும் நல்ல சுத்தமாக இருக்கிறாய்' என்று பாராட்டினார். கண்ணாடிச்சுவருக்கு அப்பாலும் அதே மனச்சித்திரம்தான்.

இந்த மனத்தடைகள் நம்பிக்கைகள் எப்படி உருவாகின்றன? மொத்த மாக இவற்றை மூடநம்பிக்கைகள் என்று சொல்லிப் புறந்தள்ள திராவிட இயக்கம் நமக்கு கற்றுத் தந்துள்ளது. இந்த மூடநம்பிக்கை களை ஒரு சாரார் திட்டமிட்டு உருவாக்கினார்கள் என்றும் சொல்கிறார்கள். ஆனால் அப்படி மூடநம்பிக்கைகளை உருவாக்கிவிட இயலுமா என்ன? அவை காலம் காலமாக நிலை நிற்குமா?

இக்கேள்வியை மேலைநாட்டு மானுடவியல் நோக்கில் விரிவாக ஆராயும் நூல்தான் மார்வின் ஹாரீஸ் எழுதிய 'பசுக்கள் பன்றிகள் போர்கள் பற்றிய கலாசாரப் புதிர்கள்'. துக்காராம் கோபால்ராவ் இரு பகுதிகளாக மொழிபெயர்த்துள்ள இந்நூலை எனி இண்டியன் பதிப்பகம் வெளியிட்டுள்ளது. மிக முக்கியமான நூல் இது. அதேசமயம் ஆய்வுநூலுக்குரிய சம்பிரதாய நடை இல்லாமல் துப்பறியும் நாவல்போல படிக்கக்கூடியதாக உள்ளது.

இஸ்லாமியர் ஏன் பன்றிகளை சாப்பிடுவதில்லை? அந்தத் தடை இஸ்லாம் உருவாவதற்கு முன்னரே அமுலில் இருந்தது. காரணங்கள் பல. பன்றிகள் மனிதர் சாப்பிடக்கூடிய உணவையே உண்பவை. பலமடங்கு உணவை கொடுத்து சிறிய அளவு பன்றி இறைச்சியை உருவாக்குவது பாலைவனப் பொருளியலுக்கு பொருந்தாது. மேலும்

குளிர்ச்சியான சூழலில் வெகுதூரம் நடந்து சென்று சாணியிட்டு உடலையும் சூழலையும் தூய்மையாக வைத்திருக்கும் பன்றிகள் வெப்பச்சூழலில் தங்கள் மலத்திலேயே புரண்டு உடலை குளிர்ச்சியாக வைத்திருக்கும்.

இந்துக்களின் பசு வழிபாடும் பொருளியல் சார்ந்ததுதான். பஞ்சங்கள் ஆட்டிப்படைத்த இந்தியாவில் பசுக்களை கொன்று தின்னும் வழக்கம் இருந்தால் ஒரு பஞ்சத்திற்குப்பின்னர் பசுக்களே இல்லாமலாகி அடுத்த பஞ்சம் உருவாகியிருக்கும். மேலும் சோளம் கம்பு போன்ற பயிர்களுக்கு மேய்ச்சல் நிலங்களைப் பயன்படுத்தும் இந்தியச் சூழலில் உணவுக்காக கன்றுவளர்ப்பதும் லாபகரமானதல்ல. கழிவுகளை உண்டு குறைந்த அளவுக்குப் பால்கறக்கும் பசுக்கள் இந்தியப் பொருளியலுக்கு மிக இன்றியமையாதவை.

இவ்வாறு மார்வின் ஹாரீஸின் ஆய்வுகள் விரிகின்றன. நான் சுருக்கிச் சொல்லியிருக்கிறேன். மிகவிரிவாக படிப்படியாக ஆதாரபூர்வமான தகவல்களுடன் விரிந்துசெல்லும் ஆய்வுமுறை அவருடையது. இதை அவர் 'கலாசார மானுடவியல்' என்கிறார்.

இந்நூலில் மார்வின் ஹாரீஸ் சூனியக்காரிகளைப்பற்றிச் சொல்லும் இடம் மிக முக்கியமானது. கிறித்தவ கத்தோலிக்க அமைப்பு 12, 13 ஆம் நூற்றாண்டுகளில் சாத்தானுக்குச் சேவை புரிந்த சூனியக்காரிகளை 'கண்டுபிடித்து' சித்திரவதை செய்து கொன்றது. இது புனித மதக்கடமையாகச் செய்யப்பட்டது. ஒரு சூனியக்காரியை சித்திரவதை செய்து நான்குபேரை அடையாளம் காட்டும்படிசொல்வார்கள். இவ்வாறு தொடர்ந்து படுகொலை நடைபெற்றது.

இதன் காரணம் என்ன என விரிவாக ஆராயும் மார்வின் ஹாரீஸ் மெல்ல ஒரு முடிவை நெருங்குகிறார். அன்றைய மத, ஆட்சி, சமூக அதிகாரத்தை தங்கள் கையில் வைத்திருந்த பிரபுவர்க்கம் அன்றைய சமூக சீர்கேடுகளுக்கும் வறுமைக்கும் காரணம் இச்சூனியக்காரிகளே என்று அடையாளம்காட்டி சமூகத்தின் கோபத்தை திசை திருப்பியது.

இதைத்தான் யூத வெறுப்பை உருவாக்கிய ஹிட்லரும் செய்தார். நமது இன்றைய அரசியல்வாதிகளும் செய்கிறார்கள். ஓயாது அவர்கள் எதிரிகளை 'சூனியக்காரிகளை' நம்மிடம் அடையாளம் காட்டிக் கொண்டே இருக்கிறார்கள்.

நம் நாட்டில் இன்னும் முழு ஜனநாயகம் இல்லை. ஆனால் ஜனநாயகம் இங்கே அழிவதுமில்லை. ஏன்? நமது சாமானியர்கள் எப்போதும் பிறரது கருத்தை மதிப்பவர்கள். 'அவனுக்குத் தோணினத அவன் சொல்லட்டுமே' என்பார்கள். நம் மக்கள் மனதில் உள்ள இந்த சுமுகத்தன்மையே இங்கே ஜனநாயகமாக திகழ்கிறது.

அதேசமயம் நம் மக்கள் இன்னும் கூட்டமாகவே சிந்திக்கிறார்கள். கூட்டமனநிலையையே எங்கும் காட்டுகிறார்கள். இது ஜனநாயகத்திற்கு தடையானது. நீ யார் என்று கேட்டால் 'நான் தேவர், நான் நாடார், நான் முஸ்லீம், நான் இந்து' என்றே பதில் சொல்வார்கள். சாதிமதம் உருவாக்கிய பதில்களையே எங்கும் முன்வைப்பார்கள்.

உணர்ச்சிபூர்வமான சிந்தனைகள் ஜனநாயகத்துக்கு எதிரானவை. எங்கும் எதிலும் தனிமனித பிரக்ஞை விழிப்புடன் தர்க்கபூர்வமாக செயல்படுவதே இன்று ஜனநாயகத்தை முழுமைசெய்வதற்கு அவசியம். அத்தகைய மனநிலையை உருவாக்கக்கூடிய முக்கியமான நூல் இது.

ஒரு சமூகத்தை மொத்தமாக குடிமைச் சமூகம் (சிவில் சொசைட்டி) என வகுக்கிறார் மார்க்ஸிய அறிஞரான அண்டோனியோ கிராம்ஷி. அதற்குள் சமூகத்தை பற்றிய பிரக்ஞையோடு அதை நோக்கிச் செயல் படக்கூடிய சிறுபான்மையினரான உயிர்நிலை அறிவாளர் (ஆர்கானிக் இன்டலக்சுவல்ஸ்) உள்ளனர். இவர்கள் எழுத்தாளர் கலைஞர் இதழாளர் நடிகர் ஆசிரியர் அரசியலாளர் சமூகப்பணியாளர் என பலர். இவர்கள் சமூகத்தின் ஏற்கெனவே நிலைபெற்றுள்ள கருத்தை முன்னிறுத்தும் மரபு அறிவாளர் (டிரெடிஷனல் இன்டலக்சுவல்ஸ்) களிடம் ஓயாது மோதலில் ஈடுபட்டுள்ளனர். இவர்கள் பெறும் வெற்றிமூலமே சமூகம் முன்னகர்கிறது.

இந்த உயிர்நிலை அறிவாளரின் முதல்தகுதியே தாங்கள் செயல்படும் சமூகத்தை ஆய்வுசெய்து தர்க்கபூர்வமாக புரிந்துகொள்வதுதான். அதற்குரிய கருவிகளை அளிப்பது இந்நூல். சமீபகாலத்தில் தமிழில் வெளிவந்த முக்கியமான நூல்களில் ஒன்று இது. இதன் பாணியில் நம்மைச் சூழ்ந்துள்ள பல சிக்கல்களை, உதாரணமாக வரதட்சிணை, தீண்டாமை போன்றவற்றை, விரிவாக நாமே ஆய்வுசெய்வது நம்மை சிந்தனையாளர்கள் ஆக்கும். இங்கே கூடியுள்ளவர்களில் பலர் நாளைய உயிர்நிலை அறிவாளர் ஆவர் என்பதனால் இது முக்கியமானதாகும். இதையொட்டி நம் விவாதத்தை துவக்குவோம். (மறுபிரசுரம்)

(துகாராம் கோபால்ராவ் மொழியாக்கம் செய்த மார்வின் ஹாரீஸ் எழுதிய 'பசுக்கள் பன்றிகள் போர்கள் ஆகிய கலாசாரப் புதிர்கள்' என்ற நூலை முன்வைத்து 17.02.2007ல் பாளையங்கோட்டை தூய சவேரியார் கலைக்கல்லூரியில் ஆற்றிய உரை.)

புன்னைகைக்கும் பெருவெளி

‘இந்திய எழுத்தாளர்களில் உங்களுக்கு மிகப்பிடித்த மானவர் யார்?’ என்றார் ஓர் இலக்கிய நண்பர். இம்மாதிரி வினாக்களுக்கு எளிதில் பதில்சொல்ல முடியாது. ஒவ்வொரு இலக்கியமேதையும் நம்மை ஒருவகையில் கவர்ந்தவர். நான் யோசித்தேன். தாரா சங்கர் பானர்ஜியா, மாணிக் பந்த்யோபாத்யாயவா, சிவராம காரந்தா, எஸ்.எல்.பைரப்பாவா, தி.ஜானகிராமனா, ஜெயகாந்தனா?

சற்று நேரம் கழித்து ‘வைக்கம் முகமது பஷீர்தான்’ என்றேன். ‘ஏன்?’ என்றார் நண்பர்.

‘மற்ற இலக்கியமேதைகளின் உலகில் மனிதர்கள் மட்டுமே உண்டு.

பஷீரின் உலகில்தான் மிருகங்களும் பறவைகளும் இருக்கிறார்கள்’

என்றேன்.

‘உலக இலக்கியத்தில் உங்களுக்கு பிடித்தவர் யார் என்ற கேள்வியை இப்படி மாற்றிக் கேட்கிறேன், தல்ஸ்தோயா தஸ்தயேவ்ஸ்கியா?’ என்றார் நண்பர். ‘தல்ஸ்தோய்தான். காரணம் முன்பு சொன்னதே. தஸ்தயேவ்ஸ்கியின் உலகில் மனிதர்கள் மட்டுமே உள்ளனர். இயற்கை இல்லை. விலங்குகளும் பறவைகளும் இல்லை’ என்றேன்.

அன்று வெகுநேரம்வரை அதைக்குறித்துப் பேசிக் கொண்டிருந்தோம். பிற உயிரினங்கள் படைப்பில் வருவதிலேயே பலவகைகள் உள்ளன. கதைச்சூழலின்

ஒருபகுதியாக அவற்றைக் கொண்டுவருவது ஒருமுறை. அது விரிவான ஒரு சூழல் சித்தரிப்பின் பகுதியே. மைக்கேல் ஷோலக்கோவ் குதிரைகளை விரிவாக வருணிப்பதுபோல. இயற்கையை மனிதனுக்கு எதிராக நிற்கும் வல்லமையாக உருவகித்துக் கொண்டு அதன் உயிர்ச்சலமாக விலங்குகளையும் பறவைகளையும் சித்தரிப்பது இரண்டாம் வகை. மோபிடிக் எழுதிய ஹெர்மன் மெல்வில் ஒரு சிறந்த உதாரணம். ஏர்னஸ்ட் ஹெமிங்வே, ஜோசஃப் கான்ராட் போன்ற படைப்பாளிகள் இவ்வகைப்பட்டவர்கள். இவர்களை நான் வெறுக்கிறேன். இவர்களின் எந்த இலக்கிய நுட்பத்தையும் என்னால் பொருட்படுத்த முடியவில்லை.

பொதுவாக ஐரோப்பிய-அமெரிக்க புனைகதை எழுத்தாளர்களில் பலர் அவ்வகைப்பட்டவர்கள். அவர்களிடமிருந்தே இயற்கையை அழிவுசக்தியாகவும் மனிதனுக்கு எதிரான அறைகூவலாகவும் தொடர்ந்து சித்தரிக்கும் ஹாலிவுட் சினிமாக்கள் உருவாகின. தீங்கற்ற கடற்காக்கைகளை நாசகார சக்தியாகச் சித்தரித்த ஆல்ப்ரட் ஹிச்காக் (தி பேர்ட்ஸ்) அதன் முன்னுதாரணம். இன்றுவரை 'அனகோண்டா' 'ராட்சச முதலை' என்றெல்லாம் ஹாலிவுட் அந்தக்கதையை மீண்டும் மீண்டும் சொல்லி இளம் மனங்களில் இயற்கையை வெறுக்க கற்றுத் தருகிறது.

முதல்வகை எழுத்தை நான் பொருட்படுத்துகிறேன். ஆனாலும் என் பிரியத்துக்குரியது பஷீரின், தல்ஸ்தோயின் புனைவுலகம்தான். அந்நோக்கில் ஆழ்ந்த பிரபஞ்ச தரிசனம் ஒன்று உள்ளது. மனிதர்கள் இப்பிரபஞ்சத்தின் ஒரு துளி மட்டுமே என்ற போதம் அது. இங்குவாழும் அனைத்து உயிர்களும் ஒரே உண்மையின் பல்வேறு தோற்றங்கள்தான் என்ற பிரக்ஞை. ஆகவே சகமனிதனைப்பற்றி எழுதும் அதே சகஜத்தன்மையுடன் சக உயிர்களைப்பற்றியும் எழுதுகிறார்கள் இவ்விலக்கிய மேதைகள்.

இங்கே சகஜத்தன்மையை அழுத்திக் காட்ட விரும்புகிறேன். உயிர்கள் மீதான 'கருணை' ஓர் உயர்ந்த உணர்வல்ல. கருணை காட்டும் இடத்தில் இருப்பவன் மனிதன் என்ற நோக்கு அதில் உள்ளது. மனித உடலின் கையானது அதன் காலைப்பார்த்து கருணை காட்டுவது போன்றது அது. சகஜத்தன்மை என்பது 'கண்ணில் காணும் அனைத்தும் நானே, நான் என்பது இவையனைத்துமே' என்ற உயர்ந்த அத்வைத நிலையின் வெளிப்பாடு. உண்மையில் 'கருணை' என்ற சொல் மூலம் யோகாச்சார பௌத்தமரபு உத்தேசிப்பது இந்த பரந்த மனநிலையையே.

இதை எழுதிக் கொண்டிருக்கும்போது என் கணிப்பொறிக்குக் கீழே தாடையையும் மார்பையும் குளிர்ந்த தரையில் ஒட்டவைத்து படுத்துக் கொண்டு ஆழமாக சிந்தித்துக் கொண்டிருந்த என் லாப்ரடார் இன நாய்

ஹீரோ எழுந்து வாலை ஆட்டி என் கையை மூக்கால் தட்டி விசைப்பலகையிலிருந்து அகற்றுகிறான். இருபது நிமிடங்களுக்கு மேல் தொடர்ச்சியாக எழுதுவது இலக்கியமல்ல என்ற எண்ணம் அவனுக்கு உண்டு. நான் எழுந்துபோய் குளிர்சாதனப்பெட்டியைத் திறந்து ஒரு அரை முறுக்கு எடுத்து கொடுத்தபோது வாங்கிக் கொண்டு வெளியே சென்றான்.

ஹீரோ அனைத்திலும் சிலவகை ஒழுங்குகளைக் கடைப்பிடிப்பவன். தின்பண்டங்களை குளிர்சாதனப்பெட்டியிலிருந்தே எடுக்க வேண்டும் என்பதிலும் அவற்றை வெளியே கொண்டுபோய் மட்டுமே சாப்பிட வேண்டும் என்பதிலும் தெளிவு உண்டு. எண்பதுகிலோவுக்குமேல் எடையுள்ள அவனுடைய வாய்க்கு அரை முறுக்கு என்பது ஒரு வாசனைக்குமேல் ஏதுமில்லை. இருந்தாலும் தின்பண்டம் அளிக்கப் படுவது என்பது நாயுலகில் ஒரு முக்கியமான கௌரவம்.

என் அப்பா ஒரு மிருகப்பிரியர். எந்நேரமும் ஏதேனும் ஒரு மிருகத்தின் அருகே இருக்க விரும்புவார். வீட்டில் நாய், பூனை, பசு, எருமை என பலவகை உயிர்கள் இருக்கும். அவற்றுடன் உரையாடுவார். எங்கள் கரிய நாய் டைகருடன் பத்திரப்பதிவுத்துறையின் சட்டச்சிக்கல்களைப் பற்றி உரையாடியபடி அவர் தனியாக வாழைத்தோட்டத்தில் நடந்து போகும் சித்திரம் என் மனதில் அழியாமலிருக்கிறது. அவருக்கு இலக்கிய, தத்துவத் தொந்தரவெல்லாம் இல்லை. ஆனால் என் வாழ்நாளின் மகத்தான சொற்றொடர் ஒன்றை அவர்தான் தன் நண்பரிடம் பேசும்போது சொன்னார் ‘வேறு உயிர்கள் நம் மனதைப் புரிந்துகொள்கின்றன என்பதை பார்க்கும்போதுதான் இந்த உலகத்தில் நாம் தனியாக இல்லை என்ற எண்ணம் ஏற்படுகிறது. வாழ்க்கையில் ஒன்றும் அர்த்தமில்லாதவை அல்ல என்ற நிறைவும் உருவாகிறது.’

அப்பாவிடமிருந்து எனக்கு வந்தது மிருகங்கள் மீதான பற்று. அது மேலும் பலமடங்காக என் பையனிடம் தொடர்வதைக் காணும்போது எங்கள் குடும்பச் சொத்தே இதுதான் என்னும் பெருமிதம் உருவாகிறது. வீடு கட்டியதுமே நாய் வளர்க்க ஆரம்பித்தேன். முதல் நாய் ‘குட்டன்’. திடீரென்று ஓடிப்போய் நோயுற்று திரும்பி இறந்தது. அதற்கு அடுத்த நாய், ‘வள்சலா’. காரணப்பெயர். முதல்நாயை நான் தேர்ந்தெடுத்தேன். இரண்டாம் நாய் என்னைத் தேர்வுசெய்தது. பின்னால் பிடிவாதமாக வந்து கேட் அருகே நின்று பால் கேட்டு கீச்சுக்குரலில் அதட்டியது. ஊட்டியதுமே மடியிலேயே தூங்கி உடனே விழித்துக்கொண்டு ‘அய்யோ என்னோட பால் எங்கே?’ என்றலறியது. அதுவும் பருவ இச்சையால் ஓடிப்போய் நோயுடன் வந்தது.

அதன்பின்புதான் ஹீரோ. போனஸ் பணத்துடன் நான் தக்கலை தெருவில் நடக்கும்போது ஒரு கடைக்குள் கம்பிக்கூண்டுக்குள் ஹீரோ

தொங்கிய காதும் குழந்தைக் கண்களுமாக கரியபளபளப்புடன் அமர்ந்து கூண்டைப்பிராண்டி என்னை அழைத்தான். கடையில் ஆள் இல்லை. அருகிலேயே அமர்ந்து அவனுடன் பேசினேன். கூண்டைத் திறந்துவிடுடா என்றான். இரண்டாயிரத்து ஐநூறு ரூபாய் கொடுத்து வாங்கி வந்தேன். இருசக்கர வாகனத்தில் பின்னால் அமர்ந்துகொண்டு ஹீரோவை மடியில் வைத்துக் கொண்டேன். தோள்வழியாக ஏறி தலையில் அமர்ந்துகொண்டு உலகை பார்த்தான்.

வீட்டுக்கு வந்ததும் குழந்தைகளைப் பார்த்து உற்சாகம் கொண்டு நாலைந்து முறை சுற்றிவந்ததுமே களைத்து கால்பரப்பி நின்று சிறுநீர் கழித்தான். உடனே பசி. கால்லிட்டர் பசும்பால் குடித்ததும் ஐந்துநிமிடம் சுற்றல், சிறுநீர் பசி. இப்படி மூன்றுமுறை ஆனதும் உடனே படுத்து கண்வளர்தல். லாப்ரடார் இன நாய்க்குட்டிகள் பின்கால்களை கும்பிடுவதுபோல பின்னுக்கு நீட்டிப் படுப்பது ஒரு வேடிக்கை. என் மகன் அஜிதன் அதற்கு ஹீரோ என்று பெயரிட, பாலுடன் இணைந்த ஓர் ஒலி என ஹீரோ அதை அக்கணமே புரிந்துகொண்டு அதைச் சொல்லும்படி கோரி குட்டி வாலை ஆட்டி நின்றான். ஒரு நாய்க்குட்டி அதைவிட பலமடங்கு பெரிதாக இருந்த போதிலும் கூட குழந்தைகளை எப்படி தன்னைப்போல குட்டிகள்தான் என புரிந்துகொள்கிறது என்பது மகத்தான விந்தை.

விலையைக் கேட்டதும் அருண்மொழிநங்கை என்னைப்பற்றி சிந்து பாடப்போகிறாள் என்று அஞ்சினேன். ஆனால் அம்மிக்குழவி போன்ற கறுப்பழகனைப் பார்த்த அக்கணமே அவள் அதற்கு தாயாக ஆனதைக் கண்டு மறுநாளே மிஞ்சிய போனஸ் பணத்தில் ஒரு டாபர்மேன் நாயை வாங்கிவந்தேன். இதற்கு டெட்டி என்று என் மகள் சைதன்யா பேரிட்டாள். இதற்கு பின்னங்கால்கள் அபார நீளம். அதை வைத்துக் கொண்டு எப்படி நடப்பது என்று தெரியாமல் வளைந்து தடுமாறித் தடுமாறிச் செல்வான். ஹீரோ அதை முகர்ந்து பார்த்து லேசாக உறுமிவிட்டு நட்பாக ஏற்றுக்கொண்டான். டெட்டிக்கு அவன் முன் எவரும் முகத்தை மூடிக்கொள்ளக் கூடாது என்பதைத்தவிர வாழ்க்கை பற்றிய புகார்கள் ஏதுமில்லை. சைதன்யா வேண்டுமென்றே அவன் முன் முகத்தை மூடிக் கொண்டால் கைகளை எடுக்கும்வரை காள் காள் என்று கத்திக் கொண்டிருப்பான். வெளியே சென்று சிறுநீர் கழித்து விட்டு மீண்டும் வந்து தன் டப்பாவுக்குள் சுருண்டு படுக்கும்நேரம் மட்டுமே புறவுலக நடமாட்டம்.

நாய்க்குட்டிக்குள் குடியிருக்கும் பிரபஞ்ச சக்தியின் உக்கிரம் பிரமிப்பூட்டுவது. தீபோல நா நீட்டி தழலாட்டமிடுகிறது அதன் பசி. ‘அன்னம்! அன்னம்!’ என்று அது கூவுகிறது. உணவை வைத்து நிமிர்வதற்கு முன் பாதியைத் தின்றுவிட்டிருப்பார்கள். அப்போது

அவர்களின் உடலசைவு கூட தீயின் நடனம் போலிருக்கும். இறைச்சியை மசியவைத்து ஸ்பூனால் குழைத்து வைப்போம். சாப்பிட்டு முடித்ததும் வயிறு தரையை தொடும்படி தொங்க தள்ளாடி நடந்து சாக்குக்குள் ஒண்டிக்கொண்டு உடனே தூங்கும்போது கனவில் நாய்ப்பிரபஞ்சத்தின் நாய்த்தேவதைகளைக் கண்டு வாலை ஆட்டி 'மங்! மங்!' என்று குரைப்பதுண்டு.

பாலிதீன் உறை என்ற அற்புதத்தைப் புரிந்துகொண்டபிறகு ஹீரோவுக்கு உலகில் எதன்மீதுமே வியப்பு இல்லாமலாயிற்று. தன் காலை தானே பார்க்க முடியும்போதும் அது வேறு ஒன்றாக மணக்கும் திகில். உயிருடன் தன்னுடன் விளையாடும் ஒன்று பிடிபட்டதுமே வெறும்பொருளாக ஆகிவிடும் விந்தை. நார்நாராக கிழிபட்டபின் சிறகு முளைத்து பூச்சிகளாக அது மாறிப் பறக்கும் உவகை. ஹீரோவில் இளமைப்பருவம் பலநிற பாலிதீன் உறைகளினாலானதாக இருந்தது. 'ஒரு கவரை அவன் முன்னாடி போட்டா ஒருமணிநேரம் சினிமா பாக்கலாம் அப்பா' என்றாள் சைதன்யா. டெட்டிக்கு சோப்புகள் மேல் ஆர்வம் இருந்தது. லைப்பாய் சோப்பு இனிய சுவை உடைய தென்றாலும் காதிபார்சோப் மலமிளக்கி என்று மூன்றுநாள் அனுபவத்தில் புரிந்துகொள்வதுவரை அது நீடித்தது.

நீண்டநாள் ஹீரோ குரைக்கவேயில்லை. டாக்டரிடம் ஏன் என்று கேட்டேன். 'நாய்களிலேயே புத்திசாலி லாப்ரடார்தான். அது சாதாரணமா குரைக்காது. குரைக்கிற அளவுக்கு முக்கியமாக எதையும் அது பாக்கலியோ என்னமோ' என்றார். இரண்டுமாதம் கழிந்தபிறகு தான் ஒரு நாள் ஸ்டீரியோஃபோனிக் வீச்சுடன் அதன் குரைப்பைக் கேட்டோம். ஒரு பூனை எங்கள் வீட்டு சுற்றுச் சுவரில் ஏறி அமர்ந்து அலுப்புடன் கொட்டாவி விட்டதை ஹீரோ முற்றிலும் விரும்ப வில்லை. சத்தம் அதிகமானபோது தூக்கிக்கொண்டு சென்று குளியலறையில் அடைத்தோம். அங்கே பக்கெட் உள்ளே ஏறி நின்று உருட்டுவது இன்பமாக இருந்ததனால் ஓசை அடங்கியது. மறுபடியும் வெளியே கொண்டுவந்து விட்டபோது பூனை நடமாடிய வழிகளை எல்லாம் நுட்பமாக முகர்ந்து நோக்கி அதை புரிந்துகொள்ள முயன்றான்.

ஆனால் சீக்கிரமே துருதுருப்பை இழந்து எந்நேரமும் படுத்துக் கொண்டிருக்க ஆரம்பித்தான். நேர் மாறாக டெட்டி எந்நேரமும் நிலைகொள்ளாத ஜென்மமாக ஆனான். டெட்டியை யாருமே நெருங்க முடியாது. எங்கள் வீட்டுக்கு வரும் அனைவரையும் ஹீரோ அன்புடன் வரவேற்று மரியாதையுடன் வழியனுப்பி வைப்பான். பேச்சு நடுவே அவர்கள் யாரரோ, சீரோ, நீரோ போன்று எதையாவது சொல்லி விட்டால் காதைக் கூர்ந்துவிட்டு எழுந்து வந்து என்ன என்று

கேட்பதுண்டு. நாங்கள் சினிமா பார்த்தால் முழுநேரமும் அருகிலேயே படுத்திருந்தாலும் பொதுவாக டிவியை கவனிப்பதேயில்லை. அப்படியும் சொல்லமுடியாது. 'குட் பேட் அக்லி' படத்தின் மாபெரும் போர்க்களக்காட்சியில் ஒரு நாய் தொலைவில் சென்றபோது ஹீரோ 'டேய், பட்டா எவென்டாவன்?' என்று கேட்டான்.

'லாப்ரடார் இன நாயை நீங்கள் குறைத்து மதிப்பிட்டுவிடக்கூடாது' என்றார் டாக்டர். 'அது பெரும்பாலும் அசமந்தம்போலதான் இருக்கும். ஆனால் மிகமிகக் கூர்மையாக உங்களை அது கவனித்துக் கொண்டிருக்கிறது. நீங்கள் யாரை விரும்புகிறீர்கள், யாரை வரவேற்கிறீர்கள் என அது தெரிந்து வைத்திருக்கும். ஆகவே குரைக்கவோ கடிக்கவோ அதற்கு சந்தர்ப்பம் வருவதேயில்லை. சந்தர்ப்பம் வந்தால் அது ஒரு அச்சமே இல்லாத காவலன் என்று தெரியும்.' உண்மைதான். சுந்தர ராமசாமி இறந்த நாளில் நான் மிகவும் மனம் சோர்ந்திருந்தேன். அப்போது ஹீரோவின் நடத்தையே வேறுமாதிரியாக இருந்தது. என்னருகேயே இருக்க விரும்பினான். அடிக்கடி வந்து என்னை மெல்ல முத்தமிட்டு வாலாட்டி அன்பைத் தெரிவித்தான். அந்தத் தருணங்களில் அவன் என்னுடனிருந்தது ஒரு சகோதரனை விட நெருக்கமான உறவை உணரச்செய்தது.

டெட்டிக்கு ஓடுவதே வாழ்க்கை. கோபம் வந்தாலும் பசி வந்தாலும் குதூகலமென்றாலும் நாற்பதுமுறை வீட்டைச்சுற்றி ஓடுவதுதான் அவனறிந்தது. மொட்டைமாடிக்குப் போய் கைப்பிடிச்சுவரில் ஏறிநின்று வலசை போகும் நாரைகளைப் பார்ப்பதும், சுற்றுச்சுவரில் எம்பி நின்று வெளியே செல்லும் எருமைமாடுகளை குரைப்பதும், வெளியே குழந்தைகள் விளையாடும்போது கூடவே உள்ளே ஓடுவதும் பிடிக்கும். வேட்டைக்குணம் உண்டு. மனைக்குள் வரும் எலிகள், பல்லிகள், ஓணான்கள், பூனைகள் ஆகியவற்றை திறமையாக கொன்று விடுவான். பகிர்ந்துண்டு மகிழும் பெருங்குணம் இருப்பதனால் கொன்ற உயிரை வீட்டுமுன் முற்றத்தில் போட்டுவிட்டு குரைத்து கதவை தட்டி கூப்பிடுவான். எடுத்து புதைக்கப்போனால் கவ்விக் கொண்டு ஓடுவான். பிடுங்கி எடுப்பதற்குள் நமக்கே ஒரு வேட்டை யாடிய களைப்பு ஏற்பட்டுவிடும்.

நாய் வளர்ப்பது காவலுக்கு என்பது ஒரு நடைமுறைப் புரிதல். ஆனால் காவலுக்கு என ஒருவர் நாய் வளர்த்தால் அதைவிட முட்டாள்தனமான செயல் வேறு இல்லை. நம் வீட்டுக்காவலனை நாம் கொல்லைக்குக் கொண்டுபோகவேண்டும், குளிப்பாட்டவேண்டும், அவன் காதுகளையும் மூக்கையும் சுத்தம் செய்யவேண்டும் என்றால் எவ்வளவு கஷ்டம். நாய் வளர்ப்பவர்கள் ஒருபோதும் வளராத குழந்தை ஒன்றை வளர்க்கும் அனுபவத்துக்காகவே வளர்க்கிறார்கள். சோப்பை

எடுத்தாலே குளியலை எண்ணி குந்தி அமர்ந்து நடுங்க ஆரம்பிக்கக் கூடிய, தட்டு அசைந்தால் சாப்பாட்டை எண்ணி நடனமிடக்கூடிய, நம் உள்ளாடைகளைக் கொண்டுபோய் பதுக்கிவைத்து முகர்ந்து மகிழக்கூடிய, இசகுபிசகாக எதையாவது செய்துவிட்டால் கண்களை தாழ்த்திக் கொண்டு முகத்தை குனிந்து குற்றவுணர்வுடன் மூலையில் அமர்ந்திருக்கக்கூடிய, ஆட்டோ வந்தாலே வெளியே போகப் போகிறோமென ஊகித்து துள்ளிக் குதிக்கக்கூடிய, மருந்துவாசனையை உணர்ந்ததுமே குப்புறப்படுத்து அடம்பிடிக்கக்கூடிய குழந்தைகள் இரண்டு வீட்டுக்குள் இருப்பது எவ்வளவு உல்லாசமான விஷயம்! இரக்கமில்லாத இரும்புவிதிகளால் ஆன வெளியுலகை விட்டு வீடு திரும்பும்போது நிபந்தனையில்லாத பேரன்பு நம்மைநோக்கி துள்ளிக்குதிப்பதைக் காண்பது எத்தனை பெரிய வரம்!

குழந்தை ஒரு வீட்டுக்குள் எதைக் கொண்டுவருகிறது? வீடு என்பது திறந்த வான்வெளிக்கு எதிராக நாம் உருவாக்கிக் கொண்ட சிறு சதுரம். நம் அன்றாடவாழ்க்கையின் கவலைகளினாலும் கனவுகளினாலும் ஆனது. குழந்தை அதற்குள் பிரபஞ்சப்பெருவெளியின் மகத்தான ஆக்கசக்தி ஒன்றின் துளியாக வந்து படுத்திருக்கிறது. விண்ணகத்தில் கோள்களை உலவவிடும் சக்தி அதற்குள் உயிராக நின்று துடிப்பதைக் காண்கிறோம். ஒரு குழந்தை நம்மை அடையாளம் கண்டு கொள்ளும் போது நாம் அடையும் பரவசத்தை வேறு எப்படி விளக்க முடியும்? குழந்தையின் ஒவ்வொரு தருணத்திலும் ஒளிரும் அழியா அழகை எப்படி வர்ணிக்க முடியும்? குழந்தை மொழிக்குள் நுழையும்போது ஒவ்வொரு சொல்லும் புதிய பொருள்கள் கொண்டு கவிதையாக ஆவதை வேறு எப்படி புரிந்துகொள்ள முடியும்?

மனத்தடைகளைக் கடந்தவர்களால் விலங்குகள் எல்லாமே குழந்தைகள்தான் என்பதை எளிதில் உணரமுடியும். நம்மை குழந்தைகள் அல்லாமலாக்கி நமக்குள்ளேயே கட்டிப்போடும் சுயமெனும் சுமை இல்லாத மனங்கள் அவை. அதனால்தான் நம் தியானமரபு விலங்குகளை காமமும் குரோதமும் மோகமும் இல்லாத தூய வடிவங்களாகச் சொன்னது. ஒரு மலரின், மரத்தின் விலங்கின், பறவையின் அருகாமை நம்மை தூய்மைப்படுத்தும் என்றது. தியானம் பழகும் ஒருவன் மனிதர்களை விட்டு விலகி மிருகங்கள் சூழ வசிக்கவேண்டுமென ஆணையிட்டது.

நம்மைச் சூழ்ந்திருக்கும் இயற்கை என்பது விண்ணளாவிய பெருவெளியே. அது நாம் புரிந்துகொள்வதற்கு அப்பாற்பட்டது. காலமும் தூரமும் எண்ணமும் சென்று ஒடுங்கும் பேராழம். ஆனால் இதோ என் முன் மீண்டும் வந்து நின்று சப்புகொட்டி 'இன்னுமா எழுதுகிறாய்?' என்று கரிய கண்களைக் காட்டி வாலாட்டும்

இவ்வுயிரும் இயற்கையே. இதுவும் பெருவெளியின் துளியே. ஆனால் இதற்குள் என் மீதான கனிவும் அன்பும் நிறைந்துள்ளது. இதையும் என்னால் ஒருபோதும் புரிந்துகொள்ள முடியாதுதான், ஆனால் இதற்கு என்னைத் தெரியும். அது போதும்.

எண்ணிப்பார்க்கிறேன், விலங்குகளைப்பற்றி அழகாக எழுதிய படைப்பாளிகளே குழந்தைகளைப்பற்றியும் அப்படி எழுதியிருக்கிறார்கள். பஷீரும் தல்ஸ்தோயும். காரணம் அவர்கள் மனித அகங்காரமென்ற இரும்புத்திரைக்கு அப்பாலிருந்து வந்த ஒரு மகத்தான ஒளியின் உதவியால் இப்பிரபஞ்சத்தைக் கண்ட ஞானிகள்.

(08.12.2005ல் வற்கலை நாராயண குருகுலத்தில் ஆற்றிய உரை.)

தமிழில் சிறுபான்மை இலக்கியம்

பூங்காற்று ஆசிரியரின் கோரிக்கைக்கு ஏற்பவே இத்தலைப்பில் எழுதத் துணிகிறேன். வகைப்படுத்தாமல் இலக்கியத்தை அறிந்து கொள்ளுவது சிரமம் என்பதனால், வரலாற்றுப் பின்னணியை மட்டும் கருத்தில் கொண்டு, எல்லைக்குட்பட்டு மட்டும் பெரும்பான்மை சிறுபான்மை இலக்கியங்கள் என்ற பிரிவினையைச் செய்யலாமே ஒழிய சாதாரணமாக இப்படி ஒரு பிரிவினையைச் செய்வது அபாயகரமான ஒன்று. வகுப்புவாதத்தின் பிடியில், அழிவை நோக்கி செல்லும் இந்த தேசத்தில், அது மேலும் பிளவு உருவாகவே வழி வகுக்கும். விமரிசன தளத்துக்கு அப்பால் வாசக தளத்தில் இப்பிரிவினை ஒரு போதும் நிகழ்ந்து விடலாகாது. காரணம் இலக்கிய அனுபவத்தில் மத, இன, மொழி பிரிவினைகள் இல்லை.

மதச் சிறுபான்மையினரால் எழுதப் பட்ட ஆக்கங்களே இக்கட்டுரையில் சிறுபான்மை இலக்கியம் எனும்போது குறிக்கப் படுகிறது. பிற மதங்கள், கருத்தியல்கள் ஆகியவற்றின் பாதிப்பே ஒரு இலக்கியத்தை அடுத்த கட்டம் நோக்கி நகரச் செய்கிறது. பௌத்த, சமண மதங்களின் வருகையினாலேயே தமிழிலக்கியம் காப்பிய கால கட்டம் நோக்கிய பாய்ச்சலை நிகழ்த்தியது என்பது நாமறிந்ததே. இந்திய மொழிகளிலேயே தமிழுக்கு மிக முக்கியமான சிறப்பம்சம் ஒன்று உண்டு. முழுமையான பௌத்த காவியமும் (மணிமேகலை), இஸ்லாமிய காவியமும் (சீறாப்புராணம்) உள்ள ஒரே மொழி தமிழ் தான். பல காரணங்களினால் இவ்விரு காவியங்களின் முக்கியத்துவமும் இங்கு உணரப்படவில்லை. நவீனச்

சூழலிலும் பேசப் படவில்லை. (சீறாப்புராணம் குறித்து நான் மலையாளத்தில் விரிவாக எழுதியிருக்கிறேன்.) தமிழின் நீதி, மருத்துவ, இலக்கண நூல்களில் கணிசமானவை பௌத்த, சமண மதங்களின் கொடையாகும். விவாதத்துக்கு உரிய கணிப்பென்றாலும், தத்துவ விவாதத்தை இம்மதங்களே தமிழுக்கு கொண்டுவந்தன என்பதே என் தரப்பு.

தமிழகத்துக்கு அடுத்து வந்த பெரும் மதம் இஸ்லாம். வெகுகாலம் இஸ்லாம் வணிகர்களின் மதமாக, அரபு மொழி சார்ந்ததாக இருந்து வந்திருக்க வேண்டும். அதை தமிழக வெகுஜன மொழிக்கும் இலக்கிய தளத்துக்கும் கொண்டுவந்தவர் தமிழக இஸ்லாமிய வரலாற்றின் திருப்பு முனையான மார்க்க மாமேதை சதக்கத்துல்லாஹ் அப்பா அவர்கள். அவரது மாணவரான வள்ளல் சீதக்காதி இரண்டாமர். இருவருமே இலக்கியவாதிகளல்லர். துரதிர்ஷ்டவசமாக தமிழ்க் கலாசாரத்தின் முக்கியமான ஆளுமைகளான இவர்களைப் பற்றி இங்கு அதிகம் பேசப்பட்டதில்லை. (ஆழமாக இவர்களை படித்தும் கூட நானும் மலையாளத்திலேயே இவர்களைப் பற்றி எழுத முடிந்துள்ளது. அதற்கு தமிழ் இஸ்லாமிய சமூகத்தின் மனநிலை குறித்த என் அச்சமே காரணம். மேலும் சிறு விமரிசனக் குறிப்பைக் கூட அபாயகரமாக திரித்துவிடும் அளவுக்கு எனக்கு இலக்கிய எதிரிகள் இங்கு உண்டு).

சமகாலத்தவர்களான இவ்விருவருக்கும் உள்ள பொது அம்சம் அது வரை கலாசார ரீதியாக இஸ்லாமுக்கும், பிறருக்கும் இடையே இருந்த இடைவெளியை இவர்கள் குறைத்தார்கள் என்பதுதான். ஹிஜ்ரி 1042 ல் காயல் பட்டினத்தில் பிறந்த சதக்கா தன் அரபு மொழிப் புலமையாலும் மார்க்கத் தேர்ச்சியாலும் சதக்கத்துல்லாஹ் என புகழ்பெற்றார். இல்லறத் துறவு வாழ்க்கையை மேற்கொண்ட இவர் தமிழிலும் பெரும் பண்டிதர். படிக்காசுத் தம்புரான், நமச்சிவாய புலவர் போன்ற அக்கால சைவ அறிஞர்கள் பலர் இவருடைய மாணவர்களாக இருந்தனர். ஏராளமான மாற்று மதத்தினர் — அவர்கள் எண்ணிக்கை ஐயாயிரத்துக்குமேல் — இவரிடம் கல்வி பயின்றுள்ளார்கள். தமிழகம் முழுக்க பெரும்பாலான ஊர்களில் இவர் வந்து சென்றதாக ஐதீகக் கதை உள்ளது. அக்கால சூஃபிக்கள் பெரும்பாலானவர்களிடம் இவர் உரையாடியுள்ளார் என்றும் சொல்லப்படுகிறது . 73 வயது வரை உயிர் வாழ்ந்தார்.

‘செத்தும் கொடுத்த சீதக்காதி’ என்று படிக்காசுப் புலவரால் பாடப்பட்ட சீதக்காதியின் இயற்பெயர் ஷேக் அப்துல் காதர். சதக்கத்துல்லாஹ் அப்பா அவர்களின் மாணவர் இவர். கடல் வணிகம் செய்த பெரும் செல்வந்தர். ராமநாதபுரம் கிழவன் சேதுபதியிடம் அமைச்சராக இருந்தபோது இவர் பொறுப்பில்தான் ராமநாதபுரம் கோயில்

புதுப்பிக்கப்பட்டு இன்றைய நிலையில் அமைக்கப்பட்டது. மேலும் பல ஆலயங்களுக்கு திருப்பணியும் குடமுழுக்கும் செய்வித்துள்ளார். இந்தியக் கட்டடக் கலையின் அமைப்பில் பல மசூதிகளை கட்டியுள்ளார். ராமநாதபுரம், மதுரை பகுதிகளில் ஏராளமான அன்ன சத்திரங்களும் அமைத்தவர். தமிழறிவு மிகுந்த சீதக்காதி தமிழறிஞர்களின் புரவலராக இருந்தார். இஸ்லாமிய இலக்கியங்கள் தமிழில் உருவாக இவர் பெரு முயற்சி எடுத்தார்.

தமிழ்க் காவியங்களில் இலக்கியச் சுவையில் சிந்தாமணி, சிலப்பதிகாரம், மணிமேகலை, கம்பராமாயணம், பெரியபுராணம் ஆகியவற்றுக்கு நிகராக வைக்கத்தக்க பெருங்காப்பியமான 'சீறாப்புராணத்தை' எழுதிய உமறுப் புலவர், வள்ளல் சீதக்காதி கேட்டுக் கொண்டதற்கேற்ப, சதக்கத்துல்லாஹ் அப்பா அவர் களிடமும் அவரது மாணவர் மஹ்மூது தீபி அவர்களிடமும் மார்க்க கல்வி பெற்று, அதன் பின்னரே எழுதினார் என்பது வரலாறு. இவர் முடிக்காமல் விட்ட நபியின் வரலாற்றை பனீ அஹம்மது மரைக்காயர் என்பவர் இயற்றியுள்ளதாகவும் அது சின்ன சீறா எனப்படுவதாகவும் தெரிகிறது. பின்பு முன்னா முகம்மது காதிரி என்பவர் இரு பகுதியையும் இணைத்து தானும் சில பகுதிகளை சேர்த்து முழுமைப் படுத்தியதாக தெரிகிறது. இந்நூல்களை நான் பார்த்ததில்லை. அச்சில் உள்ளனவா என்றும் தெரியவில்லை.

இங்கு ஒரு விஷயம் குறிப்பிட வேண்டும். சதக்கத்துல்லாஹ் அப்பா உள்ளிட்ட கணிசமான இஸ்லாமிய அறிஞர்கள் அரபு மொழியில் எழுதியுள்ளனர். அவற்றை தமிழ் இலக்கியம் என்று கொள்ளா விட்டாலும் தமிழக இலக்கியத்தின் பகுதியாக கருத வேண்டும். வட மொழியிலும், ஆங்கிலத்திலும் எழுதப்பட்ட தமிழர் ஆக்கங்கள் அவ்வண்ணமே கருதப்படுகின்றன.

தமிழிலக்கியத்தில் செவ்வியல் பண்பு கொண்ட இஸ்லாமிய இலக்கியங்கள் குறைவெனவே கொள்ள வேண்டும். சீறாப்புராணம் போல காவியச் சுவை உடைய எந்தப் படைப்பும் இல்லை என்பது என் எல்லைக்குட்பட்ட வாசிப்பிலிருந்து அடைந்த முடிவு. பிற்கால இஸ்லாமிய இலக்கியங்கள் நாட்டார் இலக்கியங்களின் தொடர்ச்சி யாக எழுதப்பட்டவை. மாலை, கண்ணி எனும் வடிவங்கள் பிரபலமாக இருந்திருக்கின்றன. இன்று இவை தற்செயலாக கிடைத்தால்தான் உண்டு. இஸ்லாமிய இலக்கியங்களுக்கான ஆய்வு மையமும், ஆவணக் காப்பகமும் இன்று பெரிதும் தேவையாகின்றன. ஹிஜ்ரி 1270 களில் கண்ணகுமது மகதூம் முகம்மது புலவர் தன் தனிப்பட்ட முயற்சியால் அச்சில் ஏற்றி வெளிக் கொணராவிடில் இஸ்லாமிய இலக்கியங்கள் முற்றிலும் அழிந்துவிட்டிருக்கும். ஏறத்தாழ அறுபது நூல்களை இவர்

பதிப்பித்திருக்கிறார். உ.வே.சாமிநாதய்யர் தமிழுக்கு செய்த சேவையுடன் ஒப்பு நோக்கத் தக்க இப்பெரும் பணி எவ்வகையிலும் தமிழில் அங்கீகரிக்கப் படவில்லை.

இன்று ஒரு கூர்ந்த வாசகனுக்குகூட இஸ்லாமிய இலக்கியங்களின் பெரும் பகுதி கிடைப்பதில்லை. சிற்றிலக்கியங்களில் பெரும்பாலோர் வாசித்திருக்கக்கூடிய குணங்குடி மஸ்தான் சாகிப் பாடல்களையே நானும் வாசித்திருக்கிறேன். ஹிஜ்ரி 1207 ல் பிறந்த சுல்தான் அப்துல் காதிர் ஒரு பக்கீராக சென்னையில் ராயபுரத்தில் வாழ்ந்து குணங்குடி சித்தர் என அனைத்து மக்களாலும் வணங்கப்பட்டு அங்கேயே இறந்தார். இவரது பாடல்கள் இவர் மாணவர் முஹம்மது ஹுசைன் புலவர் என்பவரால் எழுதியெடுக்கப்பட்டு சீயமங்கலம் அருணாசல முதலியார் என்பவர் பதிப்பித்தார் என்பதும் வரலாறு. என் பெரியப்பா குணங்குடியார் பாடல்களை சிறப்பாகக் கற்றிருந்தார். தமிழ் இஸ்லாமிய இலக்கியத்தில் சீறாப்புராணம் ஒரு சிகரம் என்றால் குணங்குடியார் பாடல்கள் இன்னொரு சிகரம்.

இசைப் பாடல்களில் இஸ்லாமியப் பாடல்கள் பெரும் புகழ் பெற்றிருந்த காலம் ஒன்று இருந்தது. பல பாடல்களை நானே கேட்டதுண்டு. கோட்டாறு சையிது அபூபக்கர் புலவர் எழுதிய சீறா கீர்த்தனைகள் ஒருகாலத்தில் குமரி மாவட்டத்தில் புகழ் பெற்றிருந்தன. சதாவதானி செய்குத்தம்பி பாவலர் தமிழிசை இயக்கத்தில் தீவிரப் பங்கு பெற்றதும் முக்கியமான பல கீர்த்தனைகளை எழுதியதும் குறிப்பிடத்தக்கவை.

வீரமாமுனிவர் தமிழின் நவீன மயமாக்கலை தொடங்கி வைத்தவர். உரைநடையின் பிதாமகர்களில் ஒருவர் என்பது நாம் அறிந்ததே. அவரது தேம்பாவணி ஒரு முக்கியமான ஆக்கம். ஆனால் அது இலக்கியச் சுவை உடைய முக்கியமான காவியமாக எனக்குப் படவில்லை. இன்னொரு கிறித்தவக் காவியமான எச். ஏ.கிருஷ்ண பிள்ளையின் இரட்சணிய யாத்ரீகமும் வெறும் செய்யுளாகவே நின்று விட்டது. ஆனால் இன்னொரு கவனமான வாசிப்புக்குப் பிறகே இது குறித்து திட்டவட்டமாக என்னால் சொல்ல முடியும்.

கிறிஸ்தவ இலக்கியத்தின் மிக முக்கியமான தமிழ்ப் பங்களிப்பு பைபிள் மொழிபெயர்ப்புதான். விவிலியத்தின் எளிய கம்பீரமான நடையின் தாக்கம் தமிழில் எழுதப் புகுந்த முக்கியமான எல்லா படைப்பாளி களிடமும் உண்டு. மூத்த தலைமுறையில் சுந்தர ராமசாமி, வண்ண நிலவன், வண்ண தாசன் ஆகியோரின் உரைநடையிலும் புது படைப் பாளிகளில் நான், எஸ்.ராமகிருஷ்ணன் ஆகியோரின் உரை நடையிலும் விவிலியத்தின் மொழித் தாக்கம் மிக வெளிப்படையானது. சரோஜினி

பாக்கியமுத்து எழுதிய 'விவிலியமும் தமிழும்' என்ற ஆய்வு நூல் விவிலியத்தின் தமிழ் தாக்கம் குறித்து பேசும் முக்கியமான நூல்.

அதே சமயம் பொதுவான இலக்கியப் போக்கில் குர் ஆனின் தாக்கம் அனேகமாக ஏதுமில்லை என்றே சொல்ல வேண்டும். விவிலியத்தின் நடை உணர்ச்சிகரமான கவித்துவம் கொண்டது என்றால் குர் ஆனின் நடை கச்சிதமும் வீரியமும் உடையது. ஆனால் குர் ஆன் இஸ்லாமிய எழுத்தாளர்களில் கூட தாக்கம் செலுத்தவில்லை. இதுவே மலையாளத்திலும் உள்ள நிலைமை என விமரிசகர் குறிப்பிடுகின்றனர். அதற்குக் காரணம் என்ன என்பது யோசிக்கத் தக்கது. குர் ஆன் வெறும் வழிபாட்டுப் பொருளாகவே இஸ்லாமியரால் கூட எண்ணப்பட்டது என்பதும், அனைத்து மானுடருக்குமான இறைச் செய்தி என்ற முறையில் அது பரவலாக எடுத்துச் செல்லப்படவில்லை என்பதும் முக்கியமான காரணங்கள் என்று படுகிறது.

பைபிளை மனம் தோய்ந்து நான் படிக்கும்போது என் வயது பதினாறு. ஆனால் இருபது வருடம் கழித்தே குர் ஆன் என்னை ஆட்கொள்ளும் நூலாக ஆகியது. என் ஆசிரியரான நித்ய சைதன்ய யதி (நாராயண குருவின் மாணவரான நடராஜ குருவின் மாணவர். தத்துவப் பேராசிரியராக மேலை நாடுகளில் பணியாற்றியவர். 150 நூல்களை ஆக்கியவர்) தன் வாழ்வின் இறுதி வருடத்தில் குர் ஆனை கற்கவும் ஒரு பகுதியை அழகிய கவித்துவ மொழியில் மலையாளத்தில் மொழி பெயர்க்கவும் செய்தார். அவருடைய மாணவரான உஸ்தாத் ஷௌக்கத் அலியிடமிருந்து நான் குர் ஆனின் சில பகுதிகளை அறிந்த பிறகுதான் அம்மாபெரும் நூலை பயில ஆரம்பித்தேன். குர் ஆன் அனுபவம் குறித்து மலையாளத்தில் இரு கட்டுரைகளையும் ஆக்கினேன். இந்த ஐந்து வருடங்களில் குர் ஆனை சற்றேனும் படித்த இஸ்லாமியரல்லாத ஒரே ஒரு தமிழ் எழுத்தாளரைக் கூட நான் கண்டதில்லை. அடிப்படையில் இது இஸ்லாமிய அறிஞர்களின் தோல்வியே.

நவீன இலக்கியத்தின் துவக்க காலத்தில் பண்டைய இலக்கியத்தை சமகாலத்துடன் பிணைக்கும் பணியில் மதுரைத் தமிழ்ச் சங்கத்தின் முதல் பெரும் உறுப்பினராக இருந்த குலாம் காதிர் நாவலரின் பங்களிப்பு முக்கியமானது. இவர் மகாவித்வான் மீனாட்சி சுந்தரம் பிள்ளையின் மாணவர். நன்னூலுக்கு இவர் எழுதிய எளிய விளக்கம் பிற்பாடு தமிழை நவீன காலகட்டத்துக்கேற்ப கற்பிக்கும் முயற்சிகளுக் கெல்லாம் முன்னோடியாக அமைந்தது.

நவீன உரை நடை இலக்கியத்தில் முன்னோடிப் படைப்பாளிகளில் ஈழ எழுத்தாளரான சித்தி லெவ்வை மரைக்காயர் முக்கியமானவர். (1838 – 1898) அவரது இயற்பெயர் முகம்மது காசிம். இவர் எழுதிய 'அசன்பே

சரித்திரம்' தமிழின் முதல்கட்ட நாவல்களில் ஒன்று என இலக்கிய வரலாற்றாசிரியர்கள் குறிப்பிடுகிறார்கள். இவர் ஈழ இஸ்லாமியர் களின் உரிமைக்காக வாதாடும் 'முஸ்லீம் நேசன்' என்ற இதழை நடத்தியவர்.

நவீன இஸ்லாமிய படைப்பாளிகள் பலர் முக்கியமானவர்கள். பெயர்களையெல்லாம் இங்கு சொல்லிவிட முடியாது. ஆரம்ப கால எழுத்தாளர்களில் 'கருணாமணாளன்' இஸ்லாமிய வாழ்க்கையை பற்றிய சித்திரங்களை அளித்திருக்கிறார். 'ஜெ எம் சாலி' நல்ல கதைகளை எழுதியிருக்கிறார். களந்த பீர்முகம்மது முக்கியமான படைப்புகளை ஆக்கியுள்ளார். ஆயினும் பொதுவாக இலக்கிய வீச்சும் வேகமும் கொண்ட முதன்மையான இஸ்லாமிய படைப்பாளி 'தோப்பில் முகம்மது மீரான்' என்றே ஓர் இலக்கிய விமரிசகனாக நான் கூறுவேன். (அவரைப்பற்றி நான் விரிவாக எழுதியதுமுண்டு). சமீபகால மாக 'மீரான் மைதீன்' கவனிப்புக்குரிய கதைகளை எழுதிவருகிறார்.

கவிஞர்களில் அப்துல் ரஹ்மான், மு. மேத்தா ஆகியோர் அதிகமும் பேசப்படும் இஸ்லாமியக் கவிஞர்கள். ஆனால் இவர்கள் எழுத்து மீது எனக்கு மிகக் கடுமையான எதிர் விமரிசனம் உண்டு. ரகுமானின் பாண்டித்யம் மீது மிகுந்த மரியாதை உண்டு என்றாலும் அரசியல் நிலைப் பாடுகளை ஒட்டி போலியாக உருவாக்கப்படும் கவிதைகள் அவை என்பது என் எண்ணம். அத்துடன் ஒரு கவிஞன் கண்டிப்பாக காத்துக் கொள்ள வேண்டிய அறிவார்ந்த சுயமரியாதையை அவர் காத்துக் கொள்ளவில்லை. அரசியல்வாதிகளை புகழ்ந்து தரமிறங்கி அவர் எழுதிய வரிகள் மிக மோசமான முன்னுதாரணங்கள்.

மூத்த தலைமுறை தமிழ் கவிஞர்களில் அபி முக்கியமானவர். இஸ்லாமியக் கவிஞர்களில் பரவலாக அறியப்பாடாத நவீனக் கவிஞர்கள் 'நாகூர் ரூமி', 'ஷாஅ'. இஸ்லாமிய கருக்களை எடுத்து எழுதுவதனால் கவனிக்கப்பட்ட முக்கிய கவிஞர்கள் ஹெச் ஜி ரசூல், ஹமீம் முஸ்தபா ஆகியோர். சல்மா சமீப காலமாக கவனிக்கப் பட்டு வரும் தமிழ்க் கவிஞர்.

ஆனால் இளைய தலைமுறை தமிழ் கவிஞர்களில் முக்கியமான நால்வரில் ஒருவராக நான் எப்போதுமே குறிப்பிட்டு வரும் ' மனுஷ்ய புத்திரன்' தான் இவர்களில் முதன்மையானவர். இஸ்லாமிய வாழ்க்கை சார்ந்த சித்திரங்களோ இஸ்லாமிய பிரச்சினைகளோ அவர் கவிதைகளில் அதிகமில்லை. ஆனால் இஸ்லாமிய தரிசன அடிப்படையின் உச்ச நிலையில் நின்று கனிவும், கூர்மையும் கூடிய பல கவிதைகளை அவர் எழுதியிருக்கிறார்.

நவீனத் தமிழில் கிறித்தவ இலக்கியம் அழுத்தமான பதிவை உருவாக்கியுள்ளது. பேராசிரியர் ஹெப்சிபா ஜேசுதாசனின் புத்தம் வீடு

ஒரு திருப்பு முனையாக அமைந்த படைப்பு என்பது இலக்கிய வரலாறு. கிறித்தவ வாழ்க்கைச்சித்திரங்களை முன்வைத்தவர்கள் டேவிட் சித்தையா, ஐசக் அருமைராசன், மார்க்கு, எம். ஜேக்கப் போன்றவர்கள். அவ்வரிசையில் கலையமைதிகூடிய படைப்புகளை எழுதியவர் காஞ்சிபுரத்துக்காரரான அ.எக்பர்ட் சச்சிதானந்தம் அவர்கள்தான். முகையூர் அசதா சமீப காலமாக கவனத்துக்கு உள்ளாகி வரும் படைப்பாளி.

இஸ்லாமிய இலக்கியத்தை தமிழுக்குத் தொகுத்து தருவதில் மணவை முஸ்தபா அவர்கள் ஆற்றிய பங்கு முக்கியமான ஒன்று. 'தமிழில் இஸ்லாமிய இலக்கியம்' அவருடைய முக்கியமான நூல். இஸ்லாமிய பண்பாட்டை விரிவாக அறிய உதவும் மாபெரும் ஆக்கம் 1977ல் 'அப்துற்- றகீம்' அவர்களால் தொகுக்கப்பட்ட இஸ்லாமிய கலைக் களஞ்சியம். நான்கு தொகுதிகள் வெளிவந்த இப்பெரும் பணி இஸ்லாமிய சமூகத்தால் ஆதரிக்கப்படாமல், தமிழ் சூழலின் வழக்கமான உதாசீனத்துக்கு ஆளாகி முழுமை பெறாது நின்றுவிட்டது.

பொதுவாக சொல்லப் போனால் சதக்கத்துல்லாஹ் அப்பா அவர்களின் காலகட்டத்தில் நடந்த ஒரு படைப்பூக்கக் கொந்தளிப்பை தவிர்த்தால் தமிழில் சிறுபான்மை இலக்கியம் தீவிரமான வளர்ச்சி எதையும் அடையவில்லை என்றே எனக்குப் படுகிறது. சீறாப்புராணம் ஒரு சிகரம். குணங்குடியார் பாடல்கள் அபூர்வமான விதிவிலக்கு. தோப்பில் முகம்மது மீரானும் மனுஷ்ய புத்திரனும் மட்டுமே நாம் உலக இலக்கிய மரபை நோக்கி முன் வைக்க ஓரளவேனும் தகுதிவாய்ந்த படைப்பாளிகள். அண்டை மொழியான மலையாளத்திலோ அவர்களின் மிகச் சிறந்த படைப்பாளிகளே சிறுபான்மையினர்தான். வைக்கம் முகம்மது பஷீரும், சக்கரியாவும் எந்த உலக பெரும் படைப்பாளிக்கும் நிகரானவர்கள்.

இது ஏன் என நாம் யோசித்துப் பார்க்க வேண்டும். நமது பொதுச் சூழல் சிறுபான்மையினரின் எழுத்தில் அவர்களுடைய மிகச் சிறந்த தளத்தை எதிர்பார்ப்பதாக இருக்கிறதா? சிறுபான்மையினரின் கலாசார, இலக்கிய மரபு குறித்த போதிய புரிதல் பொதுச் சூழலில் இல்லை என்பது ஒரு பெரும் குறை. ஆகவே சிறுபான்மை சமூக எழுத்தாளன் தன் வாழ்க்கை குறித்து நேர்மையாக எழுதினால் அது பொதுச் சூழலுக்கு புரிந்துகொள்ளக் கூடியதாகவோ, ஏற்கக் கூடுவதாகவோ இல்லை. தோப்பில் முகம்மது மீரான் தன் நாவல்களின் நடையையும், சூழலையும் புரிய வைக்கவும், ஏற்கச் செய்யவும் கடுமையாக போராட வேண்டியிருந்தது.

மறுபக்கம் சிறுபான்மை சமூகம் தன் எழுத்தாளர்களை மதிப்பதாகவோ, அவர்களுடைய கருத்துச் சுதந்திரத்தை அனுமதிப்பதாகவோ இல்லை

என்பதையும் சொல்லியாக வேண்டும். அதற்கும் தோப்பில் முகம்மது மீரான் போராட வேண்டியிருந்தது நாமறிந்ததே. சகஜமான சுதந்திரத்துடன் எழுத்தாளர்கள் எழுதும் போதும், அவர்களை சமூகம் கூர்ந்து கவனிக்கும்போதும் மட்டுமே உயர்ந்த இலக்கியம் உருவாகிறது. பஷீர் தன் சமூகத்தை மிகக் கடுமையாக விமரிசித்திருக்கிறார். ஆனால் அவர் எப்போதுமே உச்ச கட்ட அங்கீகாரத்தையே அடைந்திருக்கிறார்.

ஒரு மொழிச் சூழலில் சிறுபான்மைச் சமூகத்தைச் சேர்ந்த ஓர் எழுத்தாளன் தன் அடையாளத்தைத் தவிர்த்துவிட்டு எழுதுகிறான். பொது மொழியையும், பொதுவான சூழலையும் தேர்வு செய்கிறான் என்றால் அச்சமூகம் கருத்தியல் அடக்குமுறை கொண்ட சமூகம் என்றே பொருள். படைப்பூக்கம் கொண்ட சுதந்திர சமூகத்தில் தன்னுடைய தனித்தன்மை கொண்ட மொழியும், சூழலும் அவனுக்கு ஒரு பெரிய சொத்தாகவே இருக்கும். வாழும் சமூகமும், மொழியும் ஒருபோதும் ஒற்றைப்படையான இயக்கம் கொண்டிருக்காது.

(கோழிக்கோட்டில் 2003ல் ஆற்றிய உரை.)

மதமாற்ற தடைச் சட்டமும் ஜனநாயகமும்

தமிழகத்தின் மதமாற்ற தடைச் சட்டம் ஏற்கத்தக்கதல்ல என்பதற்கு இக்கருத்தரங்கில் கூறப்பட்ட காரணங்களை நான் வழிமொழிகிறேன். இந்தச் சட்டம், சமூகங்களுக்கு இடையே மனக் கசப்பையும் அவநம்பிக்கையையும் வளர்க்கக் கூடியதாக உள்ளது. நம்முடைய தேசத்தில் மதம் சில தளங்களை தவிர்த்துப் பார்த்தால் தனிப்பட்ட நம்பிக்கை என்ற தளத்தில் இயங்கவில்லை. தனிப்பட்ட நிலைப்பாடு என்ற தளம் அதற்கு முற்றிலும் இல்லை. இங்கே மதம் என்பது மத அடிப்படையிலான சமூகங்கள் என்றே பொருள் படுகிறது. ஆகவே மத விஷயங்களில் கூட்டாகச் சிந்திப்பதும், கூட்டாகச் செயல்படுவதுமே இங்கு சாதாரணமாக உள்ளது. ஆகவே மதத்தை அரசியலில் இருந்து பிரிப்பதும் இங்கே சாத்தியமான விஷயமல்ல. இந்நிலையில் மத விஷயங்களில் மிகுந்த பொறுப்புணர்வோடும், நிதானத்துடனும் தான் நடந்து கொள்ளவேண்டும். அத்தகைய நிதானமும், பொறுப் புணர்வும் இந்த சட்டம் விஷயத்தில் கைகொள்ளப்பட வில்லை. மத உணர்வுகளை தூண்டிவிட்டு, ஒரு சாராரின் ஆதரவினை பெற்று விடலாம் என்ற குறுகலான கணிப்பின் அடிப்படையில் இந்த சட்டம் கொண்டுவரப்பட்டுள்ளது.

இம்மாதிரியான ஒரு சட்டம், அது மிக அவசியம் என்று வைத்துக் கொண்டால் கூட, அது கோடிக்கணக்கான மக்களின் வாழ்வுடன் நேரடியான முறையில் தொடர்புள்ளது என்பதனால் ஒரு விரிவான விவாதம் மற்றும்

பெரும்பான்மையினரால் ஏற்றுக்கொள்ளப்பட்ட பொதுக் கருத்து ஆகியவற்றின் அடிப்படையில்தான் கொண்டு வரப் பட்டிருக்க வேண்டும். அறிவு ஜீவிகளும், மதத் தலைவர்களும், இதழாளர்களும் அதன் மாறுபட்ட தளங்களைப் பற்றிய தரப்புகளை மக்கள் முன் எடுத்து வைக்க வாய்ப்பு தரப்பட்டிருக்க வேண்டும். மாறாக இது அவசரச் சட்டமாக கொண்டு வரப்பட்டுள்ளது. இதன் அடிப்படை மனநிலை மக்களின் வாழ்க்கையில் உள்ள எல்லா தளங்களையும் தீர்மானித்து விடும் சக்தி அரசாங்கத்துக்கு உண்டு என்ற சர்வாதிகார நோக்கே யாகும். இது கண்டிக்கத் தக்கது. இது இந்திய ஜனநாயகத்துக்கே எதிரான போக்கு.

அவசரச் சட்டமென்ற அடிப்படையில் இதன் பல கூறுகள் ஏற்கெனவே வந்த அவசரச் சட்டங்களான தடா மற்றும் பொடா போன்றவற்றை ஒத்துள்ளன. அதாவது இது காவல் துறைக்கு மிதமிஞ்சிய அதிகாரம் அளிக்கிறது. கட்டாய மத மாற்றம் பற்றிய ஒரு தகவல் வருமென்றால் அதன் அடிப்படையில் ஒரு காவல் உதவி ஆய்வாளர் சம்பந்தப் பட்டவரை கைது செய்யலாம். மதம், நம்பிக்கை போன்ற நுட்பமான, சிக்கலான விஷயங்களில் இறுதி முடிவெடுக்கும் அதிகாரம் இங்கே ஒரு காவல் துறை கடைமட்ட அதிகாரிக்கு விட்டுத்தரப்படுகிறது. மேலே சொன்ன அவசரச் சட்டங்கள் நடைமுறையில் நமது அரசியல் சட்டம் நமக்களித்த அடிப்படை உரிமைகளான பேச்சுரிமை, எழுத்துரிமை ஆகியவற்றை பறித்துவிடக்கூடியவையாகும். இந்த சட்டம் 'எவருக்கும் தன் தரப்பை பிரசாரம் செய்யும் உரிமை உள்ளது' என்ற அடிப்படை உரிமையை நிராகரிக்கும் சட்டமாகும். வேறு எந்த நியாயத்தை சொல்லியும் ஒருவர் இம்மாதிரி ஒரு ஜனநாயக விரோத சட்டத்தை ஏற்கக் கூடாது. நமது அண்டை நாடுகளில் மதம், இனம் முதலிய வெறிகளின் அடிப்படையில் எழுந்த எல்லா போக்குகளும் இறுதியில் அரசாங்கத்தால் பயன்படுத்தப்பட்டு ஜனநாயகம் பலி தரப் படுவதில்தான் சென்று முடிந்துவிட்டிருக்கிறது.

இந்தியா சுதந்திரம் பெற்ற நாளில் இருந்த ஜனநாயக உரிமைகளை படிப்படியாக ரத்து செய்தபடியே வருகிறது. அப்போக்கு இப்போது வேகம் பெற்றுள்ளது. அதன் ஒருபகுதியே இச்சட்டம். நமது அண்டை நாடுகள் இன்று மூச்சுக் காற்றைவிட சுதந்திரம் முக்கியமானதென கருதுகிறார்கள், போராடுகிறார்கள் என நாம் அறிவோம். ஆனால் போராட்டம் கடந்த காலம் போல இருக்கவில்லை. நவீன ஊடகங்கள், ஆயுதங்கள் ஆகியவை இன்றைய அரசுகளை வெல்ல முடியாதவை யாக மாற்றியுள்ளன. மக்கள் சக்தி இன்று எளிதில் வெல்லமுடியாது என்பதே உண்மை. எல்லா அரசுகளும் சர்வாதிகாரம் நோக்கி செல்லவே முயலும். சர்வாதிகாரத்தை அரசுகளின் கையில் கொடுத்து விட்டால் மீட்பது எளிதல்ல. சர்வாதிகாரம் எப்போதுமே மதம், இனம் புரட்சி போன்ற 'புனிதமான' உணர்வு பூர்வமான காரணங்களைப்

பயன்படுத்தியே நம்மை ஆட்கொள்கிறது. அந்த கோஷங்களை நம்பும் மக்களே அதன் விலையாக தங்கள் தலைமுறைகளின் நல்வாழ்க்கையை கொடுக்க நேர்கிறது. ஈரான், ஆப்கானிஸ்தான், பர்மா என நாம் உதாரணங்களை அடுக்கியபடியே போகலாம். ஏன் கொலைகார போல்பாட் கூட இனச் சமத்துவம் என்ற கொள்கையின் அடிப்படையிலேயே கம்போடியாவை கைப்பற்றினான்.

ஜனநாயகம் பற்றி பேசுகிறோம். நாம் பிறருக்கு அளிக்கும் உரிமைகளே நமக்கும் நிலையாக இருக்கும் உரிமைகள் என்பதே ஜனநாயகத்தின் அடிப்படைப் பாடம். ஏதேனும் ஒரு தரப்பு அடக்குமுறைக்கு உள்ளாகும் வரை, சுரண்டடப்படுவதாக உணரும் வரை முழுமையான ஜனநாயகம் சாத்தியமல்ல. முழுமையான ஜனநாயகம் ஒரு இலட்சியக் கனவென கொள்ளலாம். ஆனால் மேலான ஜனநாயகம் தொடர்ந்த சமரசப் போக்கு மூலமே சாத்தியமாகும். எதிர் தரப்பில் ஆழமான நம்பிக்கையை உருவாக்குவது ஜனநாயகத்துக்கான அடிப்படையான தேவைகளில் ஒன்றாகும். மறுதரப்புகளை வாழவும், வளரவும் விடுவதன் மூலமே ஜனநாயகம் உருவாக முடியும். எனக்கு மனக்கசப்பை உருவாக்கும் ஒரு தரப்பு கூட வன்முறையை ஆயுதமாக கொள்ளாதவரை வளர விடப்பட வேண்டும் என்றே நான் சொல்வேன். உதாரணமாக கடுமையான பெண்ணடிமைத்தனத்தையும் சமூக குறுக்கல் வாதத்தையும் வலியுறுத்தும் இந்து, இஸ்லாமிய அடிப்படைவாதங்கள். கிறிஸ்தவ மதத்தில் உள்ள மதமாற்ற வேகம் எனக்கு ஏற்புடையதல்ல என்றும் சொல்ல விரும்புகிறேன். கருத்தியல் ரீதியாக அவை எதிர்க்கப்பட வேண்டும். அதை மீறி அது வளருமெனில் அதை வளர்ப்பது வரலாற்றின் விதியாகும். அதை ஒழிக்கிறோம் என ஜனநாயகத்தை பலி தந்தால் ஜனநாயக இழப்பு மட்டுமே விளைவாக இருக்கும்.

மாற்றுத் தரப்புகளுடனான உரையாடலே ஒரு ஆரோக்கியமான ஜனநாயகத்தில் ஒவ்வொரு கருத்தும் வளர வழி வகுக்கும். உண்மையில் நல்ல ஜன நாயகத்தில் கருத்தியல் தீவிர வாதங்கள் தாக்குப் பிடிக்க முடியாது. உரையாடலை தவிர்ப்பதன் மூலமே அவை தங்கள் தீவிரத்தை தக்கவைத்துக் கொள்கின்றன. இந்து தீவிரவாதம் இஸ்லாமிய தீவிரவாதத்துடன் உரையாட ஆரம்பித்தாலே அவை இரண்டின் குரலிலும் தவிர்க்க முடியாத ஓர் சமரசம் உருவாவதை காணலாம். அதிலும் மதம் நம்பிக்கைகளை சார்ந்தது. மிக எளிதில் நிறுவனங்களாகவும், சடங்குகளாகவும் மாறக் கூடியது. அதிகாரத்தை உள்ளடக்கிய நம்பிக்கையே, மதம் என்பது. அந்நிலையில் தனக்கு மாற்று மதங்களுடன் தொடர்ந்த உரையாடலில், ஏன் போட்டியில் என்று கூட கூறலாம், இல்லாத ஒரு மதம் மிகச் சீக்கிரத்திலேயே தன் அனைத்து ஆன்மிக அம்சங்களையும் இழந்து தேங்கி சீரழிந்துவிடும்.

இந்து மதத்தின் வரலாற்றைப் பார்த்தவர்கள் இதை உணர முடியும். இன்று இந்து மதம் என்று சொல்லப்படும் மதத் தொகை முற்காலத்தில் ஒன்றுக்கொன்று போராடும் பற்பல மதங்களாக இருந்தது. ஒவ்வொரு கூறும் பிறிதை மறுத்தது. அவ்விவாதம் மூலம் அவை பரஸ்பரம் வளர்த்தன, முழுமை செய்தன. உதாரணமாக பழங்கால மதங்களான சார்வாகம், சாங்கியம், யோகம், நியாயம், வைசேஷ்கம் ஆகியவை பொருள் முதல்வாத (பௌதீகவாத) அடிப்படை கொண்டவை. அவை கருத்து முதல்வாத அடிப்படைகொண்ட மதங்களுடன் செய்த நேரடியான பெரும் உரையாடலே இந்து மத தரிசனங்களை வளர்த்தது. (இவ்வடிப்படையை முன்வைத்து நான் எழுதிய தத்துவ நூல் 'இந்து ஞான மரபின் ஆறு தரிசனங்கள்' இப்போது வெளியாகியுள்ளது. தமிழினி பதிப்பக வெளியீடு) இன்று முழு கருத்து முதல்வாத மதங்கள் கூட தங்கள் மெய்யறிதல்களில் சாங்கிய யோக, நியாய மரபுகளின் வழி முறைகளையே கடைப்பிடிக்கின்றன. பிற்பாடு பௌத்த சமண மதங்களுடனான உரையாடல். கொல்லாமை, சைவ உணவு, துறவு போன்ற கூறுகள் அம்மதங்களிலிருந்து, இந்து மதத்தால் பெறப் பட்டவையே. இந்து மெய்ஞானத்தின் சாரமாக இன்று அறியப்படும் அத்வைத வேதாந்தம், பௌத்த மெய்ஞானத்தின் தொடர்ச்சியாகும்.

அதன் பிறகு வந்த இஸ்லாமிய, கிறிஸ்தவ மதங்களுடன் அத்தனை துல்லியமான ஓர் உரையாடலை இந்து மதங்கள் மேற்கொள்ளவில்லை என்பது உண்மையே. அதற்கான காரணங்கள் பல. ஆனாலும் இந்து மதச் சீர்திருத்த இயக்கங்கள் பலவும் குறிப்பாக பிரம்ம சமாஜம் போன்றவை கிறித்தவ மரபுடனான உரையாடலில் இருந்து உருக்கொண்டவையே. மத மோதல் எப்போதுமே இருந்து வந்துள்ளது. தமிழக வரலாற்றில் சமணர்களுக்கும் சைவர்களுக்கும், பிறகு சைவர்களுக்கும் வைணவர்களுக்கும், பிறகு வைணவ மதங்களுக்கு இடையேயும் நடந்த மோதல்கள் மிக மிக மூர்க்க மானவை. கருத்தியல் மோதல் நேரடி வன்முறையாக வெடித்துள்ளது. அத்தகைய மோதல்கள் தவிர்க்கப்பட வேண்டும். அதற்குத்தான் ஜனநாயகம் என்ற அமைப்பு. அம்மோதல்கள் கருத்து தளத்தில் மட்டுமே நிகழ அனுமதிக்கப்படவேண்டும். அதுவே எல்லா தரப்பும் வளர்ச்சி பெற சிறந்த வழியாகும்.

இந்துமதம் அதன் அனைத்து வளர்ச்சியையும் தொடர்ந்த கருத்துப் போர்கள் மூலமே அடைந்தது. எனக்கு இந்து மெய்ஞானத்தின் சாராம்ச மான கருத்தியல் அடிப்படை மீது பற்று உண்டு. அது அத்வைதம்தான். தூய அறிவை அடிப்படைச் சக்தியாக முன்வைக்கும் அத்வைத நோக்குதான் நாராயண குருவும், விவேகானந்தரும் மேற் கொண்டது. நாராயண குருவின் மரபே என் மரபு என எப்போதுமே சொல்லி வந்துள்ளேன். நித்ய சைதன்ய யதி என் ஆசிரியர் என்றும். அந்த அத்வைதம், பௌத்த ஞான மரபின் தொடர்ச்சி என்றும் அறிவேன்.

நாராயண குரு தம்மை பௌத்தர் என்று சொல்ல தயங்கியதில்லை (அத்வைதன் என்பது புத்தரின் இன்னொரு பெயர்). இந்த அடிப்படை மீதான ஏற்பிலிருந்தே நான் மதத்தை ஒரு குழு அடையாளமாக கொள்வதை நிராகரிக்க முயல்கிறேன். அதை ஒரு திறந்த விவாதமாக முன்வைக்க எண்ணுகிறேன். என் தரப்பு, முழுமையான தடையற்ற விவாதம் மூலம் மேலும் வலுப் பெறும் என்றும் நம்ப விழைகிறேன். அத்வைதியான நாராயண குருவுக்கு எந்த மதமும் விலக்கப் படவேண்டிய ஒன்றாக இருக்கவில்லை.

இன்றைய சூழலில் இந்து மதத்தில் உள்ள எல்லா குப்பைக் கூளங்களும் கிளறியெடுக்கப்படுகின்றன. மீண்டும் வைதீகம் வல்லமை பெறுகிறது. ராஜாராம் மோகன் ராய் முதல் நித்ய சைதன்ய யதி வரை ஒரு பெரும் ஞானியர் வரிசை நிகழ்த்திய இரு நூற்றாண்டு கருத்துப் பணிகள் மறக்கடிக்கப்பட்டு வைதீக மரபே இந்து மதம் என்று வலியுறுத்தப் படுகிறது. இன்று இந்துமதத்தின் முன், அதாவது இன்று இந்து மதத்தின் பிரதிநிதிகளாக வந்துள்ள மடங்கள் மற்றும் அமைப்புகளின் முன், பெரும் சவால்களாக இஸ்லாமும், கிறிஸ்தவமும் நின்றுகொண்டிருக்க வேண்டும் என்றே நான் எண்ணுகிறேன். கிறிஸ்தவத்தின் மனிதாபிமானத் தொண்டு மனப்போக்கு, கிறிஸ்துவின் கருணை, இங்கே அச்சவாலை முன் வைத்தபடியே இருக்கவேண்டும். இஸ்லாமின் சமத்துவத்தில் வேரூன்றிய நீதியுணர்வு அச்சவாலை முன்வைக்க வேண்டும். ஆம், மத மாற்றத்துக்கான சவால் இருந்தாக வேண்டும்.

கருணையும், சமத்துவமும் இந்துமதத்திலிருந்து கிடைக்காவிட்டால் மக்கள் வெளியேறட்டும். கிறித்தவ பாதிரிமார்கள் சேரிகளுக்கு சென்று இருநூறு வருடம் கழித்துதான் நமது மடாதிபதிகளுக்கு சேரிக்கும் செல்லலாம் என்று பட்டிருக்கிறது. இஸ்லாமிய மதமாற்றம் நடைபெற்று ஐநூறு வருடம் கழித்துத்தான் மனிதர்களை ஓரளவாவது சமமாக நடத்த வேண்டும் என்ற ஞானம் இவர்களுக்கு உருவாகியுள்ளது. இம்மதங்கள் இல்லாவிட்டால் இன்னும் ஆயிரம் வருடம் ஆகியிருக்கக் கூடும். எழுபது வருடம் முன்புதான் இதே காஞ்சி மடாதிபதியின் மூத்தவர் (சந்திரசேகர சரஸ்வதி) முந்நூறு மைல் நடந்து பாலக்காட்டுக்கு சென்று காந்தியை சந்தித்து ஆலயப் பிரவேச இயக்கத்தை கைவிடக் கோரி மன்றாடினார் என்பது வரலாறு. இன்று அவரது வரலாற்றிலிருந்தே அச்சம்பவம் மறைக்கப்படும் நிலை உருவாகியுள்ளது. அதற்கு கண்டிப்பாக கிறிஸ்தவ, இஸ்லாமிய மதங்களின் மதமாற்றம் ஒரு காரணம்.

மதமாற்றம் மூலம் இந்தியாவின் பண்டைய பெரும் பண்பாடு அழிந்துவிடுமா? ஆம், பெரும்பாலும். அப்படித்தான் உலகம் முழுக்க நடந்துள்ளது. அப்பண்பாட்டை பெரும் ஈடுபாட்டுடன் பயின்று

வருபவன், அதன் பகுதியாக என்னை அடையாளம் காண்பவன் நான். அதன் அழிவு, என் அழிவும்தான். ஆனால் மதமாற்றச் சவாலை நம் பண்பாடு எதிர்கொள்ள சிறந்த வழி ஒன்று உள்ளது. சொல்லப் போனால் வேறு வழியே இல்லை. கிறித்தவ மதத்தை விட கருணை மிக்க ஒரு மதமாக நாம் மாறலாம். இஸ்லாமை விட சமத்துவத்தை மேற்கொள்ளலாம். எளிய வேலைதானே இது? மதமாற்றத் தடைச் சட்டத்தைக் கொண்டு வருவதை விட ஜெயலலிதா தனக்கு பெரும் ஆதரவு வங்கியாக உள்ள தேவர் சாதியை மனமாற்றம் செய்து தீண்டாமையை சற்றேனும் கைவிடச் செய்ய தன் வசீகரத்தைப் பயன் படுத்தலாம். காஞ்சி சங்கராச்சாரியார், கால்டுவெல் செய்த பணிகளை சிறிதளவேனும் தொடரலாம். சங்கர மடத் தலைவராக ஒரு தலித் வர முடியுமென்றால் யாரைப் பற்றி கவலைப்பட வேண்டும்? சரி, உடனடியாக முடியவில்லை என்றாலும் இப்போதைக்கு கொள்கை அளவுக்கு அதை ஏற்றுக் கொள்ளலாம். அதற்காக முயலலாம். கிண்டல் செய்யவில்லை. அது ஒன்றே வழி. குறைந்த பட்சம் அந்த வழி நோக்கி அவர்களை நிர்ப்பந்திப்பதற்காகவேனும் மதமாற்றம் நிகழட்டும். இல்லையேல் சங்கராச்சாரியார் 1930க்குத் தான் திரும்பி நடந்து போவார். தேங்கிநாறி சடங்குக் குட்டையாக இந்து மதம் இந்த தேசத்தில் இருப்பதை விட அது அழிந்து இந்நாடு கிறித்தவ நாடாகவோ, இஸ்லாமிய நாடாகவோ ஆவதே மேல்.

இந்த மதமாற்றத் தடைச் சட்டம் உண்மையில் எதை செய்ய வேண்டுமோ அதை செய்யாமல் இருப்பதற்கான வழியை தேடுகிறது. தன்னைத் தானே சீர்த்திருத்திக் கொள்ளவும், மேம்படுத்திக் கொள்ளவும் இந்து மதத்துக்கு இருக்கும் வாய்ப்புகளை மூடி அதை மேலும் வைதீக முடையில் மூடிப்போடும் முயற்சி. அதன் மூலம் இந்து மதத்துக்கே இது பெரும் தீங்கை விளைவிக்கிறது. இந்து மத அபிமானிகள் அனைவருமே இதை எதிர்க்க வேண்டுமென நான் எண்ணுகிறேன். குறைந்தபட்சம் இவர்கள் எண்ணுவது போல மத மாற்றத்தையாவது இது தடுக்குமா? இல்லை. ஏனெனில் மத மாற்றம் ஒரு கருத்தியல் செயல்பாடு. சட்டமும் வன்முறையும் அதை எவ்வகையிலும் தடுக்காது. இதன் உடனடி விளைவு என்ன? இது மதச்சிறுபான்மையினர் தாங்கள் ஒடுக்கப்படுவதாக எண்ண வழி வகுக்கும். மனக் கசப்புகளையும், துவேஷத்தையும் பெருக்கும். நம் சமூகத்தில் உருவாகியுள்ள பிளவு மேலும் அதிகரிக்க வழி வகுக்கும். ஆகவே ஒட்டுமொத்தமாக கண்டனத்துக்கு உரியது இது.

(1-8-2000 அன்று நாகர்கோவிலில் கலை இலக்கியப் பெரு மன்றத்தின் சார்பில் நடத்தப்பட்ட மதமாற்ற தடைச் சட்ட எதிர்ப்புக் கருத்தரங்கில் பேசியது.)

வேதாந்த மரபும் இலக்கிய போக்குகளும்

வேதாந்தம் மற்றும் அத்துவிதம் குறித்து மனக்கசப்புகளும் முன்தீர்மானங்களும் நிரம்பிய ஒரு சூழலில் நின்றபடி நாம் பேசுகிறோம். இந்த மனக்கசப்புகளின் நடைமுறை அரசியல் தளங்களுக்கு நான் செல்ல விரும்பவில்லை. அவை நாமனைவரும் அறிந்தவையே. வேதாந்தம் அல்லது அத்துவிதம் என்ற சொல்லே இங்கே நமக்கு கசப்பு அளிப்பதாக ஆனது ஏன் என்பதை மட்டும் முதலில் பார்க்கலாம்.

தமிழ்ச் சூழலில் சங்கரவேதாந்தம் இன்று ஒரு பழமைவாத அமைப்பின் முக அடையாளமாக உள்ளது. அவ்வமைப்புக்கு எதிராக சுதந்திர சிந்தனையாளர்களின் பல வழியினர் நடத்தும் கருத்துப் போராட்டம் இன்றும் தொடரக்கூடிய ஒன்றாகும். நாம் அதிலிருந்து தொடங்கி சங்கரரையும் வேதாந்தத்தையும் அறியும் முறையில்தான் இந்த முன்முடிவுகள் உதிக்கின்றன. இரண்டாவதாக தமிழ்நாட்டில் பிரபலமாக உள்ள இரு தத்துவ தரிசனங்கள் சைவசித்தாந்தமும், விசிட்டாத்துவித வேதாந்தமும். இவை அத்துவித வேதாந்தத்துக்கு மாற்றான நோக்கு கொண்டவை. ஆகவே சமநிலை கொண்ட ஒரு தத்துவப் பார்வை வழியாகவே நாம் இன்று நம் மரபை அணுக வேண்டியுள்ளது.

தத்துவ ஆய்வின் முன்னுதாரண வழிமுறை

தத்துவப்போராட்டங்களில் எதிர்த்தரப்பை அழிவின் மூல ஊற்றாகக் காணும் ஒரு போக்கு பிரபலமாக உள்ளது. அது

சென்ற மதமேலாதிக்கக் காலகட்டங்களில் வலுவாக உருவாகி வந்த ஒரு மனநிலை. நமது பௌத்த, சமண, சைவ, வைணவ நூல்களில் மதக்காழ்ப்பின் இருள் நிரம்பிக் கிடக்கிறது. அதே மனநிலைதான் இன்றுவரை தமிழகத்தில் தொடர்கிறது என்பதைக் காணலாம். சுதந்திர சிந்தனைக்கும் மதநோக்குக்கும் இடையே மட்டுமல்ல, சுதந்திர சிந்தனையின் தரப்புகளுக்கு இடையேகூட கடுமையான வெறுப்பு நிரம்பிய மோதல்களே நிகழ்கின்றன என்பதை நாம் அறிவோம். உதாரணமாக இங்குள்ள மார்க்ஸிய அடிப்படை கொண்ட சிந்தனை யாளர்களுக்கு இடையே சென்ற நாற்பது வருடத்தில் நிகழ்ந்த மோதல்களைப் பார்த்தாலே போதும்.

தத்துவம் என்பது உலகை ஒரு குறிப்பிட்ட வகையாக விளக்கும் முறைமை. ஆகவே மாற்று விளக்கங்களுடன் அது மோதுவதை நாம் தவிர்க்க இயலாது. தத்துவம் என்பது வேர்ப்பரப்பு, அதிலிருந்தே அரசியல் சமூகவியல் அறவியல் ஒழுக்கவியல் அடிப்படைகள் உருவாகி வருகின்றன. ஆகவே தத்துவ மோதல் மிக்க விசையுடன் பலவிதமான உள்ளோட்டங்களுடன் நடப்பதையும் தவிர்க்கமுடியாது.

ஆனால் தத்துவ விவாதங்களை நடத்துவதில் நாராயண குரு காட்டிய வழி ஒன்று உள்ளது. தத்துவத்தை முழுமுற்றான உண்மை ஒன்றுக்கான ஒருங்கிணைந்த தேடலாக அவர் காண்கிறார். ஆகவே தத்துவத்தின் மாறுபட்ட தரப்புகளை ஒன்றையொன்று நிரப்பும்தன்மை கொண்டவையாக அணுகுகிறார். ஒவ்வொரு தத்துவமும் அதுவரை யான ஒட்டுமொத்த தத்துவ அமைப்பில் உள்ள ஒரு குறையை ஈடுகட்டும்பொருட்டு உருவானது என்ற நோக்கு அவருடையது. இதை அவர் ஒருங்கிணைப்பு நோக்கு (சமன்வயம்) என்ற சொல்லால் சுட்டினார். ஆதலால் தான் வாழ்ந்த காலகட்டத்தில் நாராயணகுரு எந்த தத்துவ மோதல்களிலும் ஈடுபடவில்லை. ஆனால் அதுவரையிலான தத்துவநோக்குகளை கூர்ந்து அவதானித்த பேரறிஞர் அவர். தமிழ் மலையாளம் சமஸ்கிருதம் ஆகிய மூன்று மொழிகளிலும் ஆழ்ந்த புலமையுடையவர். அன்று வரையிலான தத்துவ அமைப்பில் அவர் அவதானித்த போதாமைகளை நிரப்பும்பொருட்டு மட்டுமே அவர் தன் நூல்களை எழுதினார்.

இந்த ஒருங்கிணைப்புப் பார்வையை இன்று நாம் சாதாரணமாக தவறாகவோ குறைத்தோ மதிப்பிட்டுவிடுவோம். இன்று மத அரசியல் சார்ந்து எல்லா தரப்புகளையும் ஒற்றை அமைப்பாக மாற்றும் நோக்குடன் செய்யப்படும் சமரசம் போன்றதுதான் அது என்று சிலர் எண்ணக்கூடும். அப்படியல்ல, நாராயண குரு தத்துவ வேறுபாடுகளை மிக மிக முக்கியமாக கருதியவர். ‘அரியும் அரனும் ஒன்று’ என்பதுபோன்ற எளிய சமரசநோக்கு அல்ல அவருடையது. நவீன

தத்துவ மொழியில் சொல்லவேண்டுமானால் நாராயணகுரு தத்துவத்தை ஒரு பெரும் உரையாடலாக, நவீனக் கலைச்சொல்லால் சுட்டவேண்டுமென்றால் சொற்களனாகக் (Discourse) கண்டார். உரையாடலின் எல்லா தரப்புமே முக்கியம்தான். உரையாடலின் இயக்கசக்தி அத்தரப்புகளின் மோதல் மூலம் உருவாவது. ஒவ்வொரு தத்துவமும் விரிவான சொற்களனில் எந்த இடத்தை நிரப்புகிறது என்று அவர் பார்த்தார். அது தத்துவ மொழியாடல் முறை எனலாம். (Dialogic Philosophy).

அடிப்படையில் நாராயணகுரு ஒரு அத்துவிதர். இங்கே கவனம் கொள்ளவேண்டிய விஷயம் ஒன்று. நாராயண குருவின் காலகட்டத்து கேரளமே இந்தியாவில் மிக உச்சகட்ட சாதிவெறி நிலவிய பகுதி. இந்தியாவில் வேறெங்குமே தீண்டாமை தூரக்கணக்கில் கடைப் பிடிக்கப்பட்டதில்லை. நாராயணகுருவின் சாதி எட்டடி தள்ளிநின்று உயர்சாதியின் 'தூய்மையை' பேணவேண்டிய ஒன்று. இந்த அமைப்பை உருவாக்கியவர் சங்கரர் என்ற நம்பிக்கை சமீப காலம் வரை வலிமையாக இருந்தது. சங்கர வேதாந்தம் அதன் உச்சகட்ட சீரழிவில் கேரள சூழலில் புழங்கியது. இத்தகைய வரலாற்றுத்தருணத்தில் செயல் பட்ட நாராயணகுரு சங்கரர் மீது காய்தலோ உவப்போ அற்று தூய தர்க்க முறைப்படி அவரது கோட்பாடுகளை அணுகியது மிகவும் முக்கியமானது. நாராயணகுரு சங்கரன் என்று சாதாரணமாகவே 'மகாசங்கர பகவத் பாதரை' குறிப்பிடுகிறார். சங்கரரை மறுக்க அல்லது எள்ள வேண்டிய இடத்தில் அதற்கு தயங்குவதுமில்லை. ஆனால் அவர் பேசியது சங்கரவேதாந்தத்தின் தொடர்ச்சியாகவே.

நாராயணகுருவின் நோக்கையே ஒரு தத்துவ மாணவன் முன்னுதாரண மாக கொள்ள வேண்டியது என்பது என் எண்ணம்.

ஆதி வேதாந்தமும் பிற்கால வேதாந்தங்களும்

இந்தக் கட்டுரையில் பொதுத்தகவல்களை, அல்லது உள்விவாதங் களை அதிகம் பேச முற்படவில்லை. இலக்கிய நோக்கில் வேதாந்தம் மற்றும் அத்துவிதம், விசிட்டாத்துவிதம், துவிதம் போன்ற பிற்கால வேதாந்த மரபுகளை அணுகும்போது அவசியமான அடிப்படைத் தெளிவுகளைப்பற்றி மட்டுமே பேச விரும்புகிறேன்.

முதலில் வேதாந்தம் என்ற சொல்லைப்பற்றி தெளிவு கொள்ள வேண்டும். வேதம் + அந்தம் என்று இணைவு கொண்ட இச்சொல் வேதத்தின் உச்சம் அல்லது இறுதி என்று பொருள்படுகிறது. இது ஒரு சிறப்புச்சொல். வேதசாரம் என்று தங்கள் தரப்பை சொல்லிக் கொண்டவர்களால் உருவாக்கப்பட்டதாக இருக்கலாம். ஆதி வேதாந்தம் வேதகாலத்துக்கும் உபநிடதகாலகட்டத்துக்கும் பிறகு

உருவான ஆறு தரிசனங்களில் ஒன்று. ஆறுதரிசனங்கள் என்பவை ஆறுவகை பிரபஞ்சப்பார்வைகள். வேதகாலகட்டத்தை ஒட்டி உருவான மாபெரும் தத்துவ விவாதச்சூழலின் விளைவாக அதற்கு முன்பே வெறும் பொதுப்பார்வைகளாக இருந்த பல உலகப்பார் வைகள் தத்துவ நிலைப்பாடுகளாக வளர்ச்சி பெற்றிருக்கலாம். அவற்றில் ஆறு தரிசனங்கள் பிற்கால தத்துவ ஆசிரியர்களால் முக்கிய மானவையாக தெரிவுசெய்யப்பட்டன. அவை முறையே சாங்கியம், யோகம், நியாயம், வைசேடிகம், பூர்வ மீமாஞ்சை, உத்தர மீமாஞ்சை ஆகியவை.

இவற்றில் சாங்கியம், யோகம், நியாயம், வைசேடிகம் ஆகிய நான்கும் பொருள்முதல்வாத நோக்கை ஆதார அடிப்படையாகக் கொண்டவை. அதாவது பிரபஞ்சம் பொருளால் ஆனது, பொருண்மையின் விதிகளால் கட்டுப்படுத்தப்படுவது என்ற நோக்கு கொண்டவை. இரு மீமாஞ்சைகளும் கருத்துமுதல்வாத நோக்கு கொண்டவை. அதாவது பொருள் அடிப்படையில் அதன் சாரமாக உள்ள கருத்தால் ஆனது, கருத்தால் இயக்கப்படுவது என்ற நோக்கு கொண்டவை.

உத்தர மீமாஞ்சையே வேதாந்தம் என அறியப்பட்டது. பூர்வ மீமாஞ்சை வேள்வியையும் வேதங்களின் முழுமுற்றான தன்மையையும் முன்வைத்த புரோகிதவாதமாகும். உத்தர மீமாஞ்சை அதை நிராகரித்து உருவான அறிவுவாதம். கி.மு. நான்காம் நூற்றாண்டில் வாழ்ந்த பாதராயணரால் ஒருங்கிணைந்த ஒரு தத்துவத்தரப்பாக (அதாவது தரிசனமாக) தொகுக்கப்பட்டது இது. அவரது பிரம்மசூத்திரம் என்ற நூலே வேதாந்தத்தின் அடிப்படை நூலாகும்.

வேதாந்தத்தில் இருந்து கிளைத்தவையே பிற்கால வேதாந்தங்களான அத்துவிதம், விசிட்டாத்துவிதம், துவைதம், துவிதாத்துவிதம் ஆகியவை. இவற்றின் முதலாசிரியர்கள் தங்கள் தரப்பை பிரம்ம சூத்திரத்துக்கு உரை எழுதுவதன்மூலமே முன்வைத்து நிறுவியுள்ளனர் என்பதனை கவனத்தில் கொள்ளவேண்டும். ஆதிவேதாந்தங்களுக்கும் பிற்கால வேதாந்தங்களுக்கும் இடையே உள்ள வேறுபாடுகள் பௌத்த மதத்துடன் நிகழ்ந்த தத்துவமோதல்களால் உருவாக்கப்பட்டவை என்று சொல்லலாம். பௌத்தமதத்தில் பிற்காலத்தில் பல பிரிவுகள் முளைத்து வளர்ந்தன என நாம் அறிவோம். அவை சூனிய வாதத்தையும் அறிவகவாதத்தையும் (விக்ஞானவாதம்) முன்வைத்தன. மேலும் அவை தங்கள் வாதமுகங்களை நியாய மரபின் தர்க்க முறைமையைக் கையாண்டு முன்வைத்தன. அவற்றுடனான விவாதம் மூலம் வேதாந்தம் தன் தரப்பை மேலும் விரிவாக்கிக் கொண்டது. நியாயமரபின் தர்க்கமுறையை அதுவும் கைக்கொண்டது. விளைவாகவே பிற்கால வேதாந்தமுறைகள் உருவாயின.

ஆகவே நாம் விவாதங்களில் வேதாந்தம் என்ற சொல்லை பொத்தாம் பொதுவாகப் பயன்படுத்தக்கூடாது. வேதாந்தம் என்றால் அது ஆதிவேதாந்தம் அல்லது உத்தர மீமாஞ்சையே. பிற்காலவேதாந்தங் களை நாம் அவற்றின் பெயரிலேயே பயன்படுத்தவேண்டும். அவற்றுக்கிடையேயான வேறுபாடுகள் மிக துல்லியமானவை. முக்கியமாக பருவுலகம் முற்றிலும் பொய்யே என அத்வைதம் வாதிடுவதுபோல ஆதிவேதாந்தம் வாதிடுவது இல்லை என்பதை நாம் காணலாம். விசிட்டாத்வைதமும் துவைதமும் பருவுலகை நிராகரிப்பது இல்லை. இவ்வேறுபாடுகளை மழுங்கடிக்காமலேயே பேசவேண்டும். மேலும் நான் ஏற்கெனவே சொன்னதுபோல நாராயண குருவின் அணுகுமுறையைபின்பற்றி அவை ஒன்றையொன்று முழுமைசெய்பவை என்று எண்ணி அணுகுவது பயனளிக்கும்.

வேதாந்தம்: முதல்முழுமைவாதம்

வேதாந்தத்தின் தத்துவமையம் என்ன என்ற வினாவுக்கு பிரம்ம சூத்திரம் என்ற அந்நூலின் பெயரே பதில் சொல்கிறது, பிரம்மம். ரிக்வேதம் முதலே இவ்வுருவகம் உருவாகி வலிமையுடன் அமர்ந்திருப்பதைக் காணலாம். வேதங்கள் நாம் பொதுவாக கற்றறிந்துள்ளதுபோல இயற்கையை வழிபடக்கூடிய எளிய மதநூல்கள் அல்ல. அவை மாபெரும் தொகைநூல்கள். பலவிதமான நோக்கு கொண்ட பாடல்கள் அவற்றில் உள்ளன. இரு வகை மத அடிப்படைகள் வேதங்களில் உள்ளன என்று நாம் உருவகிக்கலாம். ஒன்று பல்லிறைக் கோட்பாடு, இன்னொன்று ஓரிறைக் கோட்பாடு. பல்லிறைக் கோட்பாடு இயற்கை சக்திகளை மனிதத்தன்மை கொண்ட இறையுருக்களாக உருவகித்து அவர்களுக்கு வேள்விகள் செய்வதைக் குறித்து பேசுகிறது. ஓரிறைக் கோட்பாடு பிரபஞ்சத்தின் சாரமான இறைவல்லமை ஒன்றைப்பற்றி பேசுகிறது. அனைத்தும் ஒன்றே என்ற அழுத்தமான குரலை ரிக்வேதம் உக்கிரமாக எழுப்புகிறது. குறிப்பாக அதன் பத்தாம் மண்டிலத்தில் உள்ள பல பாடல்களில் ஓரிறைக் கோட்பாடு மிக விரிவாக, தீவிர கவித்துவத்துடன் முன்வைக்கப் பட்டுள்ளது. பிரபஞ்சத்தை ஆளும், பிரபஞ்சமே ஆகி நிற்கும் முதல் முழுமையாக உருவகிக்கப்பட்டுள்ள அது பிரம்மம் என்று சொல்லப் படுகிறது. ரிக்வேதத்தில் உள்ள 'சிருஷ்டிகீதம்' அந்த தரிசனத்தை வெளிப்படுத்துவது என ஆய்வாளர் பலர் புகழ்ந்துள்ளனர்.

ரிக்வேதத்திலிருந்து இருவகை இறைக் கோட்பாடுகளும் முளைத் தெழுந்தன. பல்லிறைக் கோட்பாடும் வேள்வியும் பூர்வமீமாஞ்சை ஆயிற்று. புரோகித மதமாக வளர்ந்தது. இன்று நாம் காணும் பலநூறு தெய்வங்கள், புராணங்கள், ஆலயங்கள், சடங்குகள் எல்லாம் அது பிற வழிபாட்டுப்போக்குகளுடன் உரையாடி உருவாக்கியவையே.

ரிக்வேதத்து ஓரிறைக் கோட்பாடு உபநிடதங்களில் தத்துவார்த்தமான வளர்ச்சி கொண்டது. உபநிடதங்களிலிருந்து அது தர்க்க அடிப்படை கொண்டு வளர்ந்ததன்மூலம் உருவானதே வேதாந்தமாகும். பிற்கால வேதாந்தங்கள் அனைத்துக்கும் உபநிடதங்களும் மூலநூல்களே என்பதை நாம் அறிவோம்.

பிரம்ம தத்துவம் பலபடிகள் கொண்டது. பிரபஞ்சத்தை ஒற்றைப் பேரிருப்பாக உருவகித்துக்கொண்ட ரிக்வேதம் அப்பிரபஞ்சத்தின் சாரமாக உள்ள கருத்து அல்லது சக்தியும் அப்படி முதல்முடிவற்ற ஒன்றே என்று உருவகித்தது. அப்படி உருவகிக்கப்பட்ட முழு முற்றான, அனைத்துமேயான, அனைத்துக்கும் அப்பாற்பட்ட மையமே பிரம்மம் எனலாம். உபநிடதங்களில் பிரம்மத்தை வரையறை செய்யும் பல வரிகள் உள்ளன. 'ஈசோவாஸ்யம் இதம் சர்வம்' இவையனைத்திலும் ஈசம் உறைகிறது (ஈசோவாஸ்ய உபநிடதம்) 'தத்வமசி' அது நீயேதான், (சாந்தோகிய உபநிடதம்) போன்றவரிகள் புகழ்பெற்றவை. நாம் அறியும் பொருள்வயப்பிரபஞ்சம் ஒரு மாயத் தோற்றமே என்றும் இதன் அடிப்படையாக ஓர் உள்ளுறைக் கருத்து உள்ளது என்றும் வேதாந்தம் சொல்கிறது. அந்த கருத்துதான் முதல்முழுமை அல்லது பிரம்மம்.

தத்துவ வரலாற்றில் வேதாந்தத்தின் பங்களிப்பு

இங்கே முக்கியமான ஒரு வரையறையை நாம் உருவாக்கிக்கொள்ள வேண்டும். இன்று தமிழ்ச் சூழலில் வேதாந்திகளாக அறியப் படுபவர்கள்தான் வேள்விகளை முன்னின்று நடத்துபவர்களும் சடங்கு வாதிகளும் ஆலயவழிபாட்டாளர்களுமாக இருக்கிறார்கள். ஆகவே நாம் வேதாந்தத்தை சாதாரணமாக வேள்வி, புரோகிதம், ஆலயம் ஆகியவற்றுடன் தொடர்புபடுத்திக் கொள்கிறோம். ஆனால் வேதாந்தம் அடிப்படையில் 'தூய அறிவு வாதம்' ஆகும். வேள்வியும் பல்லிறைக் கோட்பாடும் உருவான அதே வேத காலத்தில் அதற்கு நேர் எதிரான தத்துவத்தரப்பாக உருவானது வேதாந்தம். உபநிடதங்களில் வேதமந்திரங்களையும் புரோகிதர்களையும் மிகக்கடுமையாக நிராகரிக்கும் பற்பல வரிகள் உள்ளன. சாந்தோக்ய உபநிடதம், முண்டக உபநிடதம் போன்றவற்றில் வேதங்களை அடிப்படையாகக் கொண்ட வேள்விச்சடங்குகளுக்கு எதிராக நேரடியான தாக்குதல் களைக் காணலாம். முண்டக உபநிடதம் வேள்விச்சடங்குகளை செய்பவர்களை நிலையில்லா தோணிகள் என்று குறிப்பிடுவதை பொதுவாக மேற்கோள் காட்டுவது உண்டு.

'முக்குணங்களுடன் வளர்ந்து நிற்கும் வேதங்கள் என்ற மரத்தை ஆகவே நீ வெட்டி வீழ்த்துவாயாக' என்று கீதையில் பார்த்தனுக்கு சாரதி சொல்கிறார். சங்கரர் விவேகசூடாமணியில் 'யோகத்தாலோ

சாங்கியத்தாலோ மதச்சடங்குகளினாலோ (வேள்விகளாலோ) வெறும் கல்வியினாலோ வீடுபேறு கிடைப்பதில்லை. ஆத்மாவும் பிரம்மமும் ஒன்றே என்பது அனுபவமாதலே வீடுபேறு' (விவே: 5. 58) என்று திட்டவட்டமாக வரையறை செய்கிறார். அதாவது வேதாந்தம் ரிக்வேதகாலம் முதல் இன்றுவரை பல வடிவங்கள் கொண்டு தொடர்ந்துவரும் தூய அறிவுவாதமாகும். எந்த ஒரு சிந்தனையும் காலப்போக்கில் பலவாறாக விளக்கப்படும், திரிக்கப்படும், தலைகீழாக்கப்படும், வளர்க்கப்படும். வேதாந்தம் பலவகையான வடிவங்கள் எடுத்தது. நாம் அதன் மூலக் கட்டுமானத்தையே நம் தேடலின் அடிப்படையாக கொள்ளவேண்டும். அந்த தளத்தில் வேதாந்தத்தின் எல்லா வடிவங்களும் அறிவார்ந்த தேடலையே ஆன்மிகமாக முன்வைப்பவையும் நிறுவன மதத்தையும் சடங்குகளையும் எதிர்ப்பவையும் ஆகும்.

வேதாந்தத்தின் முக்கியபங்களிப்பு இவ்வாறு அது உபநிடத காலம் முதல் விவேகாநந்தர் மற்றும் நாராயணகுரு காலம்வரை நிறுவன மதத்துக்கு எதிரான அறிவார்ந்த தேடலாக நின்றதேயாகும். இன்றும் வேதாந்தத்தின் ஏதாவது ஒரு கூறே அறிவார்ந்த ஆன்மிகம் என்ற வரையறைக்கு உரியதாக உள்ளது. நிறுவனமதம் உருவாக்கும் நம்பிக்கைசார்ந்த அடிமைத்தனம், அமைப்புகளின் ஆதிக்கம், சடங்குமுறைகள் மூலம் சுரண்டல் போன்றவற்றை எதிர்த்து ஒவ்வொருமுறையும் இந்துமெய்ஞானமரபில் ஒரு புதிய திறப்பை உருவாக்க அதனால் முடிந்துள்ளது. கண்டிப்பாக, வேறு எந்த ஆன்மிகக் கோட்பாட்டையும்போல அதுவும் சிதைக்கப்பட்டு திரிக்கப்பட்டுள்ளது. சங்கரர் உருவாக்கிய அமைப்புகள் எல்லாமே அவரது நேர்மாணவர்களினாலேயே நிறுவனமதம் நோக்கி கொண்டுசெல்லப்பட்டு புரோகிதவாதத்துக்கு அடிமையாக்கப்பட்டன. சங்கரவேதாந்தம் பெருமளவுக்கு மாற்று உரைகள் எழுதப்பட்டு அதற்கேற்ப திரிக்கப்பட்டது. பிரம்மாண்டமான அறிவியக்கம் ஒன்றின்மூலம் நாராயணகுருவின் இயக்கம் அதை மீட்டது. நாராயணகுரு, நடராஜ குரு, நித்ய சைதன்ய யதி, முனி நாராயண பிரசாத் என ஒரு ஆசிரிய மாணவ வரிசையே அதற்கென நீண்டகால உழைப்பை செலுத்த வேண்டியிருந்தது.

வேதாந்தமே இந்துஞானமரபின் தத்துவார்த்தமான உச்சம். இந்துஞானமரபின் ஆன்மிகவாத (அல்லது சாரம்சவாத) நோக்கின் சிறந்த தத்துவநிலைப்பாடும் அதுவே. ஆகவே இந்துஞானமரபுக்குள் நிகழ்ந்த எல்லா விவாதங்களிலும் அத்வைதம் மிக முக்கியமான ஒரு தரப்பாக இருப்பதை நாம் காணலாம். இந்து ஞானமரபுக்கும் பௌத்த சமண மெய்ஞானமரபுகளுக்கும் நிகழ்ந்த உரையாடல்களிலும் அதுவே முக்கியமான தரப்பு. சாங்கியம் யோகம் நியாயம் ஆகியவற்றுடன்

வேதாந்தம் கொண்ட விரிவான தர்க்கமோதல்களின் தடையத்தை நாம் சங்கரரின் பிரம்மசூத்திர பாஷ்யத்திலும் விவேகசூடாமணியிலும் காண்கிறோம். அவற்றின் முக்கியமான அம்சங்களை உள்ளிழுத்துக் கொண்டு வளர வேதாந்தத்தால் முடிந்தது. அதேபோல பௌத்த மதத்தின் யோகாசார மரபின் உயர்தள தத்துவ தளத்துடன் மோதும் திராணி இருந்த ஒரே இந்து ஞானமரபும் அதுவே. நீண்ட விவாதம் வழியாக அது சூனியவாதத்தையும் அறிவகவாதத்தையும் தன்னுள் இழுத்துக்கொண்டு பௌத்தத்தை தாண்டியது.

மூன்றாவதாக வேதாந்தத்தின் பங்களிப்பு இந்திய மறுமலர்ச்சிக்கு அது அடிப்படையாக அமைந்தமையே. அறிவார்ந்த தேடலுடன், மானுட சமத்துவம் குறித்த பிரக்ஞையுடன் இந்துஞானமரபை நோக்கி திரும்பியவர்கள் அனைவருமே வேதாந்தத்தையே கண்டு கொண்டார்கள். அதற்கான காரணங்கள் 1) வேதாந்தத்தின் அறிவார்ந்த நோக்கு. சடங்குகளுக்கும் அமைப்புகளுக்கும் அது எதிராக இருந்தமை. 2) அதில் உள்ளடங்கியிருந்த பிரபஞ்ச சமத்துவ நோக்கு. 3) அது சுயசிந்தனைக்கு சிந்தனைசுதந்திரத்துக்கு அளித்த முதலிடம். 4) அது இந்திய மெய்ஞானமரபின் பெரும்பாலான தத்துவ நிலைப்பாடுகளை தன்னுள் கொண்டிருந்தமை. 5) பிளேட்டோ முதல் இம்மானுவேல் காண்ட், ஹெகல் வரையிலான மேலைகருத்துமுதல்வாதிகளுடன் நெருக்கமாக அதை உரையாடவைக்கமுடியும் என்ற சாத்தியம்.

ஆரிய சமாஜ நிறுவனர் தயானந்த சரஸ்வதியை வேதாந்தத்தை நவீன காலகட்டத்துக்கு ஏற்ப மறுஆக்கம் செய்ய முதலில் முயன்றவர் என்று சொல்லலாம். அவர் அடிப்படையில் வேதங்களின் முதன்மையை முக்கியப்படுத்தும் வைதீகவாதி. ஆனால் வேதங்களை சடங்குகளின் அடிப்படையில் விளக்கிய சாயனரின் நோக்கை கடுமையாக எதிர்த்து அவற்றை அறிவார்ந்த விளக்கத்துக்கு உள்படுத்த முயல்கிறார். அதற்கு வேதங்களை வேதாந்தநோக்கில் மறுஉரை அளிக்கிறார். அது ஒரு தொடக்கம். அதன் பிறகு அம்முயற்சி பலதளங்களில் பல கோணங்களில் நிகழ்ந்தது. பகவத் கீதையை ஏராளமான உரைகள் மூலம் இந்து ஞானமரபின் மூலநூல்களில் ஒன்றாக முன்னிறுத்தும் முயற்சி அப்போது தொடங்கி இக்கணம் வரை நிகழ்கிறது. வேதாந்தமரபின் மூன்று தத்துவ அடிப்படைகளில் (உபநிடதம், கீதை, பிரம்மசூத்திரம் - பிரஸ்தானத்ரயம்) கீதை ஒன்று. கீதைக்கு திலகரின் கீதாரகஸ்யம் முதல் வினோபாவின் கீதைப்பேருரைகள், சின்மயானந்தாவின் கீதை உரைகள் வரை வந்துள்ள முக்கிய உரைகள் எல்லாமே வேதாந்தத்தின் அறிவார்ந்த நோக்கில் இந்துஞான மரபை மறுதொகுப்பு செய்ய முயல்பவையே.

நவீன காலகட்டத்துக்கு ஏற்ப வேதாந்தம் மறுபிறவி எடுத்தமைக்கு இரு பேரியக்கங்கள் முக்கியமான காரணங்கள். ராமகிருஷ்ண

பரமஹம்சரும் சுவாமி விவேகானந்தரும் உருவாக்கிய ராமகிருஷ்ண மடம். நாராயணகுருவின் இயக்கம். இவற்றுக்கு இடையே பொதுவான கூறுகளே மிக அதிகம். ராமகிருஷ்ண இயக்கம் அறிவார்ந்த மதம் மற்றும் சேவை என்ற வகையில் தன் அடிப்படையை அமைத்துக் கொண்டது. நாராயண இயக்கம் அறிவார்ந்த மதம் மற்றும் சமூகப்போராட்டம் என்ற கோணத்தில் தன் அடிப்படையை அமைத்துக் கொண்டது எனலாம்.

வேதாந்தம் அறிவு ஒன்றே சாரமான உண்மை என்கிறது. அறிவ தெல்லாம் அறிவையே, அறியாமையும் ஒரு வகை அறிதலாகவே நிகழ முடியும் என்கிறது நாராயணகுருவின் அறிவு என்ற நூல். 'அறிவில் அமர்தல்' என்பதே வீடுபேறு அல்லது விடுதலை என அவரது 'தெய்வ தசகம்' சொல்கிறது. அறிவின் உச்சநிலை சமபாவனையே. இப்பிர பஞ்சம் திரிபுபட்ட அறிதலே என்ற உணர்விலிருந்து பிரபஞ்சத்தில் உள்ள அனைத்தையுமே சமமாகக் காணும், அனைத்தையுமே முழு அறிவு நோக்கி கொண்டு செல்லமுயலும் மனநிலையே சமபாவனை. அத்தகைய பாவனை உடைய ஒருவனுக்கு மனிதர்களில் மட்டுமல்ல எந்த உயிரினங்களுக்குள்ளும் உயர்வுதாழ்வு இல்லை. 'பேதபுத்தி' என்பதே அறியாமைக்குச் சமானமான சொல்லாக வேதாந்தத்தில் உள்ளது. கீதையிலும் சொல்லப்பட்டுள்ளது. இவ்வடிப்படையை உணர்ந்த வேதாந்திகளே ஆரம்பகால சமூகப்போராளிகள் பலர்.

தலித் விடுதலைக்காக போராடிய சுவாமி சகஜானந்தா, கேரள தலித் போராளி அய்யன்காளி, அவரது குருவான சுபானந்த குரு, அய்யா வைகுண்டர் போல பற்பல பிற்பட்ட தாழ்த்தப்பட்ட சமூகங்களி லிருந்துவந்த சமத்துவப்போராளிகளுக்கு வேதாந்தமே முக்கிய ஆயுதமாக இருந்தது என்பது நம் முன் உள்ள ஓர் வரலாற்று உண்மை யாகும். இந்து மரபுகள் அனைத்திலிருந்தும் தன்னை விடுவித்துக் கொள்ள விழைந்த அம்பேத்கார் கூட வேதாந்தத்துக்கு நெருக்க மானதும் அத்வைதத்துக்கு முன்னோடியுமான பௌத்தஞான மரபையே ஏற்றுக் கொண்டார். வேதாந்தத்தின் சாரமான சமத்துவ நோக்கிற்கு ஆதாரம் இது.

இம்மூன்று அடிப்படைகளிலேயே நாம் வேதாந்தத்தை பரிசீலிக்க வேண்டும்.

தமிழிலக்கியமும் வேதாந்தமும்: மணிமேகலை காலம்

தமிழிலக்கியத்துடன் வேதாந்தத்துக்குள்ள உறவை இரு அடிப்படைகளில் அறிய முயலவேண்டும். ஒன்று வேதாந்தத்தின் சாரமாக உள்ள தத்துவநோக்குக்கும் தமிழ்மனநிலைக்கும் உள்ள உறவென்ன? இரண்டு, வேதாந்தம் எப்படி தமிழில் பாதிப்பை செலுத்தியது?

என் தனிப்பட்ட நோக்கில் வேதாந்தப்பார்வையின் அடிப்படை தமிழில் இருந்தது என்று எண்ணுகிறேன். கண்டிப்பாக அனைத்தையும் ஒன்றாகக் காணும் தத்துவ நோக்கு ரிக்வேதத்தில் உள்ளதே. ஆனால் அகம் புறம் என்ற பிரிவினையும், அகத்தை புறத்துக்கு ஆதாரமாகக் கொள்ளும் நோக்கும் சங்கப் பாடல்களில் மிக அழகாக வெளிப் பட்டுள்ளது. அது ஆதித் தமிழ்ச் சிந்தனையின் முக்கியமான கூறாக இருந்திருக்கலாம். தொடர்ந்து தமிழ் மரபு இந்த அகப்புறப் பிரிவினையை வளர்த்தெடுப்பதைக் காணலாம். பிற்பாடு சைவ சித்தாந்த மரபானது அகம் புறம் அகப்புறம் புறப்புறம் என இந்த பிரிவினையை மேலும் விரிவாக வகுத்துக் கொள்வதைக் காணலாம். இதை என்னால் ஓர் எழுத்தாளனாக என் உள்ளுணர்வுசார்ந்தே சொல்லமுடியும், ஆய்வாக முன்வைக்க இயலாது.

இந்த அபேத உணர்வு தமிழ்ச்சிந்தனையில் இருந்தமையினால்தான் பௌத்தமும் சமணமும் இங்கே எளிதாக வேரூன்ற முடிந்தது என்பது என் எண்ணம். அவற்றை வடக்கிலிருந்து வந்து இங்கே ஆதிக்கம் செலுத்திய சிந்தனையாக நான் நினைக்கவில்லை. தமிழின் சாரமான சிந்தனைக் கூறுகளை தத்துவார்த்தமாக வளர்த்தெடுக்கும் கருவிகளை அவை அளித்தன. அவற்றை பயன்படுத்திக் கொண்டு இங்கே சிந்தனை வளர்ச்சி ஏற்பட்டது. தமிழ் பௌத்தமும் தமிழ்சமணமும் வட இந்திய பௌத்தம், சமணத்திலிருந்து மாறுபட்டவை.

விரிவாக இங்கே அதைப்பற்றி பேச இடமில்லை. சில உதாரணங் களைக் காட்டலாம். வட இந்திய சமணம் அதிதீவிர துறவை, அகமறுப்பை முன்வைத்தபோது நம் சமணகாவியமான சீவக சிந்தாமணி அகத்துறையையும் கலைகளையும் முதன்மைப்படுத்தும் ஓர் ஆக்கமாக உள்ளது. வட இந்திய சமணமும் பௌத்தமும் பெண்களுக்கு முக்கியத்துவமளித்தவையல்ல. பெண்தெய்வங்களும் பெண் ஞானிகளும் அவர்களுக்கு இல்லை. பெண்களுக்கு துறவும் வீடுபேறும் இல்லையென்றே புத்தர்கூட எண்ணினார். தன் செவிலித்தாயான கௌதமி வந்து கோரியபோதே மிகவும் தாமதித்து பெண்களுக்கு சங்கத்தில் சேரும் உரிமையை அளித்தார். பெண்களை இரண்டாம்பட்சமாக கருதும் கோட்பாடுகளை சமணமதத்தில் நிறையவே காணலாம்.

ஆனால் தமிழில் பத்தினி வழிபாடு அவ்விரு மதங்களுக்கும் ஏற்புடையதாக இருந்ததை சிலப்பதிகாரத்தில் காண்கிறோம். நம்மிடமுள்ள பெரும் பௌத்த நூலின் மையம் மணிமேகலை என்ற பெண். மணிமேகலை காப்பியம் புத்தருக்கு எதிரான கலகம் என்று சொல்லலாம்.

இவ்வேறுபாடு முக்கியமானது. தமிழில் இருந்த சிந்தனைகளை வெறுமே பௌத்தம் சமணம் என்று சொல்லிவிடலாகாது, முறையே

தமிழ்பௌத்தம் தமிழ்ச்சமணம் என்ற சொற்களையே கையாள வேண்டும்.

மணிமேகலையின் 'சமயக்கணக்கர் தம் திறங்கேட்ட காதை' தமிழில் அன்று வலுவாக இருந்த தத்துவநிலைப்பாடுகளைப்பற்றி விரிவாக பேசுகிறது. ஏறத்தாழ எல்லா அமைப்புகளும் தீவிரமாகவே மோதிக் கொண்டிருந்ததை அதில் காண்கிறோம். அளவைவாதம் அப்பட்டியலில் முதலில் குறிப்பிடப்படுவது கவனத்துக்குரியது.

வேதவியாசனும் கிருதகோடியும்
ஏதமில் சைமினி எனுமிவாசிரியர்
பத்தும் எட்டும் ஆறும் பண்புறத்
தத்தம் வகையால் தாம் பகர்ந்திட்டனர் (மணிமேகலை)

என்று தன் தரப்பை சொல்லும் வைதீக அளவைவாதி கிருதகோடி என்று குறிப்பிடுவது பாதராயணரையே என முக்கியமான உரையாசிரியர்கள் சொல்லியுள்ளனர். இங்கே சைமினியின் பூர்வமீமாஞ்சையையும் சேர்த்து இருமீமாஞ்சைகளையும் வைதீகர் தங்கள் சிந்தனையின் பகுதியாகக் கொள்வது கவனத்துக்குரியது. தத்துவதரப்பில் இதுவே விரிவாக முன்வைக்கப்படுகிறது. இது வேள்வியை அடிப்படையாகக் கொண்ட வைதீகப் புரோகித மதம் அல்ல என்பது தெளிவு. பொதுவாக சமஸ்கிருத நூல்களை அடிப்படையாகக் கொண்டு மேலைச் சிந்தனையாளர் இந்திய ஞானமரபை வகுத்த முறைமைக்கும் மணிமேகலைக்கும் பலவகையான முரண்பாடுகள் உள்ளன. அதில் முக்கியமானது இந்த அளவைவாதம் எது என்ற வினா.

இதை நான் இப்படித்தான் புரிந்துகொள்கிறேன். அளவைவாதம் என இங்கே மணிமேகலை குறிப்பிடுவது வேதாந்தத்தை முதன்மையாக தன்னுள்கொண்டு பேசும் வைதீக மரபையே. அதாவது இக்கால கட்டத்தில் வேதாந்தம் தனியான ஒரு சிந்தனையமைப்பாக இயங்கி யிருக்கவில்லை. அது வைதீகநோக்கின் அறிவார்ந்த உச்சநுனியாகவே இருந்தது. வைதீகநோக்குகளின் ஒட்டுமொத்தமாகவே இங்கே அளவைவாதம் சொல்லப்படுகிறது. இந்த அடிப்படையில்தான் விஷ்ணுபுரம் நாவலில் விஷ்ணுபுரத்தை ஆளும் வைதீகத்தை அனைத்து வேதமையநோக்குகளையும் உள்ளடக்கிய தரப்பாக உருவகம் செய்திருக்கிறேன்.

இதற்கு உதாரணமாக சுட்டவேண்டியது அளவைவாதி உலகை அறியும் அறிதளம் அல்லது அளவையின் (பிரமாணம்) பத்து வகைமைகளில் ஒன்றாக அருத்தாபத்தி குறிப்பிடப்படுகிறது. பொருளுதய அறிதளம் அல்லது அருத்தாபத்தி பிரமாணம் இல்லாத ஒன்றை நம் பிரக்ஞை உருவாக்கி அறியும் அறிதளம். பிரபாகர

மீமாஞ்சையில் இது ஒரு முக்கிய கோட்பாடு. ஒன்றை பிறிதெனக் கண்டு அறிகையிலும், சரி சில அடிப்படைகளைக் கொண்டு ஊகம் செய்யும்போதும்சரி இல்லாத ஒன்றை புதிதாக மனம் உருவாக்கிக் கொள்ள இயலும். அறிதளங்களில் நேர்காட்சி, ஊகம், முன்னறிவு ஆகியவற்றுக்கும் நியாயமரபு உருவாக்கிய உவமைக்கும் அடுத்த நான்காவது அறிதளமாக இதை பிரபாகர மீமாஞ்சை முன்வைக்கிறது

இன்மையுணர்வு அறிதளம் அல்லது (அனுபலப்தி பிரமாணம்) எதுவுமே இல்லாமலிருக்கும் நிலையை உணரக்கூடிய ஒரு புலன் மனதுக்கு உண்டு என்றும் அதுவும் அறிதளங்களுள் ஒன்றே என்றும் வாதிடும் கொள்கை. குமரிலபட்டரின் பட்ட மீமாஞ்சை இதை முக்கியப்படுத்துகிறது. அறிதளங்களில் நேர்காட்சி, ஊகம், முன்னறிவு ஆகியவற்றுக்கும் நியாயமரபு உருவாக்கிய உவமைக்கும் அடுத்த நான்காவது அறிதளமாக இதை பட்ட மீமாஞ்சை முன்வைக்கிறது. இதை மணிமேகலையில் அபாவ அளவை என்று அளவைவாதி சொல்கிறார். அதாவது எல்லா வேதாந்தமரபுகளும் அடங்கிய ஒன்றே மணிமேகலை சுட்டும் அளவைவாதம்.

இதை விரிவாக முன்வைக்கும் மணிமேகலை இதன் பல்வேறு மாறுநிலைகளாக அல்லது விளைநிலைகளாக பிற சிந்தனை முறைகளை சுட்டுகிறது. தவத்திறம் பூண்டு தருமம் கேட்ட காதையில் பௌத்தமெய்ஞானம் முன்வைக்கப்படுவது அளவைவாதத்துக்கு எதிராகவேயாகும். இவ்விரு காதைகளையும் ஒப்பிட்டு ஆராய்பவர் மிக விரிவான ஒரு விவாதத்தின் சித்திரத்தை அடையக் கூடும். இதனடிப் படையிலேயே நான் விஷ்ணுபுரத்தின் முக்கியமான விவாதம் வேதாந்தத்தை உள்ளடக்கிய வைதீகப்பெருமரபுக்கும் பௌத்தத்துக்கும் இடையே நிகழ்ந்ததாக எழுதினேன். துரதிருஷ்டவச மாக மேலோட்டமான வாசிப்புள்ள சிலர் அதை வைணவ பௌத்த மோதலாக எடுத்துக்கொண்டு அப்படியொன்று இங்கே நிகழவே யில்லை என்று சொல்லித்திரிந்தனர். அடிப்படைப் பயிற்சியற்றவர் களுடன் விவாதிக்கும் சோர்வு காரணமாக நான் அவ்விவாதத்தை முன்னெடுக்கவில்லை.

மணிமேகலை பிரமவாதம் என்று சொல்வது வேதாந்தத்தையல்ல, வைதீக ஓரிறைவாதத்தையே. அதைப்போல அது வேதவாதம் என்பது பூர்வ மீமாஞ்சையை அல்ல பூர்வமீமாஞ்சையின் தர்க்க அடிப்படை ஏதும் இல்லாத வேள்விமரபை மட்டுமே. இதை அவற்றுக்கு அளிக்கப்படும் தர்க்கங்களைப் பார்த்தால் அறியலாம். ஆக இப்படி தொகுத்துச் சொல்லலாம். பழந்தமிழகத்தில் வேதாந்தப்பெருமரபு முக்கியமான மெய்ஞானத் தரப்பாக இருந்துள்ளது. பௌத்தமும் சமணமும் சைவமும் அதனுடன் ஆழமான விவாதத்தில்

ஈடுபட்டுள்ளன. மணிமேகலையின் தவத்திறம் பூண்டு தருமம் கேட்ட காதை, பவத்திறம் அறுகவென பாவை நோற்ற காதை ஆகிய இருகாதைகளில் விளக்கப்படும் பௌத்த நெறிகளைக் கூர்ந்து பார்க்கும் போது அது வேதாந்த அடிப்படைகளுடன் விவாதத்தில் ஈடுபட்டு தன்னை விரிவாக்கிக் கொண்டிருப்பதைக் காணமுடிகிறது. அதாவது மணிமேகலையில் உள்ள பௌத்தமானது யோகாசார மரபின் தொடக்க நிலையில் உள்ளது. சூனியவாதமும் அறிவகவாதமும் முளைவிடும் நாற்றங்கால்போல உள்ளது.

அறிவகவாதத்தின் பிறப்பிடம் காஞ்சி என்று கொள்ளலாம். திக்நாகரும் தர்மகீர்த்தியும் பிறந்த ஊர். மணிமேகலை பௌத்த மெய்ப்பொருளை அடைந்த ஊர். அறிவகவாதம் வேதாந்தத்துடன் உரையாடி தன்னை உருவாக்கிக்கொண்ட பௌத்த மெய்ஞானம் என வகுக்கலாம். அதன் பிறகு அறிவகவாதம் அடைந்த தர்க்கமுழுமையை தான் உள்வாங்கிக் கொண்டு மேலெழுந்த அத்வைதம் தமிழகத்தின் சேரநிலப்பகுதியில் உருவாயிற்று.

அத்துவிதமும் தமிழும் : மத்தியகாலகட்டம்

அத்துவிதம் முழுமுதன்மையான பிரம்மமே உண்மை பிறவெல்லாம் மாயை என்று வாதிடும் வேதாந்த தரப்பு. அ+த்வைதம் என்றால் இரண்டின்மை என்று பொருள். இக்கோட்பாட்டின் ஆதிகுரு ஆதிசங்கரர் எட்டாம் நூற்றாண்டில் கேரளத்தில் காலடி என்ற சிற்றூரில் பிறந்தவர். வேதாந்த மரபைச்சேர்ந்த கௌடபாதர் என்பவரின் மாணவரான கோவிந்தரின் மாணவர். அத்துவிதத்துக்கு அடிப்படைகள் ரிக் வேதம் முதலே உள்ளன. உபநிடதங்களில் அவை கூர்மைப்பட்டன. சங்கரர் பாதராயணரில் இருந்து தொடங்கி அவரை நிராகரித்து மேலே செல்கிறார். பாதராயணரின் பிரம்ம சூத்திரம் பிரம்மம் தன்னிலிருந்து பிரபஞ்சத்தை உருவாக்குகிறது என்ற கொள்கை கொண்டது. இது வளர்ச்சிநிலை (பரிணாமவாதம்) வாதம் என்று சொல்லப்படுகிறது. சங்கரர் அப்படி பிரம்மம் தன்னை இன்னொன்றாக்கினால் பிரம்மத்தின் முழுமுதல்தன்மை குறைவுபடுகிறது என்றார். ஆகவே அவர் பிரம்மம் எவ்விதத்திலும் மாற்றம் அடையாத முழுமுதன்மை என்று சொல்லி பிரபஞ்சம் அதன் மாயத்தோற்றமே என்று வாதிட்டார். இது உருமயக்க வாதம் (விவர்த்த வாதம்) எனப்படுகிறது. இதுவே வேதாந்தத்துக்கும் அத்வைதத்துக்கும் இடையே உள்ள முக்கியமான வேறுபாடாகும்.

சங்கரரின் விமரிசகரான ராமானுஜாச்சாரியார் சங்கரரை மாறுவேட பௌத்தன் என்றார். காரணம் சங்கர வேதாந்தத்தில் அந்த அளவுக்கு பௌத்த செல்வாக்கு உண்டு என்பதே. நாகார்ச்சுனர் முதலியோரால் முன்வைக்கப்பட்ட பௌத்த சூனியவாதம் இயற்கை என்ற முடிவற்ற பிரவாகத்தின் கணங்களையே உண்மை என்று அறிகிறோம் என்றது.

நாம் அறிந்ததுமே உண்மை மாறிவிடுகிறது. நாம் அறிந்தது நம்மில் தான் நிலையாக உள்ளது. ஆகவே நம்மால் இயற்கையை அறிய முடியாது. இவ்வாறு முற்றிலும் நம் அறிவுக்கு அப்பாற்பட்ட பிரம்மாண்டவெளியே சூனியம். அதன் அடுத்தபடியாகிய அறிவக வாதம் பிரபஞ்சம் நிலைநிற்பது நாம் அறிந்து நம் அறிவாக அகத்தில் நிறுத்தியுள்ளவற்றிலேயே என்றது. நாம் அறிவதெல்லாம் நம் அறிவை மட்டுமே என்றது. புறப்பிரபஞ்சம் உண்டா என்ற வினாவுக்கு அறிய முடியாது என்பதே சூனியவாதிகளின் பதில். புறப்பிரபஞ்சமென்பது நமது அறிதல் மட்டுமே என்பது அறிவகவாதிகளின் பதில்.

சங்கரர் இக்கோட்பாடுகளில் இருந்தே தொடங்குகிறார். சங்கரர் சொல்லும் பிரம்மம் முழுமுற்றான ஒருமை என்ற அளவில் பௌத்தர்கள் சொல்லும் மகாதர்மத்துக்கு இணையானதே. பருண்மை யான புறவுலகம் என்பது இல்லை, பருண்மை என்பதே நம் புலன்கள் உருவாக்கும் ஒருவகை அறிதல்தான் என்பது அறிவகவாதிகளின் கோட்பாடு. மாறாக அத்துவிதம் புறவுலகம் உண்மையில் உள்ள ஒன்றுதான், ஆனால் அதன் குணங்கள், சாரங்கள், வடிவங்கள் எல்லாமே மாயை என்கிறது. அதாவது பௌத்தம் அறிதலே பிரபஞ்சம் என்று சொல்லும்போது அவ்வறிதலுக்கு ஒரு சாரம் இருப்பதை மறுக்கிறது. அத்துவிதம் அனைத்துக்கும் பிரம்மம் என்ற சாரத்தை முன்வைக்கிறது.

சங்கரர் சொல்வதென்ன என்ற வினாவுக்கு அவரது சில அடிப்படை சொற்றொடர்களை முன்வைப்பதே சிறந்த வழியாகும். ஏனெனில் சங்கரவேதாந்தம் மிகச்சிக்கலாக பற்பல கோணங்களில் விளக்கப் பட்டுள்ளது. அவையனைத்தும் இணைந்த ஒன்றே இன்றைய அத்துவிதம். 'பிரம்மமே உண்மை. பிரபஞ்சம் பொய். உயிர் பிரம்மம். வேறு ஒன்றுமில்லை' (ப்ரம்ம சத்ய: ஜகன் மித்ய: ஜீவோ ப்ரம்மைவ நாபர:) விவேக சூடாமணியில் சங்கரர் சொல்லும் விளக்கம். மேலும் திட்டவட்டமானது 'நிரந்தரமானவையும் அழியக்கூடியவையுமான பொருட்களை வேறுபடுத்திக் கொண்டு பிரம்மம் மட்டுமே உண்மை என்றும் உலகம் மாயையே என்றும் அறிக.'

சங்கர வேதாந்தத்தின் நேரடியான பாதிப்பினை நாம் தமிழிலக்கியத்தில் அதிகமாக காணமுடியவில்லை என்பதே என் எண்ணமாகும். ஆனால் மாயாவாதத்தை நாம் பலவகையில் தமிழிலக்கியத்தில் காண்கிறோம். சங்கரரின் வரிகளுக்கு சமானமான வரிகளை நாம் சித்தர்பாடல்களில் தொடர்ந்து காணலாம். சித்தர்பாடல்களை சைவசித்தாந்தத்தின் ஒருபகுதியாகவே பொதுவாக கருதிவருகிறோம். ஆனால் உண்மையில் அப்படி சித்தர்பாடல்களை கருதமுடியாது என்பதே உண்மையாகும். சித்தர்மரபு என்பது மிகப்பிற்காலத்தில் தொகுக்கப்பட்ட ஒன்று.

தொகுத்தவர்கள் சைவர்கள். சைவ மரபுக்கு சித்தர் பாடல்களில் அதிக இடம் உண்டு. ஆனால் பலவகையான தத்துவ ஓட்டங்கள் ஊடுருவும் ஒருவகையான சொற்களனாக சித்தர் பாடல்களைக் கொள்வதே உகந்ததாகும்.

உதாரணமாக இந்த சிவ வாக்கியர் பாடல்.

அவ்வெனும் எழுத்தினால் அகண்டமாகி நின்றனை
உவ்வெனும் எழுத்தினால் உருத்தரித்து வந்தனை
ம்வ்வெனும் எழுத்தினால் மயங்கினார்கள் வையகம்
அகர உகர மகாரமாய் நின்றதே சிவாயமே

சைவ சித்தாந்தம் உருமயக்க வாதத்தை ஏற்பதல்ல என்பது நாம் அறிவோம். அதில் பதி பாசத்தால் பசுவை ஆட்டுவிக்கும் சக்தி மட்டுமே. ஆனால் இப்பாடல் காட்டுவது துல்லியமான உருமயக்க வாதத்தை. இதற்குச்சமானமான பல பாடல்களை ஆரம்பகால சித்தர்களில் காணலாம்.

சித்தர் பாடல்களில் உள்ள அத்வைதப் பாதிப்பு மாயை என்ற கருதுகோளை ஒட்டியதாகவே பொதுவாக உள்ளது.

மாயாவாதம் மூன்று தளம் கொண்டது.

1. மனிதன் அறிவது முழுமையான உண்மையை அல்ல. அவனது அறிவுக்கு அப்பால்; அவனறியாத அல்லது அறியமுடியாத ஒன்று உள்ளது அதன் சில தளங்களையே அவன் அறிகிறான் (பண்டை வேதாந்தம்)
2. மனிதனின் அறிவு தன்னளவில் உண்மையை குறைப்படுத்தி மட்டுமே அறியும் இயல்புகொண்டது. ஆகவே அவன் தன் அறிவால் உணரக்கூடியதெல்லாமே அவனால் திரிக்கப்பட்ட உண்மையையே (பிற்கால பௌத்தம்)
3. மனிதன் அறிவதெல்லாம் அவனது மனமயக்கமே. அவன் அறிவதற்கு அப்பால் உள்ள முழுமுதல் உண்மையின் மாயத் தோற்றமே அவனது அறிதல்கள் (அத்துவித வேதாந்தம்)

இதில் சித்தர்கள் மூன்றாவது வகை நிலைப்பாட்டையே எடுக்கிறார்கள்.

மாயாவாதத்தின் மூன்று நிலைகளில் சங்கரரின் அத்துவிதமே சரியான மாயாவாதம் என்று சொல்லப்படுகிறது. பிற மாயாவாதங்களைப் போலன்றி நாம் அறிபவை முற்றாகவே பொய்த்தோற்றங்களே என்று வாதிடுவது அதுதான். சங்கர மாயாவாதம் இந்தியமெய்ஞான மரபில் மிக ஆழமாக வேரூன்றியது. சங்கரர் தன் கருத்துகளுக்கு

உபநிடதங்களை மேற்கோள் காட்டினாலும் ஆப்தவாக்கியங்களை வெகுவாக திரித்து பொருள்கொண்டே அதை நிகழ்த்துகிறார் என்பது இந்தியவியலாளர்களின் கருத்தாகும். மோனியர் வில்லியம்ஸ் (Monier Williams) தன் இந்திய ஞானம் (Indian Wisdom) என்ற நூலில் 'இந்திய சிந்தனையில் வேரோடியுள்ள மாயாவாதத்துக்கு உண்மையில் உபநிடதங்களில் ஆதாரம் இல்லை. அது பௌத்த இறக்குமதியே' என்று சொல்கிறார்.

மாயாவாதம் பிற்கால தத்துவ ஞானியரால் மிகத்தீவிரமாக மறுக்கப் பட்டது. அதை முற்றாக மறுத்தவர்கள் பாஸ்கர ஆச்சாரியார் ராமானுஜர், மத்வர், விக்ஞான பிக்ஷு ஆகியோர். சைவசித்தாந்தமும் பிற சைவஞான மரபுகளும் அதை ஏற்கவில்லை. ஆனால் சற்று உருமாறிய நிலைகளில் மாயாவாதம் எல்லா சிந்தனைகளிலும் காணப்படுகிறது. அத்வைதத்தின் முழுமுற்றான மாயாவாத நோக்கை மறுத்து ஆனால் அதன் அடிப்படையான தரிசனங்களை ஏற்று மறு ஆக்கம் செய்து உருவானவை என சைவசித்தாந்தம், விசிட்டாத்து வைதம் ஆகியவற்றைக் குறிப்பிடலாம். இவையே தமிழில் ஆழவேரோடி தமிழிலக்கியத்தின் பெரும்படைப்புகளை உருவாக்கின.

பிரம்மமும் சீவன்களும் பிரபஞ்சமும் வெவ்வேறானவை என்றும் பிற அனைத்தையும் பிரம்மமே உருவாக்கி தன்னிலடக்கிக்கொண்டுள்ளது என்றும் சொல்லும் பிற்கால வேதாந்த மரபு விசிட்டாத்வைதம். விசிட்டாத்துவிதத்தின் மையகுரு ராமானுஜர். ஆனால் அதன் விளைநிலம் நம்மாழ்வாரின் பாடல்களே. எட்டாம் நூற்றாண்டில் வாழ்ந்தவரான நம்மாழ்வார் ஆழ்வார்களில் முதன்மையானவர். நெல்லையருகே ஆழ்வார் திருநகரி (திருக்குருகூர்) என்ற ஊரில் பிறந்தவர். பிற ஆழ்வார் பாடல்களில் வெளிப்படும் உக்கிரமான பக்தியுடன் தத்துவ நோக்கும் வெளிப்படும் பாடல்கள் அவரால் எழுதப் பட்டவை. பத்தாம் நூற்றாண்டில் நாதமுனி ஆழ்வார்பாடல்களை தொகுத்து அளித்தார். அவரது மாணவரும் மகனுமாகிய யமுனாச் சாரியார் 'சித்ரத்ரயம்' என்ற நூலை இயற்றினார். இதுவே ஒருவகையில் விசிட்டாத்துவிதத்தின் முதல் நூல்.

பதினொன்றாம் நூற்றாண்டில் காஞ்சிபுரமருகே ஸ்ரீபெரும்புதூரில் ராமானுஜர் பிறந்தார். இவர் யாதவப்பிரகாசர் யமுனாச்சாரியார் ஆகிய இருவருக்கும் மாணவர். அத்வைதத்தை எதிர்த்து பாஸ்கராச்சாரியார் உருவாக்கியது பிரிவொருமைக் கோட்பாடு (பேதாபேதவாதம்) பிரபஞ்சமாக பிரம்மமே தோற்றமளிக்கிறது என்ற அத்வைக் கோட் பாட்டின் மறுப்பு இது. அதேசமயம் பிரம்மத்திலிருந்தே அனைத்தும் உருவாகி அதிலேயே மறைகின்றன என்று சொல்வது. நாம் காணும் பிரபஞ்சமும் இதன் குணங்களும் மாயை அல்ல. இது பிரம்மத்தின்

உண்மைத்தோற்றமேயாகும். பிரம்மமே குணவடிவமாக பரிணாமம் கொண்டு பிரபஞ்சமாகியது. ஆகவே பிரம்மம் குணங்களுக்கு அப்பாற் பட்டது என்பது உண்மையல்ல. இது பிரிவு தோற்றம். ஆனால் அனைத்துமே பிரம்மத்தில் முடிபவைதான். பிரம்மம் மட்டுமே முழுமுதற்பொருள். பிரிவொருமைக் கோட்பாடு மற்றும் ஆழ்வார் பாடல்களில் உள்ள பிரபத்தி இரண்டையும் இணைத்து உருவாக்கப் பட்டதே ராமானுஜரின் விசிட்டாத்துவிதம். ராமானுஜரின் முக்கிய நூல்கள் பிரம்மசூத்திரத்துக்கு எழுதப்பட்ட ஸ்ரீபாஷ்யம், கீதா பாஷ்யம், வேதாந்த சாரம், வேதாந்த தீபம், வேதாந்த சம்கிரஹம் ஆகியவை.

விசிட்டாத்துவிதம் முழுக்கமுழுக்க தமிழ் பண்பாட்டில் உதித்ததும் தமிழ் பண்பாட்டின் குரலாக ஒலிப்பதும் ஆன ஒரு தத்துவக் கோட்பாடு. ஆழ்வார் பாடல்களில் வெளிப்படும் பிரபத்தியை நாம் சிலப்பதி காரத்தின் ஆய்ச்சியர் குரவையில் காண்கிறோம். அதாவது ஆழ்வார் களுக்கு முன்னரே இக்கோட்பாடு நம் நாட்டார் வாய்மொழி மரபில் வாழ்ந்துள்ளது. ஆழ்வார் பாடல்களின் அழகியலும் உணர்வு நிலைகளும் முழுக்க முழுக்க சங்க இலக்கிய அகத்துறையின் நீட்சியே.

தமிழ் பண்பாட்டின் மூன்று முக்கிய தத்துவ அம்சங்கள் விசிட்டாத்து விதத்தில் உள்ளன.

1. எந்நிலையிலும் ஒருமையை ஏற்காமல் பன்மையை நோக்கி செல்லும் நோக்கு.

2. உலக வாழ்வை நிராகரிக்காமல் அதை கொண்டாடும் நோக்கு.

3. தர்க்கத்துக்கு பதிலாக அழகியலையும் உணர்வுகளையும் முன்வைக்கும் போக்கு.

விசிஷ்டாத்வைதமே பிற்பாடு பக்தியியக்கம் மூலம் இந்தியாவெங்கும் பரவிய கிருஷ்ணபக்தி மரபுக்கு அடிப்படையாகும். அவ்வகையில் பார்த்தால் அத்துவிதம் ஓர் அறிவார்ந்த பாதிப்பையே உருவாக்கியது. விசிட்டாத்துவிதமோ பெரும் மக்களியக்கமாக ஆயிற்று. அதன் பாதிப்புகள் இருபதாம் நூற்றாண்டு சிந்தனைகளில் கூட பலவகைகளில் தொடர்கின்றன. குறிப்பாக காந்தியின் ஆன்மிகம் விசிட்டாத்துவித அடிப்படை கொண்டதேயாகும்.

சைவசித்தாந்தம் அத்வைதத்தின் நேரடியான பாதிப்பு கொண்ட தத்துவ மரபு. பொதுவாக சைவத்தை மூன்றாக பிரித்துப் பார்க்கவேண்டும் என்பது என் எண்ணம். சைவவழிபாடு மிகப்புராதனமானது. சைவமதம் பிற்பாடு உதித்தது. சைவசித்தாந்தம் என நாம் இன்று அறிவது பிற்காலத்தையது. சைவசித்தாந்தத்தில் உள்ள மாயை சம்பந்த மான கோட்பாடுகள் பெரும்பாலும் அத்வைதத்தை

அடியொற்றியவையே. சைவமரபு மாயையை மனிதனின் (ஆத்மாவின்சி மும்மலங்களில்) (மூன்று தளைகளில் அல்லது குறைபாடுகளில்) ஒன்றாகக் காண்கிறது. அத்வைதம்போல அதை பிரம்மத்தின் (சிவத்தின் அல்லது பதியின்) இயல்பாக காணவில்லை என்பதே வேறுபாடு.

பொதுவாக வேதாந்தநோக்கு தமிழ் மரபில் மறைமுக பாதிப்பாகவே காணக்கிடைக்கிறது. நேரடியாக நோக்கினால் ஸ்மார்த்த பிராமணர் களின் ஒரு வகை தர்க்க ஆசாரமுறையாகவே நீண்ட நெடுங்காலம் இங்கே அது புழங்கியது.

நவீன இலக்கியமும் வேதாந்தமும்

தமிழ் நவீன இலக்கியத்தின் முதற்புள்ளிகள் இருவர் வேதாந்த மரபிலிருந்து வந்தவர்கள் என்பதை குறிப்பிட்டுச் சொல்ல வேண்டியுள்ளது. இருவருமே ஸ்மார்த்த பிராமணர்கள். ஆகவே அத்வைதம் இருவருக்கும் மரபாக கிடைத்திருக்கலாம். இருவருமே விவேகாந்தரின் நவீன அத்வைத நோக்கால் கவரப்பட்டவர்கள். பி.ஆர். ராஜம் ஐயர் 'கமலாம்பாள் சரித்திரத்தின்' பிற்பகுதியில் வேதாந்த நோக்கை விரிவாகவே வெளிப்படுத்தியிருக்கிறார். அவரது முக்கியதேடல் வேதாந்த ஞானமே. வேதாந்தத்துக்காகவே ஆங்கிலத்தில் பிரபுத்தபாரதம் இதழை அவர் நடத்தியிருக்கிறார்.

தமிழ் நவீன இலக்கியத்தின் அனைத்து புதுவழிகளுக்கும் முன்னோடியான சுப்ரமணிய பாரதியே தமிழ்மரபின் ஆகப்பெரிய வேதாந்தி என சொல்லலாம். கவிஞராக மட்டுமல்ல, தத்துவ வாதியாகக் கூட அவரே முதன்மையானவர். 'தூய அறிவே சிவமென கூறும் சுருதிகள்' தான் பாரதியின் வேதங்கள். வேதாந்தநோக்கு முழுமையாகவும் வெளிப்படையாகவும் பாரதியின் படைப்புலகில் வெளிப்படுவதை ஏராளமான வரிகள் மூலம் விளக்க முடியும்.

பாரதி தன் ஞானாசிரியையாக குறிப்பிடுவது சுவாமி விவேகானந்தரின் மாணவியான சகோதரி நிவேதிதையை. விவேகானந்தரின் மதம் அறிவார்ந்த அத்வைதமாகும். பாரதியின் அத்வைதம் விவேகானந்தரின் செயலூக்கம் கொண்ட அத்வைதம் என்றால் அது மிகையல்ல.

'மண்ணில் வேலிபோடலாம் வானத்திலே வேலிபோடலாமா என்றான் ராமகிருஷ்ண முனி. போடலாம். மண்ணிலும் வானம்தானே நிரம்பி நிற்கிறது? மண்ணைக் கட்டினால் அதிலுள்ள வானத்தைக் கட்டியதாகாதா?' (பாரதி வசனகவிதை. சக்தி)

அது சுவாமி விவேகானந்தர் ராமகிருஷ்ணபரமஹம்சருக்கு அளித்த விளக்கம் அல்லது மீறல். வானத்தைக் கட்ட மண்ணைக் கட்டும்

முயற்சியே விவேகானந்த வேதாந்தம் . பாரதி முன்வைப்பது அதையே. தன் கட்டுரைகளில் கவைக்குதவாத மாயாவாதம் பேசும் மூடத்தனத்தை நிராகரிக்கும் பாரதி செயலூக்கத்தையே ஞானத்தின் விளைவாக முன்வைக்கிறார். ஆனால் உயர்தளத்தில்

ஒன்று பிரமம் உளது உண்மை அஃது உன்
உணர்வு எனும் வேதமெல்லாம் (அறிவே தெய்வம்)

என்ற தெளிவே அவரிலிருந்தது. ஒரு பிரம்மம் உண்டு, அதுவே உன் உணர்வு என்று சொல்வதே அவரது வேதம்.

தாயுமானவர் அபேதானந்த சுவாமி என பலரை பாரதி பாடியிருந்தாலும் அனைத்துப் பாடல்களிலும் வேதாந்தத் தெளிவே வெளிப்படுகிறது. அவரது குருவாக சுயசரிதையில் வெளிப்படும் கோவிந்தசாமி,

சாமி நீ சாமி நீ கடவுள்நீயே
தத்வமசி ந்த்வமசி நீயே யஃதாம் (சுயசரிதை)
என்றுதான் உபதேசிக்கிறது.

பாரதியின் சமத்துவநோக்கு அதற்காக அவர்கொண்ட புரட்சிமனப் பான்மை ஆகிய அனைத்துக்கும் ஊற்றாக விளங்கிய தத்துவசாரம் வேதாந்தமே என்றால் மிகையல்ல. ஆழ்வார் பாடல்களின் உணர்வை உட்கொண்டு அவர் கண்ணன் பாட்டு பாடும்போதுகூட கண்ணன் தரிசனம்,

ஈனமனிதக்கனவெலாம் எங்கண்
ஏகிமறைந்தது கண்டிலேன் அறி
வானத் தனிச்சுடர் நான் கண்டேன் அதன்
ஆடல் உலகென நான் கண்டேன் (கண்னன் என் ஆண்டான்)

என அத்வைத தரிசனமாகத்தான் உள்ளது. கண்ணனேகூட 'உலகாக மாறி ஆடும் அறிவு' என்ற தனிச்சுடராகவே இருக்கிறான்.

பாரதிக்குப் பிறகு தமிழில் அவரது நோக்கை தன் நோக்காக எடுத்துக் கொண்ட ஒரு சிந்தனையாளர் வரிசை உருவாயிற்று. அவர்களில் திருலோக சீதாராம் வேதாந்த நோக்கை ஆழ்ந்து ஏற்றுக் கொண்டவர். பாரதிக்குப் பிந்தைய படைப்பாளிகளில் அத்வைத நோக்கை வெளிப் படுத்திய முக்கியமான படைப்பாளிகள் மௌனி, ந.பிச்சமூர்த்தி, க.நா.சுப்ரமணியம் ஆகியோர்.

பிச்சமூர்த்தியின் வேதாந்தம் மாயாவாதத்தை நுண்ணியதளத்தில் நிறுத்திவிட்டு புலன்களறியும் புறவுலகைக் கொண்டாடும் தன்மை கொண்டதாக இருக்கிறது. 'உடல் நன்று. புலன்கள் மிகவும் இனியன.

உயிர் சுவையுடையது. மனம் தேன். அறிவு தேன். உணவும் அமுதம். உணர்வே அமுதம் உணர்வு தெய்வம்' (பாரதி வசன கவிதை : இன்பம்) என்ற பாரதியின் நோக்கே அவரிடமும் வெளிப்பட்டது.

'முண்டி மோதும் துணிவே இன்பம்
உயிரின் முயற்சியே வாழ்வின் மலர்ச்சி'

எனும் குரலே பிச்சமூர்த்தியின் அகக்குரல். 'அமுதத்தை நம்பு. ஒளியை நாடு' என அது அறைகூவுகிறது (ஒளியின் அழைப்பு) வாழ்க்கையை ஒரு லீலையாகக் காணும் நோக்கு ந.பிச்சமூர்த்தியில் இருந்தது. அதையே அவர் வேதாந்தத்திலிருந்து பெற்றார் எனலாம். ரமண மகரிஷி பிச்சமூர்த்திக்கு வேதாந்த நோக்கை அளித்த குருவாக இருந்தார் என்று சொல்லப்படுகிறது. ஆனால் இந்த வேதாந்தம் அவரை இலக்கிய ஆக்கத்தின் மோதல்களை தவிர்த்து விலகி நின்று உலகைப்பார்க்கும் தப்பித்தல் நிலையை அடையச்செய்தது. இதை என் 'கனவுகள் லட்சியங்கள்' நூலில் ஆராய்ந்துள்ளேன்.

மௌனியின் படைப்புலகில் வேதாந்தம் மாயாவாதச் சாயலாக பல்வேறு வரிகளில் வெளிப்படுகிறது. புகழ்பெற்ற 'எவற்றின் நடமாடும் நிழல்கள் நாம்?' ஒரு மாயாவாதக் கவித்துவக் கேள்வியே. மனமே புறவுலகமாக நிகழ்வதன் சித்திரத்தை அளிப்பவை என அவரது கதைச்சித்தரிப்புகளை வகுக்க முடியும். நவீன தமிழ் புனைவுலகில் வேதாந்தத்தின் மாயாவாத நோக்கை விரிவாக முன்வைத்த நாவல் க.நா. சுப்ரமணியத்தின் 'பொய்த்தேவு'. கணந்தோறும் கடவுள்களை, அக்கடவுள்களால் ஆளப்படும் உலகை உருவாக்கி வாழும் மனித அகத்தின் தேடலை காட்டிய படைப்பு அது.

அடுத்த காலகட்ட படைப்புகளில் நகுலன் அத்வைத பாதிப்பு உடையவர். ராமகிருஷ்ணர் மற்றும் ரமணர் மீது நேரடியான ஈடுபாடு நகுலனுக்கு உண்டு என்பதை அவர் பதிவு செய்துள்ளார். அவரது 'நினைவுப்பாதை' வாழ்க்கையை ஒரு கனவுப்பரப்பாக சித்தரித்து அதற்கப்பால் உள்ள முழுமுதல்தன்மை என்ன என்ற வினாவை எழுப்பிக் கொள்ள முயல்வது. நகுலனின் அத்வைத நோக்கு விரிவாக ஆய்வு செய்வதற்குரியது. பிரக்ஞை என்பது பல அடுக்குகளினாலானது என்று சொல்லும் நகுலன் அதன் மேல் அடுக்கு வாழ்க்கையின் அலைகளாகவும் ஆழத்து அடுக்கு வாழ்க்கையை உருவாக்கும் சாரமாகவும் இருப்பதைக் காட்ட முயல்கிறார். தன் சொந்தப் பிரக்ஞையை நோக்கி, பக்தன் இறைவனைக் காணும் பாவனையில் திரும்பிக் கொண்டவை அவரது ஆக்கங்கள். சம்பத் எழுதிய 'இடைவெளி' வேதாந்த நோக்கின் சாயல்கள் கொண்ட ஆக்கம் எனலாம். மரணத்தை காஃப்கா பாணி சித்தரிப்பு வழியாக தத்துவ விசாரணை செய்யும் அந்நூலில் வேதாந்தத்தின் தத்துவ அடிப்படைகள்

நுட்பமான முறையில் ஓடியுள்ளன. இங்கு பேசப்பட்ட அத்தனை படைப்பாளிகளும் ஸ்மார்த்த பிராமணர்கள் என்பது தற்செயலல்ல.

நவீன இலக்கியத்தில் மூன்று கருதுகோள்களாக வேதாந்தம் பங்கேற்கிறது. 1) மாயாவாதம். வாழ்க்கையை அர்த்தமற்ற நிகழ்வுகளின் வலையாக, கனவுபோன்ற நிகழ்வாக பார்க்கும் நோக்கு. 2) மத நிராகரிப்பு, இறை மறுப்பு. பிரக்ஞையை அல்லது தூயஅறிவை இறைவடிவமாக மனிதனை ஆக்கும் சக்தியாக முன்வைப்பது. 3) உயிர்க்குலங்கள் அனைத்தையும் ஒன்றாகக் கருதும் முழுமையான சமபாவனை. அறிதலின் உச்சத்தில் அனைத்தும் ஒன்றே என்ற இரண்டின்மை உணர்வை அடைதல். இக்கூறுகள் இலக்கியத்தில் எங்கு வெளிப்பட்டாலும் அங்கு அத்வைதத்தின் பாதிப்பு உண்டு எனலாம்.

பாரதிக்குப் பிறகு தமிழில் பொதுவாக மாயாவாதம், பிரக்ஞைமைய நோக்கு என்ற தளங்களில் மட்டுமே வேதாந்தம் வெளிப்பட்டுள்ளது. பாரதி வேதாந்தத்தை சமபாவனைக்கான, ஒருமைத்தரிசனத்துக்கான, தத்துவக் கருவியாக கையாண்டவர். அவ்வாறாக அதை ஒரு போராட்ட ஆயுதமாகவும் மெய்ஞானத்துக்கான வழிகாட்டியாகவும் உணர்ந்தவர். அந்நோக்கு பிற்பாடு தமிழில் இல்லை. பிற்பாடு அது வாழ்க்கையைப் பற்றிய ஒரு குறிப்பிட்டவகையான பார்வையாகவே நின்றுவிட்டது.

(2005ல் தஞ்சை தமிழ் பல்கலையில் தமிழ் பேராசிரியர்களுக்கான பயிற்சி வகுப்பில் ஆற்றிய உரை.)

ஒரு மலரிதழை முளைக்க வைத்தல்

அன்புக்கும் வணக்கத்திற்கும் உரிய ஆசிரியர்களே, தோழர்களே,

அஜிதனை சின்னக்குழந்தையாக கையில் தூக்கிக்கொண்டு அலைந்த நாட்கள் என் வாழ்க்கையில் மிக முக்கிய மானவை. அப்போது எனக்கு இரண்டு தலைகள். இரண்டு முகங்கள். ஒன்றுக்கு முப்பத்திரண்டு வயது. ஒன்றுக்கு ஒருவயது. ஒன்றில் இருந்து முப்பத்திரண்டுவரை நீண்டுபரந்த ஒரு மனம். ஆச்சரியமான ஓர் இணைவு. தெருவில் நான் செல்லும்போது என்னை ஒருவர் பின் தொடர்ந்து வந்தால் எனக்கு ஒருவயதா இல்லை முப்பத்திரண்டு வயதா என்ற சந்தேகம் எழும். அந்த உற்சாகத்தை அடைந்தபின் இன்றுவரை நான் அந்த ஒருவயதுக்குழந்தையை கீழே இறங்கவிடவில்லை.

தெருவில், வானத்தில், வயல்களில் எங்கும் ஆச்சரிய மளிக்காத எதுவுமே இல்லை என்பதை உணர்ந்த நாட்கள் அவை. பல்லாயிரம்கோடி ஆச்சரியங்களை ஒவ்வொரு கணமும் நிகழ்த்தியபடி எதுவுமே தெரியாததுபோல சாதாரணமாக இருக்கும் இயற்கைதான் எத்தனை பெரிய குறும்புக்காரி. அவளுடன் விளையாடவும் அதேயளவு குறும்பு இருக்கவேண்டும். நம்மை அவள் மனிதர்கள் என்று நினைத்திருந்தால் நாம் குரங்காக ஆகிவிட வேண்டும். நாயாக குரைக்க வேண்டும். அப்போது அவள் என்ன செய்வாள் பார்க்கலாம்.

வியப்பு கொள்ளும்போது அஜிதன் திரும்பி அவனுடைய பிரகாசமான சிறிய கண்களால் என்னைப் பார்ப்பான். சிலசமயம் கைகளை நீட்டுவான். சுட்டிக்காட்டும்போது குட்டிச்சுட்டுவிரல் மேல் நோக்கியோ கீழ்நோக்கியோ வளைந்திருப்பதனால் அவன் காட்டுவது எதை என்று சொல்லிவிடமுடியாது. ஆனால் அதே கணத்தில் நானும் அதைக் கண்டுவிடுவேன். மரத்தில் இருந்து இறங்கி தரையில் எட்டிப்பார்த்த அணில் மீண்டும் மரத்திலேயே ஏறிக்கொள்ளும், மரமே ரகசியமாக கைநீட்டி எதையோ தரையிலிருந்து பொறுக்க முயன்றபின் எங்கள் காலடியில் பயந்து திரும்ப இழுத்துக்கொண்டதுபோல.

ஏரிக்கரை முனியப்பன் கோயிலுக்குச் செல்வோம். நாலாள் உயரமான முனியப்பன் கையில் பிரம்மாண்டமான அரிவாளுடன் அமர்ந்திருப்பார். ஆனாலும் முகத்தில் கிராமியக் களை, பவ்யம். லௌகீகக்கவலைகள் கூட கொஞ்சம் தெரியும். நன்றாகத் தெரிந்த ஒருவரைப்போன்ற சிரிப்பு. முனியப்பனைப்பார்க்க அஜிதனை மல்லாக்கப் பிடித்துக்கொள்ள வேண்டும். முனியப்பன் மீது காகங்கள். அவர் உடலில் வேகமாக ஒன்றையொன்று துரத்தி ஓடும் அணில்கள். வாள்நுனியிலேயே உட்கார்ந்து சிறகுகளை பிரித்துப்போட்டு சாவகாசமாகப் பேன் பார்க்கும் ஒரு காக்கைமாமி.

அதன்பின் ஒருமுறை அஜிதனை பிள்ளையார் கோயிலுக்கு கொண்டு போனபோது கும்பிட மறுத்துவிட்டான். 'கும்ப மாட்டேன்' என்று தெளிவான அறிவிப்பு. 'சாமிடா' என்றால் 'போ... இது சின்ன சாமி...' என்றான். அங்கே அவ்வளவு பெரிய சாமியே இருக்கும்போது சற்று பெரிய கொழுக்கட்டை மாதிரி இருக்கும் இந்த சாமி எதற்கு? அத்துடன் உள்ளே விளக்கும் மலர்மாலையும் எல்லாம்தான். அணிலும் காகமும் இல்லை.

வரிசையாக லாரிகள் நின்ற சாலையில் நானும் அஜிதனும் வந்தபோது அவன் ஒவ்வொரு லாரியிலும் நீட்டிக்கொண்டிருந்த உச்சியில் உருண்டை கொண்ட கம்பியை தொட்டபடியே வந்தான். நடுவே ஒரு லாரி அசோக் லேலண்ட். அதற்கு குச்சி இல்லை. தாண்டி வந்து விட்டேன். 'அந்த லாரியிலே குச்சீ' என்று அலறினான். திரும்ப வந்தேன். 'இந்த லாரியிலே குச்சி கெடையாதுடா' என்றேன். 'இந்த லாரியிலே குச்சியக் கொண்டா' என்று கதறல்.

கீழே கிடந்த ஒரு சோளத்தட்டையை எடுத்து அந்த லாரியின் முன்பக்கம் பல்லிடுக்கில் செருகி வைத்து 'இந்தா குச்சி...' என்றேன். திரும்பி என்னை ஐயத்துடன் பார்த்தான். அதை அசைத்தால் கௌரவக் குறைவாக ஒன்றும் ஆகிவிடாதே என்று தலை சாய்த்து சிந்தித்தான். பின்னர் கைநீட்டி அதைத் தொட்டபின் என்னைப்பார்த்து புன்னகை செய்தான். நானும் புன்னகை செய்தேன். சிரித்தபடி 'ல்லார்ரீ ப்ர்ர்ர்'

என்று கூவியபடி உற்சாகமாக குச்சியை ஆட்டி என்னைப்பார்த்து விரிய வாய்திறந்து சிரித்தான்.

எங்கள் கண்கள் சந்தித்த அந்தப்புள்ளியில் எனக்கும் அவனுக்கும் ஒரு விஷயம் புரிந்தது. அந்தப்புள்ளிவழியாக அந்த ஞானத்தை முழுமை யாகவே பகிர்ந்துகொண்டோம். அதன்பின் எங்களுக்கு 'உண்மையில்' அங்கே எதுவும் இருக்க வேண்டியதில்லை என்றாயிற்று. இரு பலாமர இலைகளை பறித்து இரு தோள்களிலும் வைத்துக்கொண்டால் சிறகுகள் ஆயின. அவற்றை அசைத்தால் இருவரும் விரிந்த வயல் வெளிகளை தாண்டிப்பறந்து நீலம் படர்ந்த கல்ராயன் மலைகளின் மீது எங்கள் நிழல்கள் எழுந்தமர வட்டமிட்டோம். இரு சிறு குச்சிகளை காதில் வைத்துக்கொண்டால் எருமைகளாக ஆகி மண்டை உடைய முட்டிக்கொண்டோம்.

அத்தகைய ஒரு புள்ளி மனிதகுலத்துக்கே எப்போதோ ஒரு முறை தட்டுப்பட்டிருக்க வேண்டும். அந்த தருணத்தில் பிறந்தன கலையும் இலக்கியமும். ஒரு பூவிலிருந்து ஒரு வசந்தத்தை அறியமுடிவதுதான் கலை என்றார் (மலையாள) மகாகவி வைலோப்பிள்ளி ஸ்ரீதரமேனன். ஒரு பெருமூச்சாக பிரிவையும் ஒரு துளிக்கண்ணீராக மரணத்தையும் அறிந்துகொள்ளும்போது கலையும் இலக்கியமும் முழுமை கொள்கின்றன.

மீண்டும் மீண்டும் இலக்கியம் செய்துகொண்டிருப்பது இதையே. ஒரு துளி தனி அனுபவத்தை கற்பனையால் பெருக்கி ஒரு மானுடப் பொது அனுபவமாக ஆக்கிவிடுகிறது. அனுபவமும் அனுபவித்தவனும் அது நிகழ்ந்த சூழலும் எல்லாம் மறைந்தழிந்தபின்னரும் மானுட அனுபவ மாக அந்த தருணம் அழியாமல் நின்றுகொண்டிருக்கிறது. தன்னுடைய மனைவியின் மரணத்தை எண்ணி கண்ணீர் விட்ட நாலப்பாட்டு நாராயண மேனன் 'கண்ணீர் துளி' யை எழுதினார். இன்று அவர் இல்லை. அவர் காலத்து மானுடர் எவருமில்லை. மரணம் அனைத்தையும் மூடிவிட்டது. பிறந்து பிறந்து வரும் தலைமுறையில் மீண்டும் மீண்டும் நிகழும் பிரிவுத்துயரின் அடையாளமாக கவிதை மட்டும் நின்றுகொண்டிருக்கிறது.

ஓர் இலக்கியவாதியாக இலக்கியத்தைப்பற்றி என்னால் இதை மட்டுமே உறுதியாகச் சொல்ல முடிகிறது. இலக்கியம் ஞானத்தை அளிக்குமா? இலக்கியம் விவேகத்தை உருவாக்குமா? இலக்கியம் பண்படுத்துமா? இலக்கியம் நுண்மைப்படுத்துமா? இலக்கியம் நம்மை விடுவிக்குமா? தெரியவில்லை. இருக்கலாம். இல்லாமலும் இருக்கலாம். ஆனால் ஒன்று மட்டும் சொல்ல முடியும். இலக்கியம் நம் வாழ்க்கையை விரிவுபடுத்தும். ஒரு வாழ்க்கைக்குள் ஓராயிரம் வாழ்க்கையை வாழச்செய்யும்.

இலக்கியம் அறியாதவனின் வாழ்க்கை ஓர் அரசு அறிக்கை அல்லது ரயில்வே அட்டவணை அல்லது ஆய்வேடு போன்றது. அது மிகமிகப் பிரம்மாண்டமானதாக இருக்கலாம். சிக்கலானதாக இருக்கலாம். தகவல் களஞ்சியமாக இருக்கலாம். அந்த மனிதன் விண்வெளியில் பறக்கலாம். இமயத்தில் ஏறலாம். கடலுக்குள் நீச்சலிடலாம். ஆனாலும் அந்த வாழ்க்கை எல்லைக்குட்பட்டது. அதன் சொற்களுக்கு ஒரே பொருள்தான். அது கூழாங்கற்களை அடுக்கிக் கட்டிய கட்டடம் போல.

இலக்கியம் அறிந்தவனின் வாழ்க்கை ஒரு கவிதைபோல. அது ரத்தினச்சுருக்கமாக இருக்கலாம். எளிமையானதாக இருக்கலாம். அவனுடைய அன்றாட நாட்கள் மிகச்சாதாரணமாகக் கடந்து செல்லலாம். ஆனாலும் அவன் வாழ்க்கை எல்லையற்றது. அதன் ஒவ்வொரு சொல்லுக்கும் முடிவிலாத பொருள் உண்டு. அவன் வாழ்க்கை விதைகளின் குவியல். அது உறங்கும் பெருங்காடு.

ஒரு பூவின் இதழிலிருந்து மானுடத்தின் அனைத்து வசந்தங்களையும் உணர்ந்துவிட முடியுமா? வசந்தங்களை உருவாக்கி உருவாக்கி விளையாடும் பிரபஞ்ச லீலை வரை சென்றுவிட முடியுமா? முடியும் என்றால் அதுதான் ஆன்மிகம். நான் புரிந்துகொண்டது அதுவே. ஆகவேதான் நல்ல இலக்கியம் தாய்மடியில் சிசு போல ஆன்மிகத்தில் அமர்ந்திருக்கிறது என நான் நினைக்கிறேன்.

விதை ஒன்று முளைப்பதற்கு மழை போதும். ஒரு தனி அனுபவம் விரிந்து இலக்கியப்பேரனுபவமாக ஆவதற்கு கற்பனை மட்டுமே போதும். ஆனால் ஒரு விதையில் இருந்து ஒரு பிரபஞ்சத்தை முளைக்கவைப்பதற்கு கற்பனை போதாது. எந்த ஆற்றலால் இவையெல்லாம் உருவாகியிருக்கின்றனவோ அந்த ஆற்றல் நம்முள் குவிய வேண்டும். அதையே நான் உள்ளுணர்வு என எளிய சொல்லால் சொல்கிறேன். உள்ளுணர்வு என்பது ஒரு தொடக்கமே. தொடர்ந்து விரியும் ஒரு பெரிய பாதையின் வாசல் அது.

ஆகவே பிரக்ஞையே பிரம்மம் என்று சொல்லப்பட்டிருக்கிறது. பிரம்மத்தை பிரம்மம் அன்றி வேறெதுவும் அறிந்துவிட முடியாதென்பதனால். நம்முள் இருக்கும் பிரம்மம் தன்னை அறிய முயல்வதே ஆன்மிகம் என்று சொல்லலாமா?

இருக்கலாம். 'நானே பிரம்மம்'. இப்புடவியை படைத்து அழித்து புடவியாகி நிற்பது எதுவோ அதுவே நான். மெய்ஞானிகள் ஞானத்தின் உச்சியில் நின்று திளைக்கும் ஞானமென இதைச் சொல்கிறார்கள். ஆனால் இந்தச் சொற்றொடர் நேரடியாகச் சொல்லப்பட்டால் இந்த பூமியில் உள்ள அனைவருக்குமே ஓரளவு புரியும். அதனால்தான் இன்றுவரை இது ஒரு பெருமொழி என நீடித்திருக்கிறது.

இயற்கையின் பேரழகின் முன் மலைத்து நிற்கையில், மானுட வெள்ளத்தின் நடுவே தன்னை உணர்கையில், மக்கள் மெய்தீண்டி கண் பனிக்கையில் எப்போதேனும் ஒருமுறை 'இவையெல்லாம் நானே' என்ற பெரும் மன எழுச்சியை அடையாத மானுடர் இருக்க முடியாது. அந்த அனுபவத்தைச் சென்று தீண்டுவதனால்தான் அது மகாவாக்யமாகிறது.

அந்த மெய்யனுபவத்தை தன் உச்சத்தில் அளிப்பது எதுவோ அதுவே பேரிலக்கியம். இயற்கையும் வாழ்வனுபவங்களும் நம்மிடமிருந்து மொழியால் மறைக்கப்பட்டிருக்கின்றன. மரம் என்ற சொல்லே மரமெனும் அனுபவத்தைத் தடுத்துவிடுகிறது. மரத்தை மறைத்தது மாமதயானை. இலக்கியம் மொழியாலேயே மொழியெனும் திரையை விலக்கிக் காட்டும். ஒவ்வொரு நாளும் சிட்டுக்குருவியைப் பார்ப்பவன் கவிதையில் காணும் சிட்டுக்குருவி புத்தம் புதியது. சிட்டுக்குருவியென்ற சொல்லில் இருந்து சிறகடித்து வெளியேறிய சிட்டுக்குருவி அது.

இலக்கியம் அனுபவத்தின் மீது பழக்கத்தின் பாசி படிவதை விலக்கிக் கொண்டே இருக்கிறது என்கிறார் சுந்தர ராமசாமி. இலக்கியத்தின் அனைத்தும் புத்தம் புதிதாக நிகழ்கிறது. இலக்கிய அனுபவம் என்பது நாம் ஏற்கெனவே அனுபவித்தவற்றை கற்பனைமூலம் மீண்டும் அனுபவித்தல். அனுபவங்களை கற்பனைமூலம் தொகுத்துக் கொள்ளுதல். ஓர் அனுபவத்தின் மீது பல்லாயிரம் அனுபவங்களை ஏற்றி அனுபவங்கள் அனைத்தையும் பல்லாயிரம் மடங்கு பிரம்மாண்டமானதாக ஆக்கிக்கொள்ளுதல்.

அப்போது உண்மையான வாழ்க்கையில் எப்போதாவது நிகழும் அந்த உச்ச அனுபவம் எளிதில் நமக்கு நிகழ்கிறது. கண்கலங்க மெய் சிலிர்க்க நாம் சொல்லிக் கொள்கிறோம். 'இவையெல்லாமே நானே'. பூமியெங்கும் துயருறும் மனிதர்கள், பேரழகுடன் விரிந்த இயற்கை, ஓயாது நீளும் காலப்பெருக்கு, அதை வென்று விரியும் நினைவின் பெருவெள்ளம்... அனைத்தும் நானே. அந்த உச்சமே பேரிலக்கியங்களில் மீண்டும் மீண்டும் நாம் அடைவது.

தேர்ந்த இலக்கிய வாசகன் அப்போது அத்வைதத்தின் சிம்மாசனத்தில் அமர்ந்த ஞானிக்கு இணையாக ஆகி மீள்கிறான் அப்போது. ஒரு கணமாகக் கூட இருக்கலாம். ஆனால் மண்ணில் வாழும் எளிய மானுடனுக்கு அது எத்தனை பெரும் பேறு.

வணக்கம்.

(நவம்பர் 26, 2006 அன்று வர்க்கலை
நாராயணகுருகுலத்தில் ஆற்றிய உரை.)

மலையாளக்கவிதைகளை தமிழாக்குதல் பற்றி

தமிழின் முக்கியமான கவிஞரான 'பிரமிள்' எழுதிய புகழ்பெற்ற கவிதை இது,

காவியம்
சிறகிலிருந்து பிரிந்த
இறகு ஒன்று
காற்றின்
தீராத பக்கங்களில்
ஒரு பறவையின் வாழ்வை
எழுதிச் செல்கிறது.

இதை நான் கேரளத்தில் ஓர் இலக்கியக்கூட்டத்தில் சொன்னேன். கீழே இறங்கியதும் ஒரு வாசகர் அருகே வந்தார். 'நல்ல கவிதை சார் இது. ரொம்ப அருமையான கவிதை. ஆனா நீங்க முழுசா சொல்லியிருக்கலாம்.'

'நான் முழுக்கவிதையையும் சொன்னேனே...'
'அப்படியா? நாலுவரிதானே இருந்தது?'
'ஆமாம். அந்தக் கவிதையே அவ்வளவுதான்.'

அவர் நம்பாமல் பார்த்துவிட்டு '..அப்படியானால் நீங்கள் அதை ஒரு குட்டிக்கவிதை என்றே சொல்லியிருக்க வேண்டும். வாசகர்களுக்கு குழப்பம் வந்திருக்காது.'

'அப்படியா? நான் அப்படி நினைக்கவில்லை.'

'ஆனாலும் இந்தக்கவிதைக்கு ஏதோ ஒரு குறை இருப்பதுபோல இருக்கிறது. என்ன என்று தெரியல்லை. கவிதை முடிவடையாதது மாதிரி.'

நான் 'வ்யர்த்தமாமொரு ரசனையல்லோ மர்த்ய ஜீவிதம் (வெறுமொரு எழுத்தல்லவா மானுட வாழ்வு!) என்று ஒரு வரி சேர்த்திருக்கலாமோ' என்றேன்.

'ஆமாம் சார். அதைச் சேர்த்திருந்தால் கவிதை அழகாக முடிந்திருக்கும்.'

'ஆனால் இந்தக் கவிதையின் பொருள் அது மட்டுமில்லையே.'

மலையாளக் கவிதைகளை தமிழாக்கம் செய்யும்போது வரும் சிக்கலே இதுதான். அவை தமிழ் ரசனைக்கு விரித்துச் சொல்பவையாக, பாடிப்பாடிச் செல்பவையாக, கவிதைக்குள் கவிதையின் பொழிப்புரையையும் சேர்த்து முன்வைப்பவையாகத் தோற்றம் அளிக்கின்றன. தமிழ்க் கவிதைகளை வாசிக்கும் மலையாளப் பொதுவாசகன் அவை கவிதைகள் அல்ல வெறும் தொடக்கங்கள் என்றே பார்க்கிறான்.

நான் மலையாளக் கவிதைகளுடன் இருபதுவருடங்களாக தொடர்புடையவன். வைலோப்பிள்ளி ஸ்ரீதரமேனன் முதல் ஆற்றூர் ரவிவர்மா, சச்சிதானந்தன் வழியாக பி.ராமன் வரை மூன்று தலைமுறை மலையாளக் கவிஞர்களுடன் நேரடியான தொடர்பும் உண்டு. மூன்று தொகுப்புகளாக மலையாளக் கவிதைகளை தமிழில் கொண்டு வந்திருக்கிறேன். என் அனுபவத்தில் சில கருத்துகளைச் சொல்கிறேன்.

இரண்டாயிரம் வருடத் தொன்மைகொண்ட தமிழ் கவிதையின் சிறப்பியல்புகளில் முக்கியமானது என்னவென்றால் நாம் கவிதை என்ற வடிவத்தின் பரிணாம வளர்ச்சியை தமிழ்க்கவிதை வழியாகவே காணமுடியும் என்பதே. தமிழில் இன்றும் அழியாது நீடிக்கும் மாபெரும் நாட்டார் மரபு ஒன்று உண்டு. ஆனால் நமக்குக் கிடைக்கும் முதல் எழுதப்பட்ட கவிதையே செவ்வியல் படைப்பாகத்தான் உள்ளது. சங்கநூல்களில் நற்றிணை, குறுந்தொகை, புறநாநூறு ஆகிய மூன்றும் காலத்தால் பழையவை என்று சொல்லலாம். இவற்றில் உள்ள கவிதைகளை முற்றிலும் செவ்வியல்தன்மை கொண்டவை என்று நான்கு அடிப்படைகளில் வரையறைசெய்யலாம்.

ஒன்று, இவை உணர்ச்சிகள் கட்டுப்படுத்தப்பட்டு, குறைபடச் சொல்வதையே தங்கள் இயல்பாகக் கொண்டுள்ளன. அதன்பொருட்டு கவிஞன் மொழியை தன் முழுக் கட்டுப்பாட்டில் வைத்திருக்கிறான்.

இரண்டு, இவை சொல்லப்பட்டவற்றை நம்பி நிலைகொள்ளவில்லை, சொல்லாமல் விடப்பட்டவற்றை நம்பி நிலை கொள்கின்றன. ஆழ்பிரதி மூலமே இவற்றின் கவித்துவம் நிகழ்கிறது.

மூன்று, இக்காலகட்டத்தில் கொல்லனும் கணியனும் கவிதைகள் எழுதிய போதிலும்கூட கவிஞன் என்ற ஆளுமை தெளிவாக உருவாகி

விட்டிருந்தது. அவன் கற்றவன், கவிதையை தன் தொழிலாகக் கொண்டவன்.

நான்கு, பெரும்பாலான செவ்வியல்கலைகளைப் போலவே சங்கப் பாடல்களுக்கும் ஒரு நிலைவடிவம் (டெம்ப்ளேட்) உருவாகி விட்டிருந்தது. கவிதையின் அமைப்பும் கூறுமுறையும் மட்டுமல்ல கூறப்படும் விஷயமும்கூட ஏற்கெனவே வரையறை செய்யப் பட்டவை. அப்படியானால் கலைஞனின் வேலை என்ன? இந்த அமைப்புக்குள் நின்று தன் மனோதர்மத்தின்படி மேலும் மேலும் நுட்பங்களை அடைவதுதான்.

சங்கப்பாடல்களில் பிரிவாற்றாமையால் வளையல் கழல்வதைப்பற்றி மீண்டும் மீண்டும் வருகின்றது. வளையல் அல்லாது இன்னொன்றைப் பற்றி கவிஞன் எழுத முடியாது. வளையல் கழல்வதன் புதிய புதிய சித்திரங்களை உட்பொருட்களை மட்டுமே அவனால் சொல்ல முடியும். ஆம், புறக்கட்டுமானங்களைப் பற்றி கவலைப்படாமல் நுட்பங்களைப் பற்றி மட்டுமே கவனம் கொள்ளுமாறு சங்கக் கவிஞன் கோரப்படுகிறான்.

மலையாளத்துக் கலைவடிவங்களில் கதகளி முழுமையான செவ்வியல் கலை. திருவட்டாறு, திற்பரப்பு, குழித்துறை ஆலயங்களில் வருடத்தில் இருபதுநாள் வீதம் கதகளி உண்டு. என் தந்தை கதகளி ரசிகரானதனால் நான் தொடர்ந்து கதகளி பார்த்திருக்கிறேன். கதகளியில் எப்போதும் கதைச்சந்தர்ப்பங்களும் பாடல் வரிகளும் எல்லாம் ஒன்றுதான். ஆட்டம் ஒவ்வொரு முறையும் கலைஞனால் தன் மனோதர்மத்தின்படி புதிதாக நிகழவேண்டும். நட்டாலம் திரிலோசனன்நாயர் வருடம்தோறும் நளன் அன்னப் பறவையை தமயந்திக்கு தூதனுப்பும் தருணத்தை ஆடுவார். ஒவ்வொரு முறையும் ஒவ்வொரு நளன், ஒவ்வொரு அன்னம். அவர் முதன் முதலாக விமானத்தில் சென்று மீண்டபின் ஆட்டம் புத்தம்புதிதாக ஆகியது என்பார்கள்.

இதுவே செவ்வியல்கலையின் இயல்பு. நுட்பத்தை மட்டுமே அடைந்தால்போதும் என்ற நிலை சங்கக் கவிதையை மேலும் மேலும் செறிவானதாக ஆக்கியது. பல சங்கக் கவிதைகள் இருபது வார்த்தைகளுக்குள் நிற்பவை.

> காமம் காமம் என்ப
> காமம் அணங்கும் பிணியும் அன்றே நினைப்பின்
> முதைச்சுவர் கலித்த முற்றா இளம்புல்
> மூதாதைவந்தாங்கு
> விருந்தே காமம் பெருந்தோளாயே

என்ற மிளைப்பெருங்கந்தனின் பாடலின் அடர்த்தியைக் கவனியுங்கள். இதில் உள்ளது ஒரேயொரு படிமம் மட்டுமே. 'மேட்டுநிலத்து இளம்புல்லை மூத்தபசு சப்பிப்பார்ப்பதைப்போல' காமம் என்பது ஒரு முடிவிலா விருந்து. இப்படிமத்தை விளக்க, வாழ்க்கைத்தருணத்தில் பொருத்திக்காட்ட கவிஞன் முயலவில்லை. வாசகனின் கற்பனையை நம்பி அப்படியே விட்டுவிட்டுச் சென்றிருக்கிறான்.

தமிழ்க் கவிமரபில் நீளமான கவிதை வடிவங்கள் என்றால் வஞ்சிப்பா, கலிப்பா இரண்டையும் சொல்லலாம். ஆசிரியப்பா நீளமாகப் பாடப் படலாம். ஆனால் பின்னர் காப்பிய காலம் உருவாகி நெடுங்கவிதை ஆக்கங்கள் உருவானபோதுகூட தமிழின் செறிகவிதை மரபையே அவையும் தொடர்ந்தன. சிலம்பு ரத்தினச்சுருக்கமான ஒரு காப்பியம். தமிழின் மிகப்பெரிய காவியம் என்றால் அது கம்பராமாயணம். அது செறிவான நாலடிக் கவிதைகளினால் ஆனது. உணர்ச்சிகள் பொங்கி வழியும் தமிழ் பக்திக் கவிதைகள்கூட நாலடிகளுக்குள் செறிந்து நுண்மை கொள்ளும் தன்மை கொள்பவையே.

இந்த மரபில்தான் புதுக்கவிதை வந்து சேர்ந்தது. எஸ்ரா பவுண்ட் நவீன கவிதைக்கு உருவாக்கியளித்த இலக்கண அமைப்பை இங்குள்ள நவீனக்கவிதை முன்னோடிகள், குறிப்பாக க.நா.சுப்ரமணியம், ஆராய்ந்தபோது அது அவருக்கு மிக உவப்பானதாக இருந்தமைக்குக் காரணம் அந்த இலக்கணங்கள் ஏற்கெனவே இங்கே செவ்வியலில் இருந்தவை என்பதே. அலங்காரங்களையும் நேரடிவெளிப்பாடு களையும் தவிர்க்கும் தன்மை, படிமத்தன்மை, சுருங்கச்சொல்லி மொழியை கட்டுக்குள் நிறுத்தும் தன்மை, ஆழ்பிரதியை நம்பியே இயங்கும் தன்மை முதலியவை.

தமிழ்நவீனக்கவிதை அது உருவான சில வருடங்களிலேயே இந்திய மொழிகளில் உருவான மிகச்சிறந்த நவீனக் கவிதைகளை உருவாக்கி விட்டது. அதேகாலகட்டத்தில் கன்னடத்தில் சந்திரசேகரக் கம்பார் போன்றவர்களின் நீளமான நாட்டார் கவிதைகள் வந்து கொண்டிருந்தன. வங்க, இந்தி கவிதைகள் உரைநடைபோல தளர்வாக சொற்பொழிவாற்ற முயன்றன.

இங்கே தலைமையுரையில் கவிஞர் தமிழன்பன் மலையாளக் கவிதையின் தமிழக வேர்களைப் பற்றி எடுத்துச் சொன்னார். திணைக் கோட்பாட்டை அய்யப்ப பணிக்கர் உலகமெங்கும் கொண்டு சென்றதை விளக்கினார். இந்நூற்றாண்டின் தொடக்கத்தில் மலையாளப் பண்பாடு தன் தனித்துவத்தைக் கண்டடைய முற்பட்ட போது தமிழ்த்தொன்மையிலேயே தன் வேர்களை அறிந்தது. பேராசிரியர் இளங்குளம் குஞ்ஞன்பிள்ளை முதலியோர் அதற்கு அடித்தளமிட்டார்கள்.

ஆனால் அடுத்த கட்டத்தில் மலையாளப் பண்பாடு தன் தனித்தன்மைக்கு அதிக முக்கியத்துவம் கொடுக்க ஆரம்பித்தது. அதற்கு முன்னோடியாக அமைந்த சிந்தனையாளர் இ.எம்.எஸ். நம்பூதிப்பாடுதான். அவரது ‘கேரளம் மலையாளிகளின் மாத்ருபூமி’ என்ற நூல் துஞ்சத்துஎழுத்தச்சனில் இருந்து கேரள இலக்கியத்தையும் பண்பாட்டையும் தொடங்குகிறது. அப்போக்கு வலுப்பெற்று இன்றும் தொடர்கிறது.

ஆனால் கேரளப் பண்பாட்டின் செவ்வியல் வேர்நிலமாக சங்ககாலத் தமிழ்பண்பாட்டையே காணவேண்டும் என்று வலியுறுத்தும் வலிமை யான ஒரு சிந்தனைப்பள்ளி கேரளத்தில் உண்டு. எம்.கோவிந்தன் அதன் மூலவர். அய்யப்ப பணிக்கர் அதன் இன்னொரு மையம். எம்.என்.ராயின் மாணவரான கோவிந்தன் ஈ.வே.ரா மற்றும் சி.என்.அண்ணாத்துரை ஆகியோருடன் நெருக்கமான உறவுள்ளவர். கோவிந்தன் நடத்திய சமீக்ஷன் என்ற இதழ் தமிழ்ப்பண்பாட்டிற்கும் கேரளத்திற்குமான பாலமாக இருந்தது. அய்யப்ப பணிக்கர் தமிழ் அழகியலுக்காக இறுதிநாள்வரை வாதிட்டவர். மறைந்த பேராசிரியர் ஜேசுதாசனிடம் அவருக்கு நெருக்கமான உறவு இருந்தது.

முக்கியமான சிந்தனை மையமாக விளங்கிய கோவிந்தனால் கண்டெடுக்கப்பட்ட படைப்பாளிகள் பலர். அவர்களில் பி.கெ.பாலகிருஷ்ணன் ஆற்றூர் ரவிவர்மா இருவரையும் அவரது நேரடி மாணவர்கள் எனலாம். நான் தனிப்பட்ட முறையில் இவ்விரு வரையும் என் ஆசிரியர்களாகக் கொண்டவன். ஆற்றூர் ரவிவர்மா தமிழின் படைப்புகளை மலையாளத்திற்கு மொழியாக்கம் செய்வது, தமிழ் பண்பாட்டுத்தொடர்ச்சியை நிலைநாட்டுவது, மலையாள மொழியில் உள்ள சமஸ்கிருத ஆதிக்கத்தை எதிர்கொள்வது போன்ற வற்றில் அரை நூற்றாண்டுக்கும் மேலாக அரும்பணியாற்றி வருகிறார்.

என் நோக்கில் மலையாளத்தை ஒரு தனிவடிவமான தமிழ் என்றே எண்ணுகிறேன். தன் செவ்வியல் தளமாக தமிழைக் கொள்ளும்போதே மலையாள படைப்பிலக்கியம் உண்மையான ஆழத்தை அடைய முடியும். அப்போது அதன் இன்றைய புதுமைமோகம் பலவகையான சவால்களை சந்திக்க வேண்டியிருக்கும். மலையாளம் தன் சொற் கிடங்காகவும் படிமவயலாகவும் தமிழ்ச் செவ்வியல் மரபை கண்டடைய வேண்டும்.

கேரளத்தின் கவிதையை இப்பின்னணியில் வைத்துத்தான் நாம் காண வேண்டும். மலையாளக் கவிதையின் தொடக்கம் என்பது துஞ்சத்து எழுத்தச்சனின் ராமாயணம், மகாபாரதம் கிளிப்பாட்டு நூல்களில் இருந்து. அவற்றை நாட்டார் கவிதைகள் என்றே சொல்லிவிடலாம். அவை மக்களிடையே பெரும்புகழ்பெற்றமைக்குக் காரணமும்

இதுவே. அவற்றின் அடிப்படை இயல்பு உணர்ச்சிகரமாக பாடிப்பாடிச் செல்லுதல், சீரான ஓட்டம், சொல்பவற்றை மீண்டும் மீண்டும் சொல்லி நிறுவுதல் போன்றவை.

மலையாளக் கவிதையின் நவீன யுகம் குமாரன் ஆசானில் தொடங்குகிறது. ஆசான் பிரிட்டிஷ் கற்பனாவாதக் கவிதையின் நேரடியான பாதிப்பு உடையவர். 'உணர்ச்சிகள் பொங்கிவழியும்' வடிவத்தை எடுத்துக் கொண்டவர். ஆக, மலையாளக் கவிதையின் இரு முக்கியமான முன்னுதாரணங்களும் செவ்வியல்தன்மை இல்லாதவை. ஆகவே நுட்பங்களுக்கு முக்கியத்துவம் அளிக்காதவை, ஆழ்பிரதிகள் அற்றவை.

மலையாளக் கவிதை ஒரு பெரிய மக்களியக்கமாக ஆக இந்த அம்சம் காரணமா என்று யோசிக்கலாம். பல மலையாளக் கவிஞர்கள் நட்சத்திரங்களாக இருந்தார்கள், சங்ஙம்புழா கிருஷ்ணபிள்ளை போல. நவீனகவிதை வந்தபோது இந்த மக்களியக்கத்துக்கு எதிராக அது செயல்படவேண்டியிருந்தது. செறிவையும் உணர்ச்சி கலவாத நுட்பத்தையும் முன்வைக்கும் அதன் இலக்கணங்கள் அங்கே ஏற்புடையனவாக இருக்கவில்லை. மலையாளத்தில் இன்றும் மரபுக்கவிதை ஒரு முக்கியமான இயக்கமாகவே தொடர்கிறது என்பதைக் கவனிக்கலாம். நான் அறிந்து உருது தவிர வேறு எங்கும் இந்நிலை இல்லை.

மலையாளத்தில் நவீனக்கவிதையை கொண்டுவந்த முன்னோடி என்று அறியப்படுபவர் அய்யப்ப பணிக்கர். அவரது புகழ்பெற்ற கவிதைகள் எல்லாமே உணர்ச்சிக்குவியல்களான நீண்ட பாடல்கள் என்பதை வைத்தே நாம் நிலைமையை ஊகிக்கலாம். விதிவிலக்காக எழுதியவர் ஆற்றூர் ரவிவர்மா, ஆர்.ராமச்சந்திரன் போல சிலரே.

இந்நிலையில் மலையாளக் கவிதைகளை தமிழுக்கு மொழியாக்கம் செய்யும்போது எழும் சிக்கல்கள் பல. மலையாளக் கவிதைகளை தமிழில் அதே மெட்டுடன் மொழிபெயர்ப்பதா என்பது ஒரு முக்கியமான கேள்வி. பல கவிதைகளை அப்படி மொழியாக்கம் செய்தால் மட்டுமே எடுபடும். உதாரணமாக

'ஈற்றப்புலி நோற்று கிடக்கும் ஈறன் கண்ணு துறந்நும்...'

எனத் தொடங்கும் கடம்மனிட்ட ராமகிருஷ்ணனின் 'கிராதவிருத்தம்' கவிதையை அதே மெட்டில்

> வேங்கைப்புலி காத்துகிடக்கும் ஈரக்கண்கள் திறந்தும்
> கருநாகம் வாலில் நெளியும் புருவம் பாதி வளைத்தும்
> நீறான வனத்தின் நடுவே நின்றான் காட்டாளன்!
> நெஞ்சில் ஒரு பந்தம் நட்டு நின்றான் காட்டாளன்!

என மொழியாக்கம் செய்தேன். அதே போல அய்யப்ப பணிக்கரின் 'சந்த்ய' கவிதையை அதே மெட்டில் மொழியாக்கம் செய்தேன்.

அதேசமயம் மலையாளத்தில் உணர்ச்சிகரமான மெட்டுடன் பாடப் பட்ட என்.என்.கக்காடு எழுதிய 'ஸஃபலமீ யாத்ரா' கவிதையை 'நிறைவுற்றது இப்பயணம்' என்ற தலைப்பில் வசனநடையிலேயே மொழியாக்கம் செய்தேன். வசனநடையிலேயே அக்கவிதையின் உணர்ச்சிகள் வெளிப்பட்டன.

தமிழ்க் கவிஞர்களையும் மலையாளக் கவிஞர்களையும் சந்திக்கச் செய்து நான் நடத்திய முதல் பட்டறை குற்றாலத்தில் நடந்தபோது முக்கியமான விவாதப்பொருளாக இருந்ததே கவிதைக்கு வெளிப் படையான ஒலி தேவையா என்பதே. ஒலியழகில்லாமல் கவிதை இல்லை என்று மலையாளக் கவிஞர்கள் ஆவேசமாக வாதிட வெளிப் படையான ஒலிநயமும் மெட்டும் கவிதைக்கு ஒரு குறிப்பிட்ட உணர்ச்சிதளத்தை மட்டும் அளித்து அதன் பன்முக வாசிப்புத் தன்மையை இல்லாமலாக்கிவிடுகின்றன என்று தமிழ்க் கவிஞர்கள் வாதிட்டார்கள். கவிதையை மௌனவாசிப்புக்கு, அந்தரங்க பொருள் கோடலுக்கு உரியது என தமிழ்க்கவிஞர்கள் அணுக கவிதை ஒரு சமூகத்தை நோக்கிய பெரும் அறைகூவல் என்று மலையாளக் கவிஞர்கள் சொன்னார்கள்.

ஆனால் மெல்ல மெல்ல அந்த தரப்பை மலையாளக் கவிதை சமரசம் செய்துகொண்டது. மலையாளக் கவிதையை முன்னிறுத்தி நான் எழுதிய ஒரு கட்டுரை கடும் விமரிசனத்துக்கு உள்ளானாலும் மிக விரிவாக விவாதிக்கப்பட்டது. விமரிசகர்களால் 'குற்றாலம் இம்ஃபக்ட்' என்று சொல்லப்பட்ட இந்த அம்சம் கேரளக் கவிதையில் அழுத்தமான தொடர்பாதிப்பை உருவாக்கியது. நானே குறைந்தது முப்பது கட்டுரைகளை கண்டிருக்கிறேன் – பெரும்பகுதி தமிழ்கவிதைகளின் பாதிப்பைப் பற்றிய கண்டனங்கள்.

ஆற்றூர் ரவிவர்மாவின் புதுநானூறு என்ற தமிழ் புதுக்கவிதைத்தொகை பரவலான பாதிப்புக்குக் காரணமாகியது. ஆனால் சென்ற தலைமுறைக் கவிஞர்களில் இருந்த வெளிப்படையான அரசியல் சார்பும் கோட்பாட்டு நம்பிக்கையும் புதிய கவிஞர்களுக்கு இல்லாமலாகியதே முக்கியமான காரணம். இன்றைய மலையாளக் கவிஞன் தன் சார்பை மக்கள் திரள் நோக்கி அறைகூவிச்சொல்பவனல்ல. தயக்கமும் ஐயமுமாக தன்னைப்பற்றி பேசுபவன். அவனுக்கு உரிய வடிவம் மௌனமாகப்பேசும் கவிதையே. அவன் ஆழ்பிரதி வழியாகவே தொடர்புகொள்ள முயல்கிறான்.

தமிழ்-மலையாள கவிஞர்களின் உரையாடல் அரங்குகளை நான் தொடர்ந்து நடத்தினேன். மொத்தம் ஒன்பது அரங்குகள். அவற்றின் பொருட்டு நான் இளம் கவிஞர்களின் கவிதைகளை மொழியாக்கம் செய்தபோது கவிதையின் வடிவம் சம்பந்தமான மொழியாக்கச் சிக்கல்கள் அனேகமாக இல்லாமலாகிவிட்டிருந்தன. இன்றைய மலையாளக் கவிதை தமிழ்க் கவிதை போலவே அடர்த்தியானது, செறிவானது, மௌனம் மிக்கது, ஆழ்பிரதியின்வழியாகவே பேசுவது.

இந்த மாற்றம் எனக்குப் பிடித்திருக்கிறது. இதில்தான் நிறைய எதிர்பார்க்கிறேன்.

(20-2-2008 அன்று சென்னை பல்கலைக் கழகம் மலையாளத்துறை சார்பில் 'Cross border sensibilities – a perspective' என்ற தலைப்பில் நிகழ்ந்த கருத்தரங்கில் ஆற்றிய மலையாள உரையின் தமிழாக்கம்.)

வாசிப்பும் எழுத்தும் எதிர்வினையும்

எட்டு வருடங்களுக்கு முன்பு ஒரு குளிர்கால மாலையில் ஊட்டி மலைப்பாதையில் நித்ய சைதன்ய யதியும் நானும் நடந்துகொண்டே பேசிக்கொண்டிருந்தோம். நான் நித்யாவிடம் சி ஜி யுங் குறித்து அவரது கருத்து என்ன என்றேன். அதை தன் பல நூல்களில் பலவாறாகச் சொல்லி யிருப்பதாக அவர் சொன்னார். நான் ஒட்டுமொத்தமாக அவரது கருத்தைக் கேட்டேன். அவர் அதை சொல்வது கஷ்டம் என்றார். பிறகு எதிரே தெரிந்த மலையைக் காட்டி இதன் வடிவம் என்ன என்றார். நான் ஒழுங்கற்ற கூம்பு வடிவம் என்றேன். நித்யா சிரித்தபடி 'அப்படியா ?' என்றார். 'நீ என்னிடம் ஒரு விளக்கம் கேட்டிருக்க வேண்டும்; எந்த இடத்தில் நின்று நோக்கும் போது என்று. குறைந்தபட்சம் நீ அதைச்சொல்லும் போதாவது 'நான் நிற்கும் இடத்திலிருந்து நோக்கினால்' என்று சேர்த்துக் கொண்டிருக்கவேண்டும். நீ அவசரப்பட்டு சிந்திக்கிறாய். சிந்தனையில் நிதானம் என்பதற்கு ஒரே பொருள்தான், நிதானமான சிந்தனை தன்னை மையமாக்கி நோக்குவதை மெல்ல மெல்ல குறைத்துக்கொண்டே வரும்.'

ஓர் எழுத்தாளனாக நான் முன்வந்த காலகட்டத்தில் என் ஆக்கங்கள் பற்றி உருவாகும் கருத்துக்கள் மீது எனக்கு மிகுந்த பதற்றம் இருந்தது. எதிர்மறைக் கருத்துகள் என்னை மிகவும் நிதானமிழக்கச்செய்யும். அக்கருத்துகளில் தந்திரமும் சமத்காரமும் உள்நோக்கமும் தெரிந்தால் கைபரபரக்கும். மெல்ல அந்த பதற்றத்தை நான் இழந்தேன். என் வாழ்க்கையில் முக்கியமான ஒரு

பரிணாமமாக அதைக் காண்கிறேன். இன்று என்னைப்பற்றி ஒவ்வொரு மாதமும் ஏன் ஒவ்வொரு வாதமும் மிக மிகக் கடுமையான கருத்துகள் முன்வைக்கப்படுகின்றன. இவற்றில் பெரும்பாலானவை அடிப்படை நியாயம் கூட இல்லாத விமரிசனக்கருத்துகள். மீதியுள்ளவை அப்பட்ட மான வசைகள். இவற்றுக்கு என் உணர்வுநிலையில் சிறிதாவது இடம் கொடுத்தால்கூட நான் எதையுமே எழுதமுடியாதவனாகிவிடுவேன். என் நாட்கள் முழுக்க பதற்றமும் மனவலியும் நிரம்பியவை ஆகிவிடும். இதை எவருமே ஊகிக்கலாம். ஆனால் உண்மையில் அப்படி இல்லை. நான் என் வாழ்க்கையை என் குடும்பத்துடனும் நண்பர்களுடனும் நூல்களுடனும் மிகமிக உற்சாகமாகக் கழிப்பவன். தொடர்ந்து குன்றாத ஊக்கத்துடன் எழுதி வருகிறேன். மிக அபூர்வமாக, இத்தாக்குதல் களினால் என்னை சார்ந்தவர்கள் அல்லது நான் மதிப்பவர்கள் பாதிக்கப் படுகிறார்கள் என்று தெரியும்போது மட்டுமே எதிர்வினை யாற்றுகிறேன். இன்று என்னைப்பற்றிய எக்கருத்துகள் மீதும் எனக்கு பெரிய உற்சாகம் இல்லை. என் நாவல்களை மதிப்புரைகளுக்குக் கூட அனுப்புவது இல்லை. மதிப்புரைகள் தானாகவே வரட்டும் என்ற எண்ணமே உள்ளது. என் ஆக்கங்கள் குறித்து எனக்கு உள்ளூரத் தெரியும். அதைப்பற்றிய நிறைவும் குறையுணர்வும் என்னை அடுத்த கட்டத்துக்கு இயல்பாகவே கொண்டு செல்லும்.

உண்மையில் இந்த பற்றற்ற நிலை பற்றி பிறருக்கு பாடம் சொல்லக் கூடிய நிலையில் நான் இருக்கிறேன். இதன் அடிப்படையான புரிதலை நித்ய சைதன்ய யதியிடமிருந்து கற்றேன். அதாவது பார்வை அல்லது மதிப்பீடு என்பது பெரும்பாலும் அதை முன்வைப்பவனின் இயல்பையும் திறனையும் நோக்கத்தையும்தான் சார்ந்துள்ளது. உலகப் பேரிலக்கியங்களில் இருந்துகூட அற்பமான அனுபவங்களை ஒருவர் பெறக்கூடும். அவரவர் கையளவே கடலில் இருந்தும் அள்ளமுடியும். ஓர் இலக்கியப்படைப்பைப் பற்றிய மதிப்பீடு என்பது அதை மதிப்பிடுபவனையே முக்கியமாக மதிப்பிட்டுக்காட்டுகிறது, காரணம் இலக்கிய அனுபவம் என்பது அந்த அளவுக்கு அகவயமானது. அதற்கு புறவயமான, திட்டவட்டமான அளவுகோல்கள் இல்லை.

என் நாவல்களுக்கு வந்த எதிர்வினைகளை ஒரு நண்பர் தொகுத்து எனக்கு ஒரு பிரதி அனுப்பியிருந்தார். விஷ்ணுபுரம் முதல் எல்லா நூல்களுக்கும் கடுமையான நிராகரிப்புகளே பொதுவான எதிர்வினை களாக வந்துள்ளன என்பதைக் கண்டேன். விஷ்ணுபுரத்துக்கு முக்கிய மான விரிவான பாராட்டுகள் சில வந்துள்ளன. ஆனால் வசைகள் மற்றும் முழு நிராகரிப்புகள் எண்ணிக்கையில் எட்டு மடங்கு. பின்தொடரும் நிழலின் குரலுக்கு அதைவிட அதிக நிராகரிப்பும் வசைகளும். ஒப்புநோக்க அதிக பாராட்டைப் பெற்ற நாவல் ‘ஏழாம் உலகம்’ தான். ஆனால் அதைப்பற்றிய பாராட்டுக்கள் வர

ஆரம்பித்திருப்பதனாலேயே உடனடியாக கடும் வசைகளும் 'கட்டுடைப்புகளும்' வரும் என எதிர்பார்க்கிறேன்.

ஆனால் இதழ்களில் அச்சான இம்மதிப்பீடுகளை தமிழின் தேர்ந்த வாசகர்கள் எந்த அளவுக்குப் பொருட்படுத்துகிறார்கள்? விஷ்ணுபுரத்துக்கு புதியபார்வை, கணையாழி, தினமணிகதிர், சரிநிகர் (ஈழம்) போன்ற பல பிரபல இதழ்களில் எதிர்மறையான மதிப்பீடுகள் பல வந்தன. அது படிக்க மிகவும் சிரமமான நாவல் என்று வாய் மொழிக்கூற்று உருவாக்கப்பட்டது. ஆனால் அந்நாவலின் வாசகச் செல்வாக்கு எனக்கே பிரமிப்பூட்டுவது. இன்றுவரை அதைப்பற்றி தொடர்ச்சியாக கடிதங்கள் வந்தபடி உள்ளன. ஒருவாரம் தொடர்ச்சி யாக விஷ்ணுபுரம் பற்றி யாருமே எனக்கு எழுதாமலிருந்தது சென்ற டிசம்பர் மாதம்தான். பின்தொடரும் நிழலின் குரலுக்கு மார்க்ஸிய வட்டாரத்துக்குள் உள்ள செல்வாக்கை நான் ஆச்சரியத்துடன்தான் சொல்லமுடியும். வெளியே ஒரு வகை கருத்து ஒலிக்கிறது, உள்ளிருந்துவரும் குரல் நேர் மாறானது. அக்குரல் அங்கே இருப்பதை அவர்கள் அறிவார்கள் என்பதனால்தான் அந்நாவல் இன்றும் ஓயாத கசப்பை உருவாக்கியபடியே உள்ளது. அதைப்பற்றி எனக்கு எழுதியவர்களில் கேரளத்திலும் தமிழ்நாட்டிலும் உள்ள மிகமுக்கிய மான இடதுசாரிகள் சிலர்கூட உண்டு.

ஆக சிற்றிதழ் சூழல் சார்ந்து உருவாகும் கருத்துகளுக்கு நேரடியான மதிப்பு ஏதும் இல்லை. அவை நூல்மீதான மதிப்பீடுகள் அல்ல, மாறாக சிற்றிதழ்ச் சூழலில் என்ன நடக்கிறது என்பதற்கான ஆதாரங்களே. என்னவகையான கருத்தியல்கள், என்னென்ன வகையான வடிவக் கோட்பாடுகள், எத்தகைய தனிப்பட்ட உறவுகள் செயல்படுகின்றன என்பதை மட்டுமே அவை காட்டுகின்றன.

•

இந்த அடிப்படையிலிருந்து நான் எழுத்து என்ற செயல்பாட்டுக்கும் வாசகன் என்ற நிலைக்கும் இடையேயான உறவென்ன என்று யோசிக்க எண்ணுகிறேன். 'இலக்கியம் வாசகனுக்காக எழுதப் படுகிறது, இல்லையேல் அதை பிரசுரிக்கவேண்டிய தேவை இல்லையே' என்ற கருத்து பரவலாக முன்வைக்கப்படுகிறது. அது உண்மை. ஆனால் எந்த வாசகனுக்காக? சமகாலத்தைய பலவிதமான வாசிப்புமுறைகளின் ஒட்டுமொத்த சராசரியாக உருவாகி தன் முன் நிற்கும் வாசக உலகத்தையே இப்படிச் சொல்பவர்கள் வாசகன் என்ற ஒருமை மூலம் குறிப்பிடுகிறார்கள். அவ்வாசகனை எப்படி வரையறை செய்துகொள்வது? அவனைக் கவர்ந்த சராசரிப் படைப்பை வைத்துத் தான் இல்லையா ? அப்படியானால் இலக்கியத்தில் எந்தப் புதிய முயற்சியும் நிகழ முடியாது.

தமிழ் இலக்கியச்சூழலை இரண்டாகப்பகுத்து ஆராயலாம். வணிக நோக்குடன் எழுதப்படும் பிரபல எழுத்தை ஒருவகையாகவும் இலக்கிய நோக்குடன் எழுதப்படும் சிறுபான்மை எழுத்தை இன்னொருவகையாகவும் பிரிக்கிறோம். இவற்றின் சராசரிகள் என்ன? வணிகஎழுத்தில் 1) செயற்கையான முறையில் மிகைப்படுத்தப்பட்ட உணர்ச்சிகள் 2) பாலுணர்வின் நியாயப்படுத்தப்பட்ட வெளிப்பாடு என்ற இரு அம்சங்களே மேலோங்கியுள்ளன. அதே சமயம் இதோ மிகையுணர்ச்சி இதோ பாலுணர்ச்சி என்று நேரடியாகப் பரிமாறவும் கூடாது. உரிய பாவனைகளுடன்தான் செய்யவேண்டும். மிகை யுணர்ச்சியை வாழ்க்கையைப்பற்றிய ஆழமான பார்வையாகவும் பாலுணர்ச்சியை வாழ்க்கைச்சித்தரிப்பின் பின்புலத்தில் பொருத்தியும் காட்டவேண்டும். இக்கலவையை சரிவரச்செய்தவர்கள் வெற்றி பெற்ற வணிக எழுத்தாளர்கள்.

நம் இலக்கிய எழுத்தில் சராசரி எப்போதுமே முற்போக்கு யதார்த்த வாழ்க்கைச் சித்தரிப்புதான். அதற்கு 'அப்பட்டமான படப்பிடிப்பு' என்ற முத்திரை இருக்கிறது. அடுத்தபடியாக தனிமனிதன் ஒருவனின் உளவியல் இக்கட்டுகளைச் சித்தரிக்கும் ஆக்கங்கள். ஆனால் நமது நல்ல படைப்புகள் அனைத்தும் இச்சராசரிக்கு சற்று விலகித்தான் தங்கள் செயல்தளங்களைக் கொண்டுள்ளன.

ஓர் இலக்கியவாதி எழுதும்போது வாசகனை கருத்தில் கொள்வது என்பது உண்மையில் இந்த சராசரியை கருத்தில் கொள்வதுதான். வணிக எழுத்தாளனின் நோக்கம் வணிகம் என்பதனால் அவன் கண்டிப்பாக சராசரியை கருத்தில் கொள்ளவேண்டியுள்ளது. அவனது எழுத்து உடனடியாக பல்லாயிரம் பேரை சென்றடையவேண்டிய தேவை உள்ளது. அதேசமயம் அவன்கூட தன் தனித்தன்மையை அச்சராசரியிலிருந்து மாறுபடுவதன்மூலமே அடைய முடியும். இல்லையேல் ஏற்கெனவே எழுதப்பட்டவற்றை மீண்டும் எழுதுபவனாக அவன் முடிய நேரும். ஆகவேதான் திசைதிறப்பாளர் களான முக்கிய வணிக எழுத்தாளர்கள் இலக்கியப்புலத்தில் ஆழ வேரூன்றி எழுபவர்களாக இருக்கிறார்கள். கல்கி, சுஜாதா, பாலகுமாரன், வைரமுத்து உதாரணம். ஆக வணிக எழுத்துகூட ஓர் எல்லைவரையே வாசகனை, அதாவது சராசரியை கருத்தில்கொள்ள இயலும்.

இலக்கிய எழுத்தைப்பொறுத்தவரை அந்த சராசரிக்கு அப்பால் செல்லும்போதே அப்படைப்பின் இலக்கிய முக்கியத்துவம் உருவாகிறது என்பதே உண்மை. சராசரி வாசகன் என்பவன் அவனது கண்முன் எக்கணமும் நிற்க முடியாது. ஏனேனில் அவன் இறந்த காலத்தை சேர்ந்தவன்.

இலக்கியவாதியின் முன் நிற்பவன் எதிர்கால வாசகன். அவனது படைப்பு உருவான பிறகு அப்படைப்பின்மூலம் கண்டடையப்படும் புதிய வாசகன். அது ஒரு மானசீக லட்சிய உருவகம். இலக்கியப் படைப்புகள் எல்லாமே உரையாடல்கள்தான். எழுத்தாளனுக்கும் வாசகனுக்கும் இடையேயான உரையாடல்கள்தான். ஆனால் அவ்வாசகன் அவ்விலக்கியவாதியின் இலட்சியக் கற்பனையால் உருவகிக்கப்படுபவன். ஆகவே அவனது இன்னொரு முகம். ஆடிப்பிம்பம். ஆகவே இலக்கியப்படைப்புகள் என்பவை நீண்ட தன்னுரையாடல்கள்.

இலக்கியப்படைப்புகள் பிரசுரிக்கப்படுவதன் நோக்கம், குறைந்த பட்சம் அவ்வெழுத்தாளனைப் பொறுத்தவரை, அந்த இலட்சிய வாசகனைக் கண்டடைதலேயாகும். அவ்விலட்சிய வாசகனின் சாயல் கொண்ட ஒரு வாசகன்தான் எழுத்தாளனை மகிழ்விக்கிறான். தான் எழுதியது ஏற்கப்பட்டுவிட்டதான மகிழ்ச்சியை அவன் அப்போது அடைகிறான். மாண்டிகிறிஸ்டோ கோமகன் தன் தனிமைச்சிறையின் கரிய கற்சுவரில் தட்டிக்கொண்டே இருக்கிறார். பலநாட்களுக்குப் பின் ஒரு நாள் அந்த ஒலிக்கு எதிர்வினை வருகிறது. அவருக்கு மீட்பு வந்துவிட்டது.

அவ்விலட்சிய வாசகன் ஒருபோதும் எதிர்மறையாக தன்னை நிலைநாட்டிக் கொண்டவன் அல்ல. அவன் கட்டுடைப்பாளன் அல்ல. அத்தகைய வாசிப்புகள் படைப்பின் சடலத்தையே வாசகனுக்கு அளிக்கின்றன. இதை கட்டுடைப்புத்திறனாய்வு உச்சத்திலிருந்த எண்பதுகளில் சொல்லியிருந்தால் சிலர் எதிர்க்கக் கூடும். இன்று இது ஒரு சாதாரண உண்மை. ஒரு ரசனைவாசிப்பு என்பது படைப்புக்கு தன்னை ஒப்புக் கொடுத்துவிடுவதோ, அடிமைப்படுவதோ அல்ல. அதை ரசித்து ஒரு நூலையாவது வாசித்தவர்கள் உணர்வார்கள். அதிலும் எதிர்மறை நிலைப்பாட்டுக்கு இடம் உள்ளது. அதிலும் கட்டுடைப்பு நுட்பமாக நிகழ்ந்தபடியே உள்ளது. உண்மையில் கட்டவிழ்ப்பும் மறுஆக்கமும் ஒரேசமயம் நிகழும் ஒரு படைப்புச் செயல்பாடே வாசிப்பு என்பது.

ரசனைவாசிப்பு படைப்புக்கு முன்னால் தன்னுடைய ஆழ்மனதை திறந்துவைக்கிறது, மொழியின் குறிகளும் படிமங்களும் நனவிலியைத் தூண்ட அனுமதிக்கிறது. மற்றவகை வாசிப்புகள் தங்கள் புறமனதை, தர்க்கத்தை மட்டுமே படைப்பை நோக்கி திறந்துவைக்கின்றன. அதில் சிக்குவனவற்றைமட்டுமே அவை அறிகின்றன. துரதிருஷ்டவசமாக இலக்கியப் படைப்புகள் ஆழ்மனதின் வெளிப்பாடுகள். ஆழ்மனதுடன் பேச முற்படுபவை. அவை தர்க்கபூர்வமான ஒரு முகத்தை கொண்டிருக்கும். ஆனால் அந்த தர்க்கம் ஆழ்மனம் சார்ந்த

அதன் இயக்கம் மூலமே பொருள்படக்கூடியதாக இருக்கும். அந்த தளம் இல்லாவிட்டால் சமயங்களில் அபத்தமாக ஆகிவிடும்.

நாய் சகநாய்களுடன் உரையாடும்போது வாயால் பேசுகிறது. கூடவே மேலும் நுட்பமான பேச்சு ஒன்றை வாலால் நடத்துகிறது. உண்மையில் வாய்ப்பேச்சு வால்பேச்சுக்கு துணைமட்டும் தான். வால்வெட்டப் பட்ட நாய் சகநாயுடன் பேசும்போது வெறும் வாய்ச்சொற்கள் முற்றிலும் தவறான, எதிர்மறையான பொருளைத் தந்துவிடுகின்றன. 'ஹலோ நான் இந்த தெரு நாய், நீ?' என்ற அன்புக்குரல் 'எவண்டாவன் என் வீட்டுத்தெருவழியாக போகிறவன்?' என்று பொருள்படுகிறது. கடிரகளை ஆகிவிடுகிறது.

அப்படியானால் புற வாசகன் என்பவன் இல்லையா என்ன? ஒரு படைப்புக்கு புறவயமான வாசிப்புத்தளமே இல்லையா? எதை நாம் நம் உள்ளே காண்கிறோமோ அதையே வெளியேயும் காணமுடியும் என்பது அனுபவத்தின் அடிப்படைப் பாடங்களில் ஒன்று. எந்த இடத்தை நான் என் சாரத்தை உணர்ந்தபடி எழுதினேனோ அந்த இடத்தை பல்லாயிரம் வாசகர்கள் தங்கள் சாரத்தை உணர்ந்து வாசிப்பதை மீண்டும் மீண்டும் கண்டிருக்கிறேன். உண்மையில் ஒருமுறைகூட இது தவறியது இல்லை. என் கண்ணீர் துளி விழுந்த பக்கங்களில் என் வாசகனின் கண்ணீர்துளி விழும். உதாரணமாக பின் தொடரும் நிழலின் குரலில் ஏசு வரும் காட்சி. என் ஆக்கங்களில் நான் உச்சகட்ட மனஎழுச்சியை அறிந்த இடம் அது. அதை அடைந்த பல நூறு வாசகர்கள் எனக்கு எழுதியிருக்கிறார்கள். அதேசமயம் மனதை மூடிக்கொண்டு ஒருவர் அதை எளிதாக தாண்டிச்செல்லமுடியும் என்பதும் உண்மையே. அத்தருணத்தை உணரவே இயலாதவர்களும் வாசிக்கிறார்கள் என்பதும் உண்மையே. கலையின் இயல்பு அது. மனோவசியம் போல. உடன்பட முன்கூட்டியே மறுத்துவிட்டால் கலை தோற்றுவிடும். அதை நன்கறிந்த பிறகு அத்தகைய நுட்பங்கள் முன் கண்களை மூடிக் கொள்பவர்கள் அல்லது காணமுடியாதவர்கள் குறித்து மெல்லிய புன்னகைக்கு அப்பால் எனக்கு சொல்ல ஏதுமில்லை என்று கண்டேன்.

என் ஆக்கங்களில் பல முக்கியமான இடங்கள் மிக மிக மௌனமாக உள்ளன. காடு நாவலில் எவையெல்லாம் நாவலின் மையமான இடங்களோ அவையெல்லாமே வாசகனின் குறிப்புணர்திறனை நம்பி விடப்பட்டுள்ளன. உதாரணமாக அந்நாவலில் குறிஞ்சிப் பூவை காதலர்கள் காணும் இடம். காடு முழுக்க பெய்துகொண்டிருந்த உணர்வுகளின் உக்கிர மழை அங்கே இல்லை. உச்சியில் ஒன்றுமே இல்லை. அம்மலரைப்பார்க்கையில் அபூர்வம் என்பதன்றி எவ்விதச் சிறப்பும் இல்லா எளிய மலராக அது உள்ளது.

ஏழாம் உலகில் பல கதாபாத்திரங்களின் முழுக்குணச்சித்திரங்கள் ஒரேவரி வசனத்தில் குறிப்புணர்த்தப்பட்டுள்ளன. பல இடங்களில் மௌனமான இடைவெளி மூலமே நாவலின் சாரமான பல பகுதிகள் முன்வைக்கப்படுகின்றன. அவை வாசகர்களிடம் தவறாமல் நுட்பமாகச் சென்று சேர்வதை இப்போதும் கண்டுகொண்டிருக் கிறேன். பேதங்களுக்கு அப்பால் மனிதமனதின் ஆழம் ஒன்றுதான் என்று நான் நம்புவதை இவை உறுதிசெய்கின்றன. இலக்கியம் என்ற ஊடகத்தின் நியாயமும் இதுதான். எல்லா தடைகளையும் கடந்து இலக்கியத்தால் மனித மனத்துடன் உரையாடமுடியும் என்ற அடிப்படையிலேயே இலக்கியங்கள் உருவாகி செயல்படுகின்றன. அவ்வடிப்படையே செவ்வியல் படைப்புக்களை தொடர்ந்து உருவாக்கி வருகிறது. பேதங்களை வலியுறுத்தும் கோட் பாட்டாளர்கள் – முன்பு அவர்கள் மதவாதிகள், இன்று அரசியல் வாதிகள் – மீண்டும் மீண்டும் குரலெழுப்பி இதை மறுக்கிறார்கள். அவர்கள் கண்ணெதிரே இலக்கியம் அத்தடைகளை தாண்டிச் செல்கிறது. அவர்களுக்கு சமகால உதாரணம் விஷ்ணுபுரம். அந்நாவலை வாசகனிட மிருந்து விலக்கும்பொருட்டு அதைக் ‘கட்டுடைத்து’ பேதங்களின் அடிப்படையில் நிராகரித்து பேசியவர்கள் அந்நாவல் எப்படி அனைத்து தடைகளையும் தாண்டிச்செல்கிறது என தனிமையிலேனும் சிந்தித்துப் பார்க்கவேண்டும்.

இலக்கியம் அகவயமான அணுகுமுறை மூலமே அணுகப்பட முடிவது. அதற்கு புறவய மதிப்பு ஏதும் இல்லை. ஆனால் அதன் மீதான அகவய மதிப்பீடுகள் மெல்ல உருத்திரண்டு இயல்பாகவே ஒரு புறவய மதிப்பீடு உருவாகி வருவது நிகழ்ந்தபடியே உள்ளது. ஆழத்தில் மனிதமனம் ஒன்றே என்று இலக்கியம் நம்புவதற்கு அதுவே ஆதாரம்.

ஒருமுறை நாங்கள் இருவர் திருவனந்தபுரம் ஆலப்புழா ரயிலில் சென்றுகொண்டிருந்தோம். மலையாள எழுத்தாளர் உறூப் (பி.சி குட்டிகிருஷ்ணன்) எழுதிய ‘உம்மாச்சு’ என்ற நாவலைப்பற்றி பேச்சுவந்தது. நான் அதில் ஒரு இடத்தைப்பற்றி சொன்னேன். அதில் ஒரு குட்டிக்கதாபாத்திரமான அனாதை முகமது இன்னொரு அனாதை யான பாத்துமாவை கண்டடைகிறான். அவள் ஏமாற்றப்பட்டு கருவுற்று முழு கர்ப்பிணியாக வாழ்க்கையில் அடுத்தவேளை உணவுக்கு வழியற்றவளாக இருக்கிறாள். முகமது அவளை மனைவி யாக ஏற்க முடிவுசெய்கிறான். அதை அவன் அவளிடம் சொன்ன கணம் அவர்கள் இருவருமே அனாதைகள் அல்லாமல் ஆகிறார்கள். இருவருக்குமே வாழ்க்கையில் பொருளும் தன்னம்பிக்கையும் ஏற்படுகிறது. அக்கணத்தை குறைந்த சொற்களில் சொல்லும் உறூப் ‘அவ்வழியாக தெய்வம் சென்றது’ என்கிறார். அதை நான் படித்தபோது பெரிய மன எழுச்சி கொண்டேன் என்றேன்.

நண்பர் ஆவேசத்துடன் அதேவரி அவரை எப்படி மீட்டியது என்றார். அப்போது சற்றுதள்ளி அமர்ந்திருந்த ஒருவர் கண்கள் மினுமினுக்க அவரையும் அவ்வரி ஆரத்தழுவிய கணம் இருந்தது என்றார். என் நண்பர் ஒரு வகை பதற்றமான ஆள். மலையாளத்தில் 'சூடன்' என்போமே அதுபோல. அவர் எழுந்து பக்கத்து பகுதியில் சீட்டாடிக் கொண்டிருந்த கும்பலை அணுகி கைதட்டி 'யாராவது இங்கே உம்மாச்சு வாசித்திருக்கிறீர்களா?' என்றார். இருவர் வாசித்திருந்தார்கள். 'அதில் உங்களுக்கு மிகவும் பிடித்த இடம் எது?' என்றார் நண்பர். இருவருமே நான் சொன்ன அதே இடத்தை சொன்னார்கள். உற்சாகம்தாங்காத நண்பர் ஊருக்கு ஓணத்துக்கு கொண்டுபோக வைத்திருந்த பெரிய மதுபுட்டியை அங்கேயே உடைத்தார். உறூபின் மனம் அறிந்த 'மலர் உதிரும் ஒலி' காலங்களைத் தாண்டி பல்லாயிரம் செவிகளுக்கு வந்தபடியேதான் உள்ளது. அதுவே இலக்கியத்தின் வலிமை.

என் ஆக்கங்களை முன்வைத்து நான் இதையே சொல்ல முடியும். அவை என் இலட்சிய வாசகனாகிய இன்னொரு ஜெயமோகனுக்காக எழுதப் பட்டவை. அந்த ஜெயமோகனின் முகங்களை நான் ஆயிரக்கணக்கில் காணமுடிகிறது என்பதே என் எழுத்து வெற்றிகரமானது என்பதற்கான ஆதாரமாகும். அதில் எனக்கு முழு நிறைவு உண்டு.

•

இவ்விரு நாவல்களைப்பற்றிய விமரிசனக்கூற்றுகளுக்கு நான் விரிவான எதிர்வினை ஏதும் அளிக்கப்போவது இல்லை. அவை அவ்விமரிசகர்களின் கருத்துகள்.

இவற்றைப்பற்றிய என் சொற்கள் சில இங்கு சொல்லப்படவேண்டு மெனில் இவ்வாறு சொல்வேன். காடு ஒரு காதல் கதை அல்ல. அது காதலின் கதை. காதல் என்றால் நமக்கு குறிஞ்சித்திணை. அவ்விலக் கணத்தின் விரிவுக்குள் செல்லும் நாவல் அது. குறிஞ்சி நிலம், குறிஞ்சிக்குரிய குறமகள். ஆனால் குறிஞ்சி வாழ்க்கையில் ஒரு வண்ணத்தீற்றல் போல வந்து மறையும் ஒரு மாயம். அதற்கு மேல் ஏதுமில்லை. காலங்களில் சிறியது வசந்தகாலம். ஆனால் அதன் நினைவைக்கொண்டே கோடையும் இலையுதிர்காலமும் எதிர் கொள்ளப்படுகின்றன. கிரி அறிந்தது ஒரு உக்கிரமான காதலை அல்ல. ஒரு காதலாக அது மலர சந்தர்ப்பமே இல்லை. சில சந்திப்புகள் சில உணர்வெழுச்சிகள், அவ்வளவுதான். அவனைச்சுற்றி அதைவிட மேலான பல உணர்ச்சிகள் கொப்பளிக்கின்றன. மகத்தான பல விஷயங்கள் நிகழ்கின்றன. காதலைவிட உக்கிரமான காமம் நுரைபொங்கி அலையடிக்கிறது. உறவுகள் வலையாக பின்னி விரிகின்றன. ஆனால் அவை ஏதும் அவனில் எஞ்சவில்லை. அந்தக் காதலின் வண்ணத்தின் மிச்சங்களே முதியவயதுவரை அவனில்

உள்ளன. பாலையாக மாறிய எஞ்சிய வாழ்க்கையில் அவை மட்டுமே துணையாக உள்ளன. காதல் என்ற இந்த கவித்துவ மாயத்தைப் பற்றிய ஒரு வியப்புதான் இந்நாவல். இதுவே இதன் முதல்தளம்.

ஏழாம் உலகம் மனிதனின் கீழ் எல்லையைப்பற்றிய நாவல். நான் இதை எழுதும்போது அருண்மொழி ஏன் இதையெல்லாம் போய் எழுதுகிறாய் என்று மனம்கசந்து கேட்டாள். எனக்கு அப்போது நோக்கம் இருக்கவில்லை. ஆனால் எழுதி முடிக்கும்போது தெரிந்தது. நான் என் மற்ற நாவல்களில் தேடியவற்றின் நீட்சியே இதிலும் உள்ளது. நான் மனித உன்னதத்தின் தருணங்களை எழுதியுள்ளேன். அப்போது மனிதனில் எஞ்சுவதென்ன என்று நோக்கியிருக்கிறேன். இது மனிதக் கீழ்மையின் தளம். அரசியல் அடையாளம், சமூக இடம், ஆன்மிக அடிப்படை ஏதும் இல்லாத, ஏன் மனித அடையாளம் கூட இல்லாத மனிதர்களின் உலகம். அங்கே மனிதமாக எஞ்சுவது எது என்பதே என் வினா. பல இடங்களில் இவ்வினா நுட்பமாக மீண்டும் மீண்டும் எழுப்பப்படுவதை வாசகர்கள் காணமுடியும். வெளிப்படையாக எழுப்பப்படும் இடம் அந்த வெள்ளைக்கார சாமியார் இருத்தல் இல்லாமலிருத்தல் பற்றிய வரியை சொல்லும் இடம். ஒரு விரிந்த தளத்தில் அனைவருமே உடலை - தங்கள் உடல் அல்லது பிறர் – விற்று வாழ்பவர்களே என்ற நோக்கும் அதில் உள்ளது. எங்கெல்லாம் உருப்படி என்ற சொல் எப்படியெல்லாம் கையாளப்பட்டுள்ளது என்ற நோக்கு கொண்ட வாசகன் அதை எளிதாக உணர இயலும். பண்டாரம் உருப்படிகளை உபயோகித்து வீசுபவர் என்றால் அவரே கூட அவரது குடும்பத்தினரால் உபயோகிக்கப்படும் உருப்படியாக இருப்பதைக் காட்டுவதே அந்நாவலின் இன்னொரு மையம். எஞ்சுவதென்ன என்று நான் கண்டடைந்தது எனக்கு மிகவும் நிறைவளித்தது. அது ஓர் ஆழமான சுய கண்டடைதல். அது வாசகர்களுக்கும் கிடைத்தால் மகிழ்ச்சி அடைவேன்.

(12-9-2004 கார்முகில் இலக்கிய வட்டமும், உயிர்மை இதழும் சேர்ந்து திருச்சியில் நடத்திய ‘காடு, ஏழாம் உலகம்’ விமரிசனக்கூட்டத்தில் பேசிய உரை.)

கடவுள் எழுக!

ஜெயகாந்தன்

இந்த அரங்கில் மிக மகிழ்வுடன் கலந்துகொள்கிறேன். ஜெயமோகனைப்பற்றி இப்போது நிறைய பேசுகிறார்கள். எதிர்காலத்தில் மேலும் பேசுவார்கள். அவர் நேற்றைய எழுத்தாளர்களைப்பற்றி இங்கே பேசுகிறார். அவரை நாளைய எழுத்தாளர்கள் பேசுவார்கள்.

ஜெயமோகனின் ரப்பர் நாவலையே நான் முதலில் படித்தேன். என்னை மிகவும் கவர்ந்த நாவல் அது. அதன் பிறகு விஷ்ணுபுரம் நாவலை படிக்க முயன்றேன். என்னால் உள்ளே செல்ல முடியவில்லை. முன்பு ஒரு கூட்டத்தில் நான் சொன்னதுபோல அது தன் வாசல்களை சாத்திக் கொண்டுவிட்டது. இன்னமும் திறக்கவில்லை. அதன் பிறகு ஜெயமோகனின் மற்ற எழுத்துக்களை நான் படித்தேன். அவற்றின் மூலம் இவரைப்பற்றிய ஒரு சிறப்பான எண்ணமே எனக்கு ஏற்பட்டது.

ஜெயமோகனுக்கும் எனக்கும் இடையே மிகுந்த வேற்றுமைகள் உண்டு. அவர் தனக்கு முன்னால் உள்ள எழுத்தாளர்களைப்பற்றி அழகியல் நோக்கிலும் தத்துவார்த்த நோக்கிலும் கண்டு விரிவான விமரிசனங்களை பதிவு செய்திருக்கிறார். நானோ எப்போதுமே பிற எழுத்தாளர்களைப்பற்றி ஏதும் சொன்னது இல்லை. மூத்த எழுத்தாளர்களைப் பற்றி கருத்துகள் சொல்லும் வழக்கம் இல்லை. இளம் எழுத்தாளர்களை ஊக்கப்படுத்தியது இல்லை. அவர்களுக்கு உதவும் வகையில்கூட அதிகமாக ஏதும் சொன்னது இல்லை. அதில் எனக்கு நம்பிக்கை இல்லை.

விமரிசனத்தால் இலக்கியவாதிக்கு என்ன பயன்? பிறரை மனதில் கொண்டு நல்ல எழுத்தாளன் எழுதுவது இல்லை. பிறர் சொல்வதை அவன் பொருட்படுத்துவதும் இல்லை. என்னைபொறுத்தவரை

விமரிசனங்களை நான் கவனிப்பதே இல்லை. விமரிசனங்களினால் வாசகர்களுக்கு வாசகச் சூழலுக்கு ஒருவேளை ஏதேனும் பிரயோசனம் இருக்கலாம்.

ஆனால் ஜெயமோகன் மிகுந்த சிரத்தையுடன் தன் முன்னோடி எழுத்தாளர்களின் ஆக்கங்களை கூர்ந்து படித்து தர்க்கபூர்வமாக கருத்துகளை முன்வைத்திருக்கிறார். இக்கருத்துகள் மூலம் அவர் இலக்கியம் பற்றிய சில அடிப்படைகளை உருவாக்கியிருக்கிறார். அதனால் தான் பல்வேறுபட்ட எழுத்தாளர்களை இங்கே திரட்டுபவராக இருக்கிறார். எழுத்தை ஓர் இயக்கமாக ஆக்கும் சக்தி அவரிடம் இருக்கிறது. பிறரது எழுத்துக்களைப்பற்றி இப்படி திட்ட வட்டமான கருத்துகளைக் கூற தன் சொற்களில் உள்ள சத்தியத்தின் மீது ஆழமான நம்பிக்கை தேவை. அந்த தன்னம்பிக்கை அவரிடம் உள்ளது.

நான் பொதுவாக அதிகமாக வாசிப்பவனல்ல. என்னை ஒரு வாசகன் என்றேன் சொல்லிக்கொள்ள மாட்டேன். ஆனால் இவரது எழுத்துக்களும் தீவிரமான செயல்பாடுகளும் என்னை இவரை திரும்பிப் பார்க்கச்செய்கின்றன. எனது காலகட்டத்துக்குப்பிறகு வந்த மிக முக்கியமான படைப்பாளியாக இவரைப் பார்க்கிறேன். இவரைப்பார்த்து வியப்பும் மகிழ்ச்சியும் அடைகிறேன்.

ஒரு பேட்டியில் இவர் தன்னிடமிருந்து இப்போது எழுத்து பீறிட்டு வெளிவருவதாக சொல்லியிருந்தார். அது ஒரு அபூர்வமான காலகட்டம். அதை என்னால் நன்றாக புரிந்துகொள்ள முடிகிறது. அதுவரும்போது வரும். வராதபோது ஒன்றும் செய்யமுடியாது. அதை நிகழவிடுவது மட்டுமே நாம் செய்ய முடிவது. ஒருவகையில் நான் எழுத்தை நிறுத்தியபோது இவர் எழுத வந்ததும் இவரிடம் இந்த வேகம் இருப்பதும் வெறும் தற்செயலல்ல என்றே எனக்குப்படுகிறது. இந்தக் காலகட்டம் தன்னை எழுத இவரை தேர்வு செய்துள்ளது. நான் எழுதாது விட்டவைகள், எழுதமுடியாது போனவைகள் இவர் மூலம் வெளிவருகின்றன என்று எண்ணுகிறேன். நம் காலகட்டத்தின் கோபங்கள் துயரங்கள் இவர் மூலம் வெளிவருகின்றன.

இவர் முற்போக்கு எழுத்தாளரல்ல என்று சொன்னார்கள். யார் முற்போக்கு? யார் யாரை அப்படி சொல்வது? எவருடைய எழுத்தில் அடிப்படையில் மனிதாபிமானம் உள்ளதோ, எவருடைய நோக்கில் சத்தியமும் இலட்சியவேகமும் உள்ளதோ அவர் எழுதுவதுதான் முற்போக்கு எழுத்து. மேலான எல்லா இலக்கியமும் முற்போக்கு இலக்கியமே. இவர் நம் காலகட்டத்தில் சிறந்த முற்போக்கு படைப்பாளிகளில் ஒருவர் என்று நான் சொல்கிறேன்.

இவரை ஒரு தமிழ் எழுத்தாளராக கொள்ளமுடியாது. பலமொழி அறிவும் விரிந்த புலமையும் கொண்டவர். மலையாளத்திலும் தமிழிலும் எழுதிவருபவர். தமிழில் எழுதும் இந்திய எழுத்தாளர் இவர் என்றே நான் எண்ணுகிறேன். அவரது எழுத்தின் வீச்சும் ஆழமும் மொழி எல்லைகளைக் கடந்தவை.

இவர் இங்கே முன்வைத்துள்ள நூல்களில் இலக்கிய முன்னோடிகள் என்று சிலரை சொல்லியிருப்பது குறித்து கந்தர்வன் சொன்னார். அவர்கள் முன்னோடிகள் என்பது ஒரு பேச்சுதான். தனக்கென தேடலுள்ள எழுத்தாளனுக்கு யாருமே முன்னோடிகள் அல்ல. அவர்கள் முன்னால் சென்றவர்கள் அவ்வளவுதான். அவர்களிட மிருந்து இவர் சிலவற்றைக் கற்றுக் கொண்டிருக்கலாம். இவரிடமிருந்தும் நாம் பல கற்றுக் கொள்ளலாம். என்னைப் பொறுத்தவரை இவர் எனது காலத்துக்குப் பின் வருபவர் ஆனாலும் எனக்கு பலவற்றை புதிதாக கற்பிப்பவர். எனவே இவர் என் ஆசான். இதில் யார் முதல் என்ற பேச்சே எழவில்லை.

நாம் அனைவருமே பாரதி வழிவந்தவர்கள். அவன் நமக்கெல்லாம் முன்னோடி. நம் சொற்களில் கலைமகள் குடியிருப்பதாக அவன் சொன்னான். நம் சொற்களில் கடவுள் எழவேண்டும். எது எது எங்கும் இருந்தாலும் காணக்கிடைக்காததோ, எது அறியப்படாவிட்டாலும் நம்மை அதைப்பற்றியே பேசவைக்கிறதோ அது கடவுள். எது உணர்வில் மட்டும் வசிக்கிறதோ எது உணர்வு மயமானதோ அது கடவுள். மனிதனை நேசிக்க கற்றுக் கொடுப்பது இந்த வாழ்க்கையை மேலானதாக மாற்ற கற்றுக் கொடுப்பது கடவுள்.

இலக்கியமும் கடவுள் வடிவம்தான். மனிதனையே கடவுளாக பார்க்கச் செய்வதுதான் இலக்கியம். அப்படிப்பட்ட இலக்கியங்களை நாம் படைக்க இது தருணமாக அமையட்டும்.

---

www.ingramcontent.com/pod-product-compliance
Lightning Source LLC
LaVergne TN
LVHW090332051026
849518LV00005B/1941
* 9 7 8 8 1 8 4 9 3 6 2 4 7 *